कॅप्सूल

डॉ. प्रदीप पंड्या

डायमंड पब्लिकेशन्स

कॅप्सूल

डॉ. प्रदीप पंड्या

Capsule

Dr. Pradeep Pandya

प्रथम आवृत्ती : २०१२

ISBN 978-81-8483-422-2

© डायमंड पब्लिकेशन्स, पुणे

मुखपृष्ठ रचना : शाम भालेकर
मुखपृष्ठ चित्रकार : सुरेश बापट

मुद्रक
रेप्रो इंडिया लि.
प्रभादेवी, मुंबई - ४०० ०२५

प्रकाशक
डायमंड पब्लिकेशन्स
१२५५ सदाशिव पेठ
लेले संकुल, पहिला मजला
निंबाळकर तालमीसमोर, पुणे ४११ ०३०.
☎ ०२० - २४४५२३८७, २४४६६६४२

diamondpublications@vsnl.net
www.diamondbookspune.com

प्रमुख वितरक
डायमंड बुक डेपो
६६१ नारायण पेठ, अप्पा बळवंत चौक
पुणे ४११ ०३०. ☎ ०२० - २४४८०६७७

मूल्य : ₹ २४५/-

लेखक परिचय

आजारी माणसाचा भरवसा देवाइतकाच डॉक्टरवर असतो. उपचार सुरू असताना रुग्ण डॉक्टरी सल्ल्यानुसार वागत असतात... पण रुग्णाच्या या भरवशाचच एखाद्या डॉक्टरने गैरफायदा घेतला तर ?

वैद्यकीय क्षेत्रात सतत नवं संशोधन चालतं. अनेक नवी औषधं बाजारात येतात. त्यामुळे जेव्हा कोणी केवळ आर्थिक फायद्याच्या हेतूने रुग्णांच्या विश्वासाशी खेळ करतं, तेव्हा ते भयंकर ठरतं.

मेडिकल थ्रिलर आपल्याकडे फार कमी लिहिली गेली आहेत. ही कादंबरी एक मेडिकल थ्रिलर आहे. लेखक प्रदीप पंड्या हे व्यवसायाने डॉक्टरच आहेत. सध्या ते बडोद्याच्या प्रेमदास जलाराम रुग्णालयात सुपरिटेंडंट म्हणून कार्यरत आहेत.

किडनी स्पेशॅलिस्ट असलेल्या डॉ. प्रदीप पंड्या यांना जगभरच्या वैद्यकीय क्षेत्रात काय चाललंय, याची खडान्खडा माहिती आहे. गुजरातीमध्ये त्यांच्या द हॉस्पिटल, बारुद, तांडव अशा मेडिकल थ्रिलर प्रसिद्ध झाल्या असून इतरही विषयांवरील कादंबऱ्या तसेच कथासंग्रह त्यांनी लिहिले आहेत.

आणि आता डॉ. प्रदीप पंड्या आपल्या ओघवत्या शैलीतील अनोखी कहाणी सादर करत आहेत... 'कॅप्सूल'.

मुंबईतला धुवाधार पाऊस ! जुलै महिना तर केवळ पावसाचाच.

दहाव्या मजल्यावरच्या घराच्या बाल्कनीतून समोर उसळणारा दर्या आणि कोसळणारा पाऊस पाहाताना शेफालीच्या मनात भावनांचा कल्लोळ उठला होता. वांद्रे रेक्लमेशनवर असलेल्या तिच्या गगनस्पर्शी इमारतीतून पावसाचं विलोभनीय दृश्य दिसत होतं. स्वत:तच हरवलेल्या शेफालीची तंद्री भंगली, ती रिंगटोनमुळे!

''मैयां मैयां'' 'गुरू'मधलं मल्लिका शेरावतचं मादक गाणं तिनं रिंगटोन म्हणून फीड केलं होतं.

''ओह, सहा वाजले. हळूहळू तयारीला लागलं पाहिजे,'' तिनं स्वत:ला बजावलं. साडेआठ वाजता ओबेरॉयमध्ये डिनरसाठी जायचं होतं... ''चला, शेफालीजी तयार व्हा!''

बाथरूममध्ये जाऊन ती गरम आणि थंड पाण्याचा शॉवर अंगावर घेऊ लागली. तन मन प्रफुल्लित करणारी आंघोळ आटोपताच ती मास्टर बेडरूममध्ये आली. वॉर्डरोबच्या पूर्णाकृती आरशात आपलंच रूप पाहून हरखली.

ओबेरॉय हॉटेलमध्ये एका मल्टिनॅशनल फार्मा कंपनीची कॉकटेल डिनर पार्टी होती. अशा पार्ट्यांना जायला शेफालीला खूप आवडायचं.

गो मीट पीपल अ‍ॅण्ड रिलॅक्स!

शेफालीच्या भल्यामोठ्या वॉर्डरोबमध्ये साड्या, जीन्स, टॉप्स, पंजाबी ड्रेस यांची रेलचेल होती. हँगरवर झुलणारे कपडे पुढे-मागे करत ती विचार करत होती, 'आजच्या पार्टीसाठी कोणता ड्रेस योग्य आहे?' पाच मिनिटांतच निर्णय झाला. पावसाळी वातावरणात हलकी फुलकी साडी बरी. मॅचिंग साडी-ब्लाऊज हँगरवरून काढत शेफाली पार्टीच्या कल्पनेत रमली. दहा मिनिटांत मेकअप आटोपला आणि ती आरशासमोर उभी राहिली.

'वॉव् ...ब्युटीफुल! किती छान दिसतेस तू शेफाली!' प्रतिबिंबाशी हितगूज

करताना ती स्वत:शीच हसली. सेलफोन पर्समध्ये टाकून फ्लॅटची चावी घेत तिनं पायात सॅण्डल्स सरकवल्या, तेव्हा पाऊस बरसत होता. पण अगदी समोरचं दिसणार नाही इतका धोधो पडत नव्हता. रस्त्यालगतचे सोडिअम व्हेपर लॅम्प पावसात धूसर दिसत होते. समुद्रावरून येणाऱ्या खाऱ्या वाऱ्याबरोबर अनामिक परिचित सुगंध येत होता.

संध्याकाळ उलटली. नाइटलाइफसाठी मुंबई सज्ज झाली. शेफालीने ॲक्सिलरेटरवर पाय दाबला. पावसामुळे ट्रॅफिक तसं धीम्या गतीनेच चाललं होतं. वरळी, सीफेस, हाजी अली, पेडर रोड, चौपाटी...गाडी धावत होती. 'सी लिंक तयार झाल्यामुळे किती झटपट पोहोचता येईल नरीमन पॉइंटला!' गाडीच्या गतीबरोबर शेफालीचे विचारही धावत होते.

ती अगदी वेळेवर ओबेरॉयवर पोहोचली 'गुड गर्ल!' स्वत:लाच शाबासकी देत तिनं कारची चावी डोअरमनला देऊन ती पार्क करायला सांगितलं.

प्रशस्त रिसेप्शन लाऊंजमध्ये पाऊल ठेवताच मागून हाक आली, ''हाऽऽय शेफाली.''

''ओह, डॉक्टर नीरज!''

आणि ती नीरजबरोबर चालू लागली.

हातातल्या मोबाईलशी खेळत नीरजने विचारलं, ''तुम्ही स्मिथ फार्माच्या डिनर पार्टीसाठी आलायत?''

''हो, आणि तुम्ही?''

''तुमच्याबरोबरच आहे!'' नीरज हसत म्हणाला.

लाऊंजमधल्या इव्हेंट्स बोर्डवरून त्यांना समजलं की, आठव्या मजल्यावर जायचंय.

लिफ्टमध्ये शिरतानाच शेफालीचा मोबाईल किणकिणला. फोनवर बोलणाऱ्या शेफालीकडे नीरज निरखून पाहात होता.

शेफाली 'गोखले हॉस्पिटलच्या' पॅथॉलॉजी विभागात काम करत होती. नीरज तिथेच मेडिसिनच्या एका युनिटचा प्रमुख होता. हॉस्पिटलमध्ये निसटती भेट नेहमीच व्हायची. पण हाय-हॅलोपलीकडे फारसं बोलायला वेळ मिळायचा नाही. जीन्स - शर्ट आणि त्यावर डॉक्टर वापरतात, तसा ॲप्रन अशा वेषातच नीरजने आत्तापर्यंत शेफालीला पाहिलं होतं. पण आज पहिल्यांदाच तिचं साडीतलं मोहक रूप त्याच्या नजरेला पडत होतं...'किती सुंदर दिसतेय ही!'

''कसला विचार करताय डॉक्टर?'' शेफालीच्या प्रश्नाने नीरज दचकला.

''नो... नाही. नथिंग,'' आणि त्याने लगेच म्हटलं, ''खरं सांगू? आज तुम्ही

भलत्याच क्यूट दिसताय. मी तुम्हाला असं कधीच पाहिलं नव्हतं.''

''मग, कसं पाहिलं होतं?''

''वेल.. नेहमीच्या डॉक्टरी युनिफॉर्ममध्ये.''

''मग आता काय विशेष केलंय मी?''

''आत्ता या क्षणी तुम्ही डॉक्टर नाही... एक आकर्षक तरुणी दिसताय.''

''व्वा! थँक्स डॉक्टर. तुम्ही कवीही आहात तर..''

''आत्तापर्यंत नव्हतो... पण तुमच्याशी परिचय वाढला, तर नक्कीच होईन.''

''बी केअरफुल डॉक्टर! काव्यशास्त्रात गुंतलात, तर वैद्यकशास्त्र विसराल कदाचित...''

लिफ्ट आठव्या मजल्यावर आली. भव्य हॉलमध्ये प्रवेश करताच एका तरुणीने दोघांचं स्वागत केलं. ''हाय... आय ॲम श्वेता. स्मिथ इंटरनॅशनल फार्मा वेलकम्स यू.''

नीरज आणि शेफालीला ती कॉन्फरन्स रूमकडे घेऊन गेली. ''प्लीज ड्रॉप युवर बिझनेस कार्ड हियर, सो वुई विल बी इन युवर टच... प्लीज एन्जॉय द इव्हिनिंग विथ अस.''

बिझनेस कॉकटेल डिनरच्या या औपचारिकतेची दोघांनाही सवय होती. शेफालीने कॉन्फरन्स रूममध्ये नजर फिरवली. जसलोक, हिंदुजा, लीलावती, बॉम्बे हॉस्पिटल, रहेजा, के. ई. एम. आणि इतर सरकारी तसंच खासगी रुग्णालयातले अनेक डॉक्टर तिथे उपस्थित होते. शेफाली आणि नीरजला पाहाताच नवलोक हॉस्पिटलचे फिजिशिअन डॉक्टर उदय सावे यांनी म्हटलं, ''हाय, कम इन... काय घेणार, शेफाली?''

''अं...''

''वेल, जीन विन टॉनिक.''

''मला व्हिस्की लार्ज विथ लॉट्स ऑफ आइस,'' नीरजने पटकन सांगितलं.

मद्याच्या घुटक्यांबरोबर गप्पा-चुटके यांना रंग चढू लागला. प्रत्येकाच्या हाती व्हिस्की-वाइनचे प्याले होते. शेफाली महिला डॉक्टरांशी गप्पा मारू लागली. व्हेज-नॉनव्हेज रेसिपीचे ट्रे घेऊन वेटर फिरत होते. काडीला टोचलेल्या फ्राय-प्रॉन्सची लज्जत चाखत मद्याचे घोट घेणं, हा एक अवर्णनीय आनंद होता. कुणालाही डिस्टर्ब होणार नाही, अशा शिताफीने वेटर सर्वांची खातिरदारी करत होते.

या सगळ्या गदारोळापासून डॉक्टर मराठे जरा दूर उभे होते. तेही गोखले हॉस्पिटलच्या एका विभागाचे प्रमुख होते. स्मिथ फार्मा कंपनीच्या औषधाची ट्रायल त्यांनीच केली होती.

"डॉक्टर, तुमचं हॉस्पिटल सध्या चर्चेत आहे." कोणीतरी म्हटलं.

"का? हेवा वाटतोय?" डॉ. मराठेंनी हसून विचारलं, "कित्येक वर्षांनी आमच्या श्रमांचं सार्थक झालंय. आम्ही ते रिसर्च करून सिद्ध केलंय. त्याबद्दल स्मिथ इंटरनॅशनलचे आभार मानायला हवेत. तुम्हाला काय वाटतं, डॉक्टर नीरज?"

डॉक्टर सावे सगळं ऐकत होते. पण त्यांनी गप्प राहणं पसंत केलं.

तसं पाहिलं, तर डॉक्टर मराठेंचं म्हणणं योग्यच होतं. पन्नास वर्षं कार्यरत असलेल्या गोखले हॉस्पिटलचा सर्वांगीण विकास मात्र वीस वर्षांतच झाला होता. झोपडपट्टी असलेल्या भागात रुग्णालय काढलं, तर लोकांची सोय होईलच, पण व्होट बँकेचाही लाभ होईल, असा विचार सरकारी पातळीवर झाला असावा. केवळ पन्नास खाटांसह गोखले हॉस्पिटलची सुरुवात झाली. त्या वेळी ते गरिबांचं हॉस्पिटल म्हणून ओळखलं जायचं. फार कमी डॉक्टर या सरकारी हॉस्पिटलमध्ये काम करायला तयार व्हायचे.

नंतर परिस्थिती बदलली. मध्यमवर्गीय लोकही या मोठ्या रुग्णालयाचा लाभ घेऊ लागले. पुढे तर 'एक उत्तम उपचार करणारं रुग्णालय' असा त्याचा लौकिक झाला. त्यातच एका विदेशी कंपनीने नव्या औषधाच्या ट्रायलसाठी या रुग्णालयाची निवड केली, तेव्हा इतर रुग्णालयांना त्याचा हेवाही वाटला. स्मिथ फार्माने भारतात त्यांचं औषध लाँच केल्याच्या पार्टीत साहजिकच डॉक्टर मराठे आनंदात होते.

"होय, शेफाली!" बी. के. हॉस्पिटलची इंटरनॅशनल कार्डिऑलॉजिस्ट डॉ. माधवी कामथचा आवाज शेफालीने ओळखला. डॉ. माधवी तिच्याजवळ येत म्हणाली, "किती छान दिसतेयस तू आज, शेफाली."

"माधवी चेष्टा पुरे. तुझी हृदयं काय म्हणतायत?"

डॉ. माधवीने अनेक ॲन्जिओग्राफी आणि ॲन्जिओप्लास्टी केल्या होत्या. हृदयविकारतज्ज्ञ म्हणून ती प्रख्यात होती. वयाच्या अवघ्या पस्तिसाव्या वर्षी त्यांनी हे यश मिळवलं होतं. सुडौल शरीरयष्टी, केसांचा बॉबकट आणि डिझाइनर साडी किंवा कोणत्याही आऊटफिटमध्ये माधवीचं व्यक्तिमत्त्व उठून दिसायचं. बोलण्यात अगदी मोकळी ढाकळी. एखाद्याला कल्पनाही येत नसेल की, ही तरुणी नामवंत हार्ट स्पेशालिस्ट आहे. शेफालीला तिचा स्वभाव माहीत असल्यानेच, ती दिसली की प्रश्न ठरलेला, "काय म्हणतायत तुझी हृदयं?"

"माझ्या रुग्णांची हृदयं सारखी बिघडलेली."

"तुला पाहूनच अर्ध्या पेशंट्सना हार्ट ॲटॅक येत असेल," आणखी एक महिला डॉक्टर हसत चर्चेत सामील झाल्या.

"हं, म्हणूनच त्यांना बरं करता करता माझ्या नाकी नऊ येतात."

डॉक्टर लोकांचं एक वैशिष्ट्य असतं. कुठेही ग्रुप जमला, तरी संभाषणाची गाडी शेवटी रुग्ण आणि उपचाराच्याच मार्गाने धावू लागते.

ड्रिंक्स, खाद्यपदार्थ आणि चेष्टा-मस्करी करत पार्टीत रंग भरत होता. तेवढ्यात माइकवरून अनाऊन्समेंट झाली. "गुड इव्हिनिंग फ्रेंड्स. मी अ‍ॅन्थनी डिसूझा स्मिथ इंटरनॅशनल फार्माच्या वतीने आपल्या सर्वांचं स्वागत करतो!"

पार्टीतला कलकलाट थांबला, सर्व जण डिसूझाचं बोलणं लक्षपूर्वक ऐकू लागले.

"थोडक्यात सांगायचं तर, स्मिथ इंटरनॅशनल किंवा एसआय फार्मा ही फार जुनी संस्था नाही. अमेरिकेत न्यू जर्सी येथे तीस वर्षांपूर्वी एसआयची स्थापना झाली. हृदयविकारावरची उत्तम औषधं संशोधित करून रुग्णांना दिलासा द्यायचा, हे एसआयचं सुरुवातीपासूनच ध्येय आहे. यासाठीच रक्तदाब, किडनी विकार आणि कॉलेस्टेरॉल कमी करण्यासाठीची औषधं एसआयने यशस्वीरीत्या मार्केटमध्ये आणली. यापैकी के. स्टेटीन ग्रुपच्या औषधांमुळे जगभरच्या लाखो रुग्णांचा फायदा झाला आहे. पाच वर्षं संशोधन करून स्टेटीन औषधात सुधारणा केल्यावर कंपनीने नवं प्रभावी औषधी आणलंय. त्याचं नाव आहे, एच. स्टेटीन..."

वाक्य अर्धवट सोडून डिसूझाने सर्वांकडे एका अपेक्षेने पाहिलं. प्रत्येकाच्या चेहऱ्यावरची उत्सुकता ताणलेली त्याला जाणवली. मग तो अधिक उत्साहात बोलू लागला. "येस... एच. स्टेटीन! हे औषध म्हणजे या शतकातला एक अद्‌भुत शोध आहे. इतर स्टेटीन ग्रुपच्या औषधांपेक्षा हे औषध निराळं आहे. इतर स्टेटीनमुळे बॅड कॉलेस्टेरॉल कमी होतं. पण इतर घटकांवर फारसा परिणाम होत नाही. एच. स्टेटीनमुळे बॅड कॉलेस्टेरॉल तर घटतंच, पण गुड कॉलेस्टेरॉल वाढतं! परिणामी, हृदयरोगाची शक्यता कमी होते. केवळ अमेरिकेतच स्टेटीन ग्रुपच्या या औषधाची विक्री पाच बिलियन डॉलर्सची आहे."

एका दमात इतकं बोलून झाल्यावर डिसूझाने अपेक्षित प्रतिसादासाठी डॉक्टर मंडळींकडे पाहिलं. सर्वांना क्षणभर विचार करायला लावून पुन्हा बोलणं सुरू करण्याची कला डिसूझाला अवगत होती. हातात ड्रिंकचा ग्लास फिरवत, तो पुढे बोलू लागला, "भारतातही डायबिटिस आणि हृदयरोगाचं प्रमाण वेगाने वाढतंय. म्हणूनच हे नवं औषध भारतीयांसाठी वरदान ठरेल. या औषधाची टेस्ट मुंबईच्या गोखले आणि बी. के. जनरल हॉस्पिटलमध्ये थोड्याच दिवसांपूर्वी यशस्वीरीत्या करण्यात आली. ड्रग्ज डिपार्टमेंटकडून या औषधांच्या मार्केटिंगलाही परवानगी मिळाली आहे. त्यामुळे लवकरच हे औषध रुग्णांपर्यंत जाईल. त्याचाच आनंद साजरा करण्यासाठी आपण येथे जमलो

आहोत. थँक यू ऑल... प्लीज एन्जॉय!''

ॲन्थनी डिसूझा एच. स्टेटीन औषधाचं आणि स्मिथ फार्माचं गुणगान करत असताना शेफालीसह सर्व डॉक्टरांचं लक्ष त्याच्याकडे होतं. डॉ. नीरज मात्र वारंवार शेफालीकडे पाहात होता. 'काहीतरी खास आहे तिच्यात, चित्त विचलित करतेय...' नीरज स्वत:शी पुटपुटला.

''चला डॉक्टर, डिनरला...''

शेफालीनेच त्याला जागं केलं.

''ओह्, येस... चला.''

नव्या औषधाच्या यशस्वी ट्रायलबद्दल डॉ. मराठेंचं अभिनंदन करणाऱ्यांचा घोळका त्यांच्याभोवती जमला. चौकस, सावध नजरेने डिसूझा सर्वांमध्ये फिरत होता. सर्वांशी हसून बोलत होता. मुंबईत एकदा औषध लाँच झालं, की भारतभर हातपाय पसरणं कठीण नव्हतं. नीरज आणि शेफाली सर्वांपासून जरा दूर सरकले.

''अरे, तुम्ही फक्त दहीभातच घेतलात. आणखी काहीच नको?''

''नाही. एवढंच ठीक आहे.''

''तुमच्या फिगरचं हेच रहस्य वाटतं?''

''आणि तुमचं वजन सारखं का वाढतंय, तेही तुमच्या प्लेटमधले पदार्थच सांगतायत,'' शेफाली हसत म्हणाली.

''हरकत नाही. आजचं औषध आमच्यासारख्या खादाडांसाठीच बनवलंय. खवय्येगिरीत आपण कधीच मागे नसतो... बरं, एक विचारू?''

''हं.''

''हॉस्पिटलमध्ये असताना तुम्ही कॉफी किती वाजता घेता?''

''का?''

''मला तुमच्यासोबत कॉफी घ्यायला आवडेल.''

''का?''

''का? शिवाय दुसरं काही विचारता येत नाही तुम्हांला?''

''कॉफीबरोबर तुम्हांला आणखी काय आवडेल?''

''तुमची कंपनी!''

नीरजच्या प्रॉम्प्ट उत्तरावर ती खूश झाली.

''मी जॉइन होऊ शकतो का?'' दोघांच्याही नजरा आवाजाच्या दिशेने वळल्या.

''शुअर. उदय, विचारायचं काय त्यात? उदय, हे डॉ. नीरज.''

''हॅलो, डॉक्टर उदय,'' नीरज वरकरणी हसून बोलला. पण त्याच्या मनात

आलं- हा कुठे नेमका टपकला मध्येच?

‘‘तुमचा या औषधाच्या ट्रायलमध्ये काही सहभाग?’’ डॉ. उदय सावेंनी विचारलं.

‘‘व्यक्तिश: नाही पण आमचं हॉस्पिटल सहभागी असल्याने आम्ही सगळे त्यात आलोच.’’

‘‘काय, माझ्याविषयीच बोलताय ना? डॉ. माधवी तिथे येत म्हणाली. नीरज शेफाली आणि माधवीकडे आळीपाळीने पाहू लागला. दोघीही डॉक्टर वाटत नव्हत्या. अगदी मिस वर्ल्ड नाही, तरी डॉ. माधवी ॲड क्षेत्रातल्या किंवा बिझनेस वुमन नक्कीच वाटत होत्या. शेफाली साधीभोळी भासत होती. ‘या दोघींपैकी निवड करायची झाल्यास, कोणाची करावी?’ डॉ. नीरज दिवास्वप्नात रमला.

‘‘मे आय जॉइन यू?’’ ॲन्थनी डिसूझाच्या चेहऱ्यावर कमावलेलं बिझनेस स्मित होतं. कोणी काही बोलायच्या आत तोच पुढे म्हणाला, ‘‘कसं वाटलं आजचं प्रेझेंटेशन?’’ हा प्रश्न नव्हता, ॲन्थनीच्या पुढच्या भाषणाची ती केवळ प्रस्तावना होती. ‘‘यू नो, स्मिथ फार्मा के. स्टेटीन फार वर्षांपासून बनवतेय. आम्ही त्यात थोडा बदल करून एच. स्टेटीन ड्रग विकसित केलंय. त्यामुळे रक्तदाब, डायबिटिस आणि लकव्याचं प्रमाणही कमी होईल.’’

‘‘डोंट टॉक् शॉप.आम्हांला हे सगळं कशाला सांगताय?’’ डॉ. उदय एकदम चिडून बोलले.

‘‘सॉरी टू डिस्टर्ब यू...’’

‘‘त्याचीही गरज नाही. फक्त एक सांगा...’’

‘‘जरूर. त्यासाठीच तर मी इथे आहे. नि:संकोचपणे विचारा...’’ ॲन्थनीला चर्चाच हवी होती.

‘‘ब्रिटिश मेडिकल जर्नलमधला ताजा स्वीडीश रिपोर्ट वाचलात?’’

‘‘कुठला रिपोर्ट, सर?’’

‘‘तुम्ही म्हणताय तेवढं हे औषध परिणामकारक नाहीच. पण त्याचे दुष्परिणामही आहेत.’’

‘‘हो हो, औषधाच्या साइड इफेक्टसबद्दल काहीतरी आलंय खरं. पण जिथे औषधाची ट्रायल झाली, तिथे पुरती साधनसामग्री नव्हती. आता आम्ही त्यांना आधुनिक साधनं दिली आहेत. आता यानंतरचा रिपोर्ट पाहा.’’

आणि उदयने पुढे काही विचारण्यापूर्वीच डिसूझा गडबडीने बोलला. ‘‘या सगळ्या गोष्टींवर आपण सावकाश सविस्तर बोलू... सध्या पार्टी तर एन्जॉय करा.’’

‘‘बुलशीट्... आता त्या हॉस्पिटलला लाच दिली जाईल,’’ उदय फणकारले.

"मला नाही तसं वाटत..." डॉ. मराठे म्हणाले.

"माझं म्हणणं आहे की, हे औषध परिणामकारक आहेच."

"मीही डॉक्टर मराठेंशी सहमत आहे," डॉ. माधवी बोलल्या.

"ठीक आहे. मी काही आर्ग्युमेंट करत नाही. पण माझा या औषधावर बिलकूल भरवसा नाही," म्हणत डॉ. उदय सावे तिथून निघाले.

सगळे एकदम गप्प झाले.

"तुम्ही थांबताय नीरज? मी निघतेय," शेफालीने विचारलं.

"नाही... नाही.. चला... निघू या."

ती दोघं दाराशी येताच एका प्रसन्नवदना तरुणीने एक सुबक पाकीट प्रत्येकाच्या हाती दिलं. "होप बोथ ऑफ यू एन्जॉइड द पार्टी. कंपनीतर्फे हे छोटंसं गिफ्ट स्वीकारा."

अशा पार्टीत गिफ्ट्स नेहमीच मिळायची. नीरज आणि शेफाली पोर्चमध्ये आले. नीरजने डोअरमनला टॅक्सी मागवायला सांगितलं.

"का? आज कार कुठाय?"

"सर्व्हिसिंगला"

"पण माझी गाडी आहे की...मी तुम्हांला ड्रॉप करते."

"थँक्स, बरं झालं. या निमित्ताने तुमचा सहवास..."

"काही म्हणालात?"

"काही नाही... चला."

गाडी पोर्चमध्ये येईपर्यंत नीरजने लेदर पाकीट उघडलं. "काय दिलंय एवढ्या मोठ्या कंपनीने ते तरी बघू या... वॉव, सिंगापूरची दोन एअरतिकिटं आणि हॉटेल रिझर्व्हेशन. स्टार क्रूझसह टू नाइट-थ्री डे प्रोग्रॅम!... शेफाली, तुमचं पाकीट पाहा ना."

तिने पाकीट उघडून पाहात म्हटलं, "त्यातही तेच आहे."

"या वेळी तिकिटाची व्हॅलिडिटी वर्षभराची आहे. म्हणजे केव्हाही जा!" गाडी मार्गी लागताच नीरज उत्साहाने बोलला.

"चला... आपण लगेच जाऊ या का?"

"तुम्ही जाऊन या. माझं शेड्यूल नक्की नाही."

शेफाली कसल्याशा विचारात गढली. स्मिथ फार्माने आदरातिथ्य करण्यात कोणतीही कसूर ठेवली नव्हती. पाहुणे खूश व्हायला हवेत, यासाठी त्यांनी सर्वतोपरी काळजी घेतली होती. नवं औषध प्रमोट करताना हे करणं आवश्यक होतं. पार्टीतल्या प्रत्येक डॉक्टरला अगदी नाव- हुद्द्यासकट उल्लेख करून गिफ्ट देण्यात आलं होतं.

"फार्मा कंपनी एवढा खर्च कसा करते?" शेफालीनं विचारलं.

"न करायला काय झालं? खर्च कोटीत असला, तरी नफाही अब्जात असतो मॅडम त्यांचा..."

"डॉक्टर, तुम्हाला त्यांचं म्हणणं खरं वाटतं?"

"कोणतं?"

"हेच की, या औषधामुळे बॅड कॉलेस्टेरॉल कमी होऊन गुड कॉलेस्टेरॉल वाढतं."

"डोन्ट नो... पण रुग्णांचं डायबिटिस आणि ब्लडप्रेशर आटोक्यात येण्यासाठी एच. स्टेटीन द्यावं..."

"डॉ. उदय तुमच्याशी सहमत होणार नाहीत."

"ओह, डॉक्टर उदय... तो उगीच घाबरतोय. औषधाची टेस्ट झालीय. मग उपयोगात आणायला काय हरकत आहे?"

"पण कॉलेजात असताना आमचे एक प्रोफेसर सांगायचे की, नवं औषध मार्केटमध्ये दोन-तीन वर्षं स्थिरावल्यावरच वापरात आणावं. तोपर्यंत त्याच्या साइड-इफेक्ट्सचीही कल्पना येते."

"ते खरंच आहे. पण काळाबरोबर जायला नको का? नवं संशोधन आता लवकर स्वीकारायला हवं. ते चांगलं असेल, तर काही रुग्णांना त्यापासून वंचित का ठेवायचं?"

नीरजच्या या बोलण्यावर शेफाली काहीच बोलली नाही. उगाच विषय वाढवण्यात तिला इंटरेस्ट नव्हता. नीरजही एकदम वेगळ्याच स्वरात बोलला, "डॉक्टर शेफाली, गुड कॉलेस्टेरॉल आणखीही काही गोष्टींनी वाढतं, ते ठाऊक आहे का?"

"कोणत्या गोष्टी?"

"माशाचं तेल, व्यायाम आणि अल्कोहोल..."

शेफाली मनमोकळं हसली. "तुम्हा पुरुषांना पिण्यासाठी काहीतरी बहाणाच लागतो."

नंतरचा वेळ छान गप्पांमध्ये गेला. नीरजला पेडर रोडवर सोडून शेफाली वांद्र्याला आली. कपडे बदलून पुन्हा तिने गरम-थंड वॉश घेतला. मग नाइटी परिधान करून ती आरामात बेडवर पहुडली... आणि मनात डॉक्टर नीरजचे विचार येऊ लागले... 'अरे, हा डॉक्टर आपल्या मनात भरला की काय?' डोळे मिटता मिटता ती स्वत:शीच हसली.

ओबेरॉयची पार्टी संपताच ॲन्थनी डिसूझाने सेलफोनवरून एक नंबर लावला. पलीकडे दिल्लीत रिंग वाजली.

"सर, पार्टी उत्तम झाली. सगळे डॉक्टर खुशीत होते."

“गिफ्ट वगैरे?”

“सगळं यथास्थित झालं. पॅकेज आवडेल सर्वांना.”

“बाकी काही?”

“विशेष नाही. पण नवलोक हॉस्पिटलचे डॉ. उदय सावे म्हणत होते की, हे औषध साइड इफेक्टस्‌विरहित नाही; आणि आपण सांगतो तितकं प्रभावीही नाही. सर, मी माझ्या पद्धतीने त्यांना उत्तर दिलं, पण...”

पलीकडून काही क्षण शांततेत गेले. मग आवाज आला, “डोन्ट वरी मिस्टर डिसूझा... मी बोलतो त्यांच्याशी. सगळं ठीक होईल.”

काल मुंबईत स्मिथ फार्माची डिनर पार्टी झाल्यानंतर काही तासांच्या अंतराने अमेरिकेत न्यू जर्सी येथे आणि महाराष्ट्राच्या उपराजधानीत निरनिराळ्या घटना घडत होत्या.

न्यू जर्सीच्या ऑफिसात स्मिथ फार्माचे सर्व डिरेक्टर्स हजर होते. भारतात औषधाची यशस्वी चाचणी झाल्याबद्दल आनंद व्यक्त केला जात होता.

इकडे नागपूरच्या ए. बी. मेडिकल कॉलेजमधल्या एअरकंडिशन्ड डिसेक्शन हॉलमध्ये प्रणव, समीरा आणि इतर मेडिकल स्टुडंट्स कुतूहलाने हजर होते. अभ्यासासाठी शवविच्छेदनाला सुरुवात करण्याच्या क्षणी प्रणवचं लक्ष समीराच्या हाताकडे गेलं. तिनं हातमोजे घातले नव्हते.

“अगं समीरा, तू हातमोजे नाही घातलेस?” प्रणवच्या ओरडण्याने समीरा दचकली.

“सॉऽऽरी. हे असं होतं बघ,” म्हणत तिनं हातमोजे चढवले आणि सूचक नजरेनं प्रणवकडे पाहिलं.

“हं... आता ठीक आहे,” प्रणव म्हणाला.

ए. बी. मेडिकल कॉलेज नागपुरात तसं नवीनच होतं. राज्य सरकारच्या विशेष प्रयत्नातून हे कॉलेज सुरू झालं होतं. शंभर एकरांच्या विशाल परिसरात मध्यभागी उभी असलेली कॉलेजची देखणी इमारत पूर्णपणे एअरकंडिशन्ड होती. तिथे मेडिकलला दरवर्षी पन्नास विद्यार्थ्यांना प्रवेश दिला जात होता. हॉस्टेल, नर्सिंग हॉस्टेल, शिकाऊ डॉक्टरांसाठी आणि स्टाफसाठीही राहण्याची व्यवस्था तर होतीच. पण विशाल गार्डन, स्विमिंग पूल आणि इतरही आधुनिक सुखसोयी होत्या. कॉलेजचा कॅम्पस सर्वार्थाने स्वयंपूर्ण होता. कॉलेजलगतच तीनशे खाटांचं भव्य रुग्णालय होतं. मेरिटवर प्रवेश न

मिळणाऱ्यांना भरमसाट डोनेशन द्यावं लागायचं, तरी या कॉलेजात येण्यासाठी विद्यार्थ्यांची रांग लागायची.

मेडिकलच्या पहिल्या वर्षाच्या विद्यार्थ्यांना मृतदेहाची चिरफाड करून मानवी देहाचा तपशीलवार अभ्यास करायचा असतो. ए. बी. मेडिकल कॉलेजात डिसेक्शन हॉल पाचव्या मजल्यावर होता. तिथे चार टेबल्स होती. प्रत्येक टेबलाभोवती आठ विद्यार्थी असायचे.

अशाच एका टेबलावरच्या मृतदेहाचा छेद घेण्यासाठी प्रणव आणि समीरा उभे होते. समीराने ग्लव्हज न घातलेले पाहून डॉक्टर देसाई म्हणाले, "समीरा, हे प्रेत इन्फेक्टेड असू शकतं, ग्लव्हज नसतील तर तुलाही इन्फेक्शन होऊ शकतं. एवढं तरी मेडिकल स्टुडंट म्हणून लक्षात यायला हवं होतं तुझ्या..."

"सॉरी सर"असं म्हणत समीराने बाजूला ठेवलेल्या कनिंगहॅमच्या मेडिकल पुस्तकातल्या पानावरून नजर फिरवली.

त्यात म्हटलं होतं, 'मृतदेहाच्या हृदयाचा छेद घ्यायचा असेल, तर कोणती काळजी घ्यायची ते आधी जाणून घ्या. थोडं वाचून समीरा म्हणाली, "मी सुरू करते" असं म्हणून तिने मृतदेहाच्या हृदयावर हात ठेवला.

"एऽऽ माझं हृदयही इतक्याच हळूवारपणे पकड हं!" ग्रुपमध्ये कोणीतरी कॉमेंट केली. सारे खो-खो हसले.

"नो मिश्चिफ...बी सिरीयस!" डॉक्टर देसाईंनी विद्यार्थ्यांना दटावलं,

"मी तुम्हांला आधीही सांगितलंय की, जिवंत व्यक्तीला देतो, तेवढाच सन्मान मृतदेहाला द्यायचा. ज्यांनी हा देह तुम्हांला अभ्यासासाठी दिलाय, त्यांचे तुमच्यावर अनंत उपकार आहेत. तुमच्या शिक्षणाबरोबरच माणसांच्या आजार-विकारांवर योग्य उपचार शोधण्यासाठी असे देहच उपयोगी पडतात. ही माणसं मृत्यूनंतर मानवजातीचं कल्याण करत असतात. म्हणून शवविच्छेदनाच्या वेळी पांचट जोक्स मी खपवून घेणार नाही. अंडरस्टूड?"

सगळी पोरं क्षणात गप्प झाली. समीराने मृतदेहाच्या छातीच्या वरच्या आवरणाला सुरीने छेद दिला आणि नीता, पुस्तकातील उतारा वाचू लागली, "माणसाचं हृदय दर मिनिटाला सरासरी ७२ वेळा धडधड करतं. म्हणजेच, छातीचे ठोके एका तासात ४,३०० एवढे पडतात. या हिशेबाने सबंध आयुष्यात हृदय किती वेळा धडधड करत असेल, याचा विचार करा. या प्रत्येक क्षणी हृदय नावाचा हा कप्पा अशुद्ध रक्त शुद्ध करून माणसाला निरोगी ठेवत असतो."

सारे विद्यार्थी लक्षपूर्वक ऐकत होते आणि विस्फारल्या नजरेने डिसेक्शन पाहात

होते. एका माणसाचं खरंखुरं हृदय त्यांना दिसू लागलं होतं. समीराचा हात भरभर चालत होता. प्रत्येक टेबलापाशी असंच डिसेक्शन चाललं होतं. हॉलमध्ये एकदम शांतता होती.

मध्येच थांबून समीराने डॉक्टर देसाईंना विचारलं, ''सर, या माणसाचं वय काय असेल?''

''पंचेचाळीसच्या आसपास.''

''एवढ्या कमी वयात त्याचा मृत्यू कशाने झाला?''

''हार्ट अ‍ॅटॅक...'' डॉ. देसाईंनी मृतदेहाची नोंद पाहात म्हटलं.

''बघ समीरा, तू मला नकार दिलास, तर माझीही हीच अवस्था होईल,'' प्रणव पटकन बोलून गेला आणि डॉ. देसाई भडकले.

''प्रणव, वायफळ बडबडायचं असेल, तर गेट आऊट... हे तुमच्या प्रेमालापाचं कुंजवन नाही. डिसेक्शन हॉल आहे हा!''

''सॉरी सर सॉरी...एक्स्ट्रीमली सॉरी.''

सरांनी प्रणवला झापलेलं पाहून समीराला हसू आलं. पण समीरा होतीच तशी. कुणाही तरुणाचं हृदय घायाळ करणारी मादक अदा असलेली तरुणी. जीन्स-टॉप असो नाही तर पंजाबी ड्रेस वा साडी...तिचं सौंदर्य नेहमीच खुलून दिसायचं. एकदम ग्रेसफुल व्यक्तिमत्त्व!

समीरा त्या हृदयातील रक्तगाठी बाहेर काढू लागली. विद्यार्थी ती प्रक्रिया बारकाईने न्याहाळू लागले. या डिसेक्शनच्या वेळी वापरले जाणारे खास फोर्सेप आणि चिमटे हाती घेऊन समीरा शिताफीने काम करत होती. डॉ. देसाई कौतुकाने पाहात होते. एवढ्यात समीराच्या हातातील फोर्सेप कशाला तरी अडखळला. एखाद्या धातूची वस्तू आत असावी, असा आवाज झाला.

''सर... यांच्या हृदयात काहीतरी फॉरिन बॉडी आहे.''

''बघू...'' म्हणत डॉक्टर देसाई ग्लव्हज घालून पुढे झाले. त्यांनी त्या मृताच्या हृदयातून कौशल्याने ती वस्तू बाहेर काढली आणि सगळे एकदम चित्कारले... ''बुलेट!''

''येस...ही पिस्तुलाची गोळीच आहे,'' डॉक्टर देसाई ठामपणे बोलले.

''समीरा... तू नाही ना त्याच्या हृदयात बुलेट ठेवलीस? मागे कोणीतरी पचकलं आणि डॉक्टर देसाईंबरोबरच समीराही संतापली.

''यू शटअप... परिस्थितीचं गांभीर्य लक्षात घ्या. तुमच्या डोळ्यांदेखतच डिसेक्शन करतेय ना मी? सरही उपस्थित आहेत. बाष्कळ कॉमेंट्स नकोत.''

''काहीतरी विपरीत घडलंय खरं... आजचं डिसेक्शन इथेच थांबवू या. दुसऱ्या

मृतदेहाची व्यवस्था झाली की, पुढचं काम करू. आधी हा प्रकार डीनसाहेबांच्या कानावर घालायला हवा.'' डॉ. देसाई तातडीने सीनियर डॉक्टर गुप्ते यांच्या केबिनकडे निघाले.

''काय झालं डॉक्टर? एवढ्या घाईघाईने आलात?''

''कारणच तसं आहे सर...'' त्यांनी डिसेक्शन रूममध्ये झालेला प्रकार डॉक्टर गुप्तेंना सांगितला आणि प्लॅस्टिकच्या पिशवीतून आणलेली बुलेटही दाखवली.

''माय गॉड, विचित्रच...पण कोणा विद्यार्थ्याने मस्करी तर केली नाही ना?''

''तसं नाही वाटत सर? मृतदेहात कोणी बुलेट कशी घालू शकेल?''

''खरं आहे तुमचं,'' डॉ. गुप्ते विचारात पडले. काही आगाऊ विद्यार्थी डिसेक्शन रूममध्ये इतरांना घाबरवणारे उद्योग करतात हे त्यांना ठाऊक होतं. एकदा एका मृतदेहाची कापलेली करंगळी कोणीतरी एका पोरीच्या अ‍ॅप्रनच्या खिशात टाकली होती आणि ते तिच्या लक्षात आल्यावर तिने आख्खं कॉलेज डोक्यावर घेतलं...पण बुलेट? नाही, अशी चेष्टा कोणी करू धजणार नाही.

''एनी वे... मी डीनना सांगतो सगळं फोनवरून. तुम्ही भेटा त्यांना.''

''सर, येऊ?''

डॉ. देसाई पाचच मिनिटांत डीन, डॉ. कमलनाथ मिश्रा यांच्या केबिनपाशी पोहोचले.

''या, डॉ. गुप्ते आत्ताच फोनवर बोललेत.''

डीनसाहेबांची एसी केबिन प्रशस्त होती. मोठं काचेचं टेबल. खाली मऊ ग्रीन कार्पेट, भिंतीवर सुबक कपाटं, कोपऱ्यात छोटा फ्रीज, वॉश बेसिन, रूमला अ‍ॅटॅच्ड स्वच्छतागृह आणि पाहुण्यांसाठी छोटंसं कॉन्फरन्स टेबल.

''मलाही आश्चर्य वाटतंय...कुठाय ती बुलेट?''

''ही पाहा!'' डॉक्टर देसाईंनी प्लास्टिकची पिशवी डीनसाहेबांसमोर ठेवली.

''पण खरंच ही गोळी त्या मृतदेहातून मिळाली? की स्टुडन्ट्स मिश्चिफ करतायत? तुम्ही स्वत: पाहिलंय?''

''हो सर, डिसेक्शन रूममध्ये मी स्वत: हजर होतो. समीरा साने डिसेक्शन करत होती. एका मृतदेहाच्या हृदयाचा छेद घेताना तिचा फोर्सेप अचानक अडकला नि, धातूच्या वस्तूला धडकल्याचा आवाज आला... मग मीच पुढे होऊन ही गोळी बाहेर काढली.''

''सरप्रायझिंग...असं कधी घडलेलं नाही. ठीक आहे. मी बघतो पुढे काय

करायचं ते. तुम्ही ही बुलेट इथेच ठेवा.''

''ओके, सर!''

डॉ. देसाई बाहेर पडत असतानाच डीनसाहेबांनी ऑपरेटरला सांगितलं, ''पोलीस स्टेशन...''

डिसेक्शन रूममधून बाहेर पडलेली समीरा बरीच डिप्रेस्ड दिसत होती, तेवढ्यात प्रणव जवळ येत म्हणाला, ''चल, कँटिनला जाऊ या.''

''नको. माझा मूड नाही.''

''अगं, एवढी काय नर्व्हस होतेस; होतं असं कधीकधी, आपल्याला डॉक्टर व्हायचंय मॅडम! असं उदास होऊन कसं चालेल?''

काही न बोलता समीरा त्याच्याबरोबर कँटिनला गेली. कॉफी मागवून दहा मिनिटं झाली, तरी समीरा गप्पच होती. ''अगं, बोल ना काहीतरी. तो बुलेटचा विषय काढून टाक डोक्यातून. तुझी काय चूक? डोंट फील गिल्टी.''

''गिल्टी-बिल्टी वाटत नाहीय मला. पण विचित्र फिलिंग आलंय खरं... मला डीनसाहेबांच्या लेक्चरमधले शब्द आठवतायत...''

''कोणते?''

''ते म्हणाले होते... ॲनाटॉमी शिकण्यासाठी तुम्हांला मानवी मृतदेहाची चिरफाड करावी लागेल. तो अभ्यासाचा भाग समजा आणि सतत लक्षात ठेवा की, समोर ठेवलेला मृतदेह म्हणजे कधीतरी आपल्यासारखीच चालती-बोलती व्यक्ती होती. तिलाही तिचं बरंवाईट आयुष्य होतं. भावभावना, सुखदु:ख सारं काही होतं. म्हणून, मानवी देह समोर आला की, चुकूनही त्याची चेष्टा करू नका. मृतदेहाचा पूर्णपणे सन्मान करा. त्या व्यक्तीने देह दिल्यामुळेच तुम्हांला मानवी शरीररचनेचा सखोल अभ्यास करण्याची संधी मिळतेय, हे केव्हाही विसरू नका. कुणा अनामिकाचं देहदान आपलं ज्ञान वाढवण्यासाठी, नव्या संशोधनासाठी उपयुक्त ठरतं, हे विसरू नका. मृतदेहाचा सन्मान करायला शिकलात, तरच उद्या डॉक्टर म्हणून जिवंत माणसांवर उपचार करताना मानवी जीविताची खरी किंमत कळेल.''

कँटिनमध्ये विद्यार्थ्यांची या विषयावर चर्चा चालली असतानाच, डीनच्या विनंतीवरून पोलीस इन्स्पेक्टर कॉलेजमध्ये आले.

''काय काम आहे?'' डीनच्या सेक्रेटरीने विचारलं.

''माझं नाही, त्यांचंच काम आहे माझ्याकडे,'' इन्स्पेक्टर हसून उत्तरले.

''अपॉइंटमेंट?''

"त्यांनीच घेतलीय माझी अपॉइंटमेंट."

सेक्रेटरी इन्स्पेक्टरकडे क्षणभर पाहातच राहिली. मग तिने डीन मिश्रा यांना इंटरकॉमवरून सांगितलं, "सर, एक पोलीस इन्स्पेक्टर तुम्हांला भेटू इच्छितात."

"हं. लगेच पाठव त्यांना आत. मीच बोलावलंय त्यांना." डीन गडबडीने म्हणाले.

"आपण आत जाऊ शकता." इन्स्पेक्टरकडे पाहात सेक्रेटरी म्हणाली.

"थँक्स!" म्हणत इन्स्पेक्टर केबिनमध्ये गेले.

"या इन्स्पेक्टर या..."

"सर, मी अजय चौहान."

"बसा. मी डीन कमलनाथ मिश्रा. ग्लॅड टू मीट यू."

"वेल... आम्हांला भेटून आनंद झाल्याचं लोक क्वचितच सांगतात," तरुण इन्स्पेक्टर दिलखुलास स्वभावाचा होता.

"मला तुमची मदत हवीय."

"बोला ना..."

"आमच्या कॉलेजमध्ये एक विचित्र घटना घडलीय."

"काय झालं?"

डीननी ड्रॉवरमधून पिस्तुलाची गोळी ठेवलेली प्लास्टिकची पिशवी बाहेर काढली.

"यात तर बुलेट दिसतेय!" इन्स्पेक्टर आश्चर्याने म्हणाले.

"आहेच... तीच तर विचित्र घटना आहे... आमच्या कॉलेजमध्ये समीरा नावाची विद्यार्थिनी आहे. सकाळी इतर स्टुडन्ट्सबरोबर ॲनाटॉमी शिकत असताना डिसेक्शन रूममध्ये एका मृतदेहाचं विच्छेदन करताना तिला ही गोळी सापडली," डीननी एका दमात सांगून टाकलं.

"पण ही गोळी त्या व्यक्तीच्या शरीरात आली कुठून?"

"त्याचाच शोध घेण्यासाठी तर तुम्हांला फोन केलाय," मग त्या घटनेवर बराच खल केल्यावर डीननी म्हटलं, "आता काय करायचं ते तुम्ही ठरवा."

"वेल" पिशवीतून गोळी बाहेर काढत इन्स्पेक्टर अजय म्हणाले, "बुलेटवर फिंगरप्रिंट मिळणं तर शक्य नाही. एक मात्र सांगता येईल की, "एखाद्या लेटेस्ट रिव्हॉल्व्हरमधून ही गोळी झाडली गेलीय... बरं मला डेडबॉडी बघायचीय..."

"शुअर, आधी कॉफी तर घ्या."

"नको. नंतर घेईन."

डीननी इंटरकॉमवरून डॉ. गुप्तेंना सूचना दिल्या आणि इन्स्पेक्टर अजय डीनसह

ॲनाटॉमी विभागात आले. डॉक्टर गुप्तेंनी टेबलवरची बॉडी दाखवताच, इन्स्पेक्टरनी स्वत: कापड दूर केले आणि ते हबकलेच. हात-पाय नसलेला फक्त कमरेपासून वरचा भाग असलेला मृतदेह ते प्रथमच पाहात होते.

डॉ. देसाईंनी हातमोजे दिल्यावर इन्स्पेक्टर अजय मृतदेहाची तपासणी करू लागले. हृदयाच्या जागी हात घालून त्यांनी ते बाहेर काढून काळजीपूर्वक त्याचं निरीक्षण केलं. एका भागात एक छिद्र स्पष्ट दिसत होतं. त्यांच्या आजूबाजूचा भाग काळा पडला होता. मग त्यांनी तो देह पालथा केला. पाठीपर्यंत गोळी गेली नव्हती. म्हणूनच ती आत राहिली.

"ठीक आहे. डीनसाहेब आता ही बॉडी अशीच ठेवा," डीनच्या केबिनमध्ये कॉफी घेताना इन्स्पेक्टर विचारात पडल्यासारखे दिसले.

"कसला विचार करताय, इन्स्पेक्टर? केस गुंतागुंतीची वाटतेय?" डीननी विचारलं.

"ते तर आहेच...पण मेडिकलच्या विद्यार्थ्यांना मृतदेहाचं असं डिसेक्शन करून अभ्यास करावा लागतो?"

"अर्थात, त्याशिवाय मानवी शरीराची रचना अचूकतेने कशी जाणून घेणार ते विद्यार्थी?"

"हं बरं झालं, मी मेडिकलला नाही गेलो."

डीन हसले.

"डीनसाहेब या डेडबॉडीचं, आय मीन माणसाचं नाव?"

"पंकज मोंडकर..."

"ते खरं नसणार. कारण हा खुनाचा प्रकार दिसतोय. बरं, त्याच्याविषयी आणखी काही माहिती? पत्ता-फोन नंबर वगैरे..."

"नाही. आमच्याकडे काहीच नाही."

"काहीच नाही, म्हणजे? ही डेडबॉडी इथे आली कुठून?" इन्स्पेक्टरनी आश्चर्याच्या सुरात विचारलं.

"म्हणजे? त्याचं नाव सांगितलंच की तुम्हांला. पण पत्ता नाहीये."

"या व्यक्तीला डेथ सर्टिफिकेट देणाऱ्या डॉक्टरचं नाव तरी ठाऊक असेल ना?"

"हो. त्यांचा नंबर आहे."

"काय नाव त्यांचं?"

"डॉक्टर विशाल पाटेवार."

“तुम्ही फोन केलात तिथे?”

“केला. पण त्या फोनवर कोणी राठोड नावाचा माणूस बोलत होता. तो म्हणाला की, हा फोन नंबर त्याचा आहे.”

“मी ट्राय करतो.” म्हणत इन्स्पेक्टरनी फोन लावला.

“हॅलोऽऽ” कोणा तरुणीचा आवाज आला.

“डॉक्टर पाटेवार आहेत का?”

“कोण फोन करतंय सारखं? सांगितलं ना इथे पाटेवार-गिटेवार कोणी नाही. हे राठोडांचं घर आहे. माझे वडील डॉक्टर नाहीत, ते एलआयसीत काम करतात.”

“कधी भेटतील ते?”

“पण तुम्ही कोण?”

“इन्स्पेक्टर अजय चौहान. हवेलीबाग पोलीस स्टेशनमधून!”

पलीकडचा आवाज थोडा नरमला. पोलीस इन्स्पेक्टरचं काय काम असेल पप्पांकडे! ती मुलगी थोडी धास्तावली.

“काय काम होतं इन्स्पेक्टर?”

“नंतर फोन करेन” म्हणत अजयने फोन कट केला.

“मी म्हटलं ना विशाल पाटेवार नावाचा डॉक्टरच नागपुरात नाही. मेडिकल असोसिएशनच्या यादीतही हे नाव नाही.”

“कदाचित त्याने नोंदवलं नसेल.”

“पण ती शक्यता कमी. कारण हा डॉक्टर एम. डी. आहे. त्यामुळे त्याची मेडिकल असोसिएशनची मेम्बरशिप असणारच.”

“एनी वे, ते आम्ही शोधून काढू. पण ही डेडबॉडी तुमच्याकडे कशी आली?”

“या माणसाच्या एका नातेवाईकाचं पत्र आलं होतं. त्यात म्हटलं होतं की, पंकज मोंडकर यांची देहदान करण्याची इच्छा होती.”

“कुठे आहे ते पत्र?”

“आमच्या रेकॉर्डला आहे.”

“पाहू.”

डीननी ते पत्र इन्स्पेक्टरसमोर ठेवलं. पत्र न्याहाळत इन्स्पेक्टरनी विचारलं.

“अशा प्रकारे आलेल्या डेडबॉडीचं पोस्टमॉर्टेम होतं?”

“नाही. नातेवाईकांनी दाखवलेलं संमतीपत्र आणि डॉक्टरचं सर्टिफिकेट असेल, तर पोस्टमॉर्टेमची गरज नसते. हां, एखादा बेवारशी देह आला, तर पोस्टमॉर्टेम करावं लागतं.”

"ठीक आहे. आता मात्र पंकजच्या देहाचा पोस्टमॉर्टेम रिपोर्ट तयार ठेवा.''

"शुअर.''

बाहेर पडताना इन्स्पेक्टर अजयनी पुन्हा एकदा सेक्रेटरीचे आभार मानले. तिनेही स्मितहास्याने थँक्स म्हटलं. संध्याकाळी डीनच्या केबिनमधला फोन खणखणला. "सर, तुम्ही म्हणताय ते खरं आहे, विशाल पाटेवार नावाचा कोणी डॉक्टर शहरात नाही. आम्ही राठोडकडेही तपास केला, पण तो सीधासाधा माणूस वाटतोय. त्याचा नंबर कोणीतरी रॅन्डमली दिला असावा...'' इन्स्पेक्टर अजय बोलत होते.

"मग आता पुढे काय?''

"सर, हा एक सुनियोजित हत्येचा प्रकार आहे. आम्ही कसून तपास करू. बाय द वे, किती दिवस झाले हा मृतदेह येऊन?''

"पंधरवडा झाला असेल...''

"तुम्ही अशा डेडबॉडीज् अभ्यासासाठी कधी देता?''

"नॉर्मली दोन-तीन महिन्यांनंतर. तोपर्यंत त्या फॉर्मालिनच्या द्रावणात ठेवण्यात येतात. पण आमचं कॉलेज नवं असल्याने आम्हांला डेडबॉडी लवकर मिळत नाही, म्हणून मिळाल्यावर पंधरा ते वीस दिवसांतच...'' बोलता बोलता डीन थबकले आणि त्यांनी एकदम विचारलं, "इन्स्पेक्टर या घटनेचा कॉलेजच्या रेप्युटेशनवर वाईट परिणाम व्हायला नको. प्लीज...''

"मी प्रयत्न करेन. पण पोलिसांना त्यांच्या पद्धतीनुसारच काम करावं लागतं.''

रिसीव्हर ठेवताना डीनच्या चेहऱ्यावर चिंता स्पष्ट दिसत होती. कॉलेजच्या ट्रस्टींनीच आता पोलीस कमिशनरशी बोलायला हवं.

डीननी मॅनेजिंग ट्रस्टींना फोन केला.

इन्स्पेक्टर चौहान विचारात पडले होते. ही डेडबॉडी शहराच्या चांगल्या भागातून हॉस्पिटलला मिळाली होती. वास्तविक या भागातला क्राइम रेट अगदी नगण्य होता. मध्यमवर्गीय आणि उच्चमध्यमवर्गीयांची चर्चा, वादावादी सोडली, तर गुन्हा म्हणावा असं तिथे काही घडत नव्हतं. अशा भागात एक रहस्यमय खून? पोलीस डिपार्टमेंटला एक चॅलेंज मिळालं होतं. त्यामुळे इन्स्पेक्टर म्हणून अजय चौहाननाही या केसमध्ये विशेष रस वाटत होता. डीनबरोबर तपशीलवार चर्चा झाल्यानंतर, ते त्यांची नोट तयार करत होते...पंकज मोंडकरची हत्या केल्यानंतर त्याची डेडबॉडी मेडिकल कॉलेजला दान म्हणून का देण्यात आली? खुन्याने खोट्या डॉक्टरच्या नावाचं खोटं सर्टिफिकेट, मरणाऱ्याचं खोटं पत्र, खोटा पत्ता, सगळं कारस्थान विचारपूर्वक केलेलं दिसत होतं.

पण त्या गुन्हेगारांनी मृतदेहाचा अग्निसंस्कार केला असता, तर ही केसच उभी राहिली नसती. पण त्यांनी तसं का नाही केलं? मुद्दामच? असं करण्यामागचा हेतू काय असावा?

इतक्यातच या सर्व प्रश्नांची उत्तरं अजयना मिळणार नव्हती. पण कळतनकळत शहरातलं एक प्रसिद्ध मेडिकल कॉलेज त्यात गुंतलं असल्यानं प्रकरण अधिक गंभीर झालं होतं. पोलीस कमिशनरपर्यंत ही घटना पोहोचणार होती. नीट काळजी घ्यायला हवी... अजयने स्वतःला बजावलं. चार-दोन फायली चाळेपर्यंत खुद्द कमिशनर साहेबांचा फोन आला. ''इन्स्पेक्टर अजय चौहान?''

''येस सर.'' अजय उभा राहूनच बोलू लागला.

''इन्स्पेक्टर अजय, मला आत्ताच ए. बी. मेडिकल कॉलेजच्या मॅनेजिंग ट्रस्टींचा फोन आला होता. त्या खुनाबद्दल कसून तपास करायला हवा...पण एक लक्षात ठेवा, प्रेसला ही बातमी कळवण्याऐवजी त्या माणसाच्या फोटोसकट एक जाहिरात द्या, म्हणजे कॉलेजबद्दल संशयाचं वातावरण निर्माण होणार नाही.''

''ओके सर.''

ए. बी. कॉलेजचे मॅनेजिंग ट्रस्टी पोलीस कल्याण विभागाशी संबंधित होते. कमिशनरशी त्यांची मैत्री होती. अजयने त्या मृत व्यक्तीच्या फोटोसह एक जाहिरात बनवून तातडीने महाराष्ट्रातल्या प्रमुख वृत्तपत्रांकडे पाठवली. त्यात म्हटलं होतं. ही जाहिरात वाचताच त्या व्यक्तीविषयी माहिती असणाऱ्यांनी ताबडतोब नागपूर पोलिसांशी संपर्क साधावा. फोन... ई-मेल...

'आपण यांना ओळखता? हे पंकज मोंडकर. त्यांची हत्या झाली आहे... यांच्याविषयी कोणतीही माहिती असल्यास त्वरित संपर्क साधा.'

ही जाहिरात वाचून भल्या सकाळी नागपूरहून एक फोन केला गेला... आणि पलीकडे दिल्लीत फोन खणखणला.

इन्स्पेक्टर अजय चौहान उत्सुकतेने एखाद्या फोनची प्रतीक्षा करत होते. कुठून तरी पंकज म्हटल्या गेलेल्या माणसाच्या खुनाचा सुगावा लागेल, असं वाटत होतं. इन्स्पेक्टर चौहान यांना नक्की वाटत होतं की, त्या माणसाचं नाव खोटं आहेच आणि तो नागपुरातलाही नाही. यामागे काहीतरी मोठं कारस्थान असणार...

तेवढ्यात फोन वाजला.

''गुड...जाहिरातीला प्रतिसाद मिळणारच...'' म्हणत अजयनी फोन घेतला. पलीकडे ए. बी. मेडिकलचे डीन डॉ. मिश्रा होते.

‘‘इन्स्पेक्टर धक्कादायक घटना घडलीये...’’

‘‘आता आणखी काय?’’

‘‘त्या पंकज नावाच्या व्यक्तीचा मृतदेह कॉलेजमधून गायब झालाय...’’

‘‘व्हॉऽऽट?’’ अजयच्या हातातला रिसीव्हर खालीच पडणार होता.

‘‘हो, आम्ही पार हादरलो आहोत. तुम्ही प्लीज इकडे येता का?’’

‘‘निघालोच. पण घडल्या घटनेची फार चर्चा होणार नाही याची काळजी घ्या.’’

‘‘हो इन्स्पेक्टर.’’

एका मृतदेहाचं दान ... मेडिकल स्टुडंट्सकडून डिसेक्शनच्या वेळी त्याच्या हृदयात गोळी काय सापडते... त्या व्यक्तीचं नाव खोटं असल्याचं प्रथमदर्शनीच दिसत होतं. आणि आता तर तो मृतदेहच गायब होतो...सगळंच रहस्यमय!... अजय चौहान चक्रावले होते. तो मृतदेहच अचानक गायब होईल, याची कल्पना कोणीच केली नव्हती, अगदी पोलिसांनीही.

इन्स्पेक्टर अजय घाईघाईने डीनच्या केबिनकडे निघाले. तोपर्यंत कॉलेजात कुजबूज सुरू झाली होती. डीनच्या सेक्रेटरीने बिलकूल वेळ न दवडता म्हटलं, ‘‘इन्स्पेक्टर, डीनसाहेब तुमचीच वाट पाहातायत.’’

‘‘सर, पंकज मोंडकरचे नातेवाईक म्हणवणारे त्याची बॉडी देण्यासाठी इथे आले होते, त्या वेळी बॉडी कोणी स्वीकारली?’’ इन्स्पेक्टरनी केबिनमध्ये पाऊल टाकताच प्रश्न केला.

‘‘आमच्या कॉलेजचे एक क्लार्क कमलाकर पाटील हेच देह स्वीकारतात.’’

‘‘त्यांना बोलवा.’’

‘‘शुअर.’’

‘‘सर, ती डेडबॉडी गायब झाल्याचं तुम्हाला कधी समजलं?’’

‘‘पोस्टमार्टेम करण्याच्या रूममध्ये बॉडी पाठवल्यानंतर दुसऱ्या दिवशी जेव्हा चौकशी केली, तेव्हा लक्षात आलं की, ॲनाटॉमी विभागातून बाहेर काढलेला मृतदेह पोस्टमार्टेम विभागापर्यंत पोहोचलाच नाही... म्हणजे मधल्या वेळात तो गायब झाला असणार.’’

डीनसाहेबांचं स्पष्टीकरण इन्स्पेक्टर अजयना चमत्कारिक वाटत होतं. हॉस्पिटलमध्ये एवढा निष्काळजीपणा? तेही या मृतदेहाविषयी संशयाला भरपूर वाव असताना? कुठेतरी पाणी मुरत होत खास!

कमलाकर पाटील काही मिनिटांतच हजर झाले. साधारण पंचेचाळिशीचा हा

माणूस पान-तंबाखू खात असावा. त्याचे दात लाल-काळे दिसत होते. पण चेहऱ्यावरचा भोळेपणा भल्याभल्यांना चकवणारा. या साऱ्या गोष्टी अजयच्या चाणाक्ष इन्स्पेक्टरी नजरेला चटकन जाणवल्या.

औपचारिक ओळख होताच इन्स्पेक्टरनी थेट प्रश्न टाकला,

"सांगा, पाटीलसाहेब... पूर्ण तपास केल्याशिवाय मृतदेह दान घेण्यासाठी किती पैसे मिळाले?"

"पैसे? कसले पैसे? आपण असले धंदे नाही करत, साहेब. इज्जतदार माणूस आहे मी. अशा कामासाठी मी पैसे घेईन हा आरोपही यातना देतोय मनाला."

"हे असंच नकली कळवळ्याने बोलून, तपासाच्या वेळी पोलिसांना चकवा देण्यासाठीचे पैसे मिळाले असतील तुम्हांला."

"हात जोडतो साहेब. पण निराधार आरोप करू नका. हवं तर डीन साहेबांना विचारा माझ्याबद्दल... साहेब..." पाटील गयावया करत बोलला.

"ओके! ओके! आधी माझ्या प्रश्नांची उत्तरं द्या...पंकजचा देह ताब्यात घेतलात, तेव्हा तिथे कोण कोण होतं?"

"त्याचे दोन नातेवाईक, आमचा प्यून आणि मी."

"कोणी डॉक्टर हजर नव्हते?"

"नाही."

"का?"

"मला काय ठाऊक साहेब?" आणि डीनकडे पाहात कमलाकर बोलला, "एरवी असतात डॉक्टर, पण त्या वेळी नव्हते खरे!"

"बरं, किती वाजले होते त्या वेळी."

"रात्रीचे दोन वाजत आले होते."

"एवढ्या मध्यरात्री?"

"हो. मला हॉस्पिटलमधून इमर्जन्सी फोन आला की, कोणीतरी देहदानासाठी आलंय. ताबडतोब या... मग मी लगेच आलो."

"तुम्हालाच का बोलावलं, पाटील?"

"साहेब, मला नाहीतर कोणाला बोलावणार?" कमलाकर थोडं बेफिकिरीने हसून बोलला, "मीच ॲनाटॉमी विभाग सांभाळतो ना!"

"ठीक आहे. पुढे काय झालं?"

"त्या लोकांनी सांगितलं की, पंकजची देहदानाची इच्छा होती. मेडिकल कॉलेजला देह सोपवावा, असं त्याने सांगितलं होतं. म्हणून ती माणसं लगेच मृतदेह

घेऊन आली होती,'' कमलाकर थोडा अडखळला. त्याने डीनसाहेबांकडे पाहिलं.

''सांगत राहा...मी ऐकतोय.'' इन्स्पेक्टर अजयचा आवाज कठोर झाला होता.

''सगळ्या औपचारिक गोष्टी पूर्ण करून बॉडीचा ताबा घेतला आणि ती कोल्डरूममध्ये पाठवली. दुसऱ्या दिवशी ॲनाटॉमी विभागात नेहमीच्या जागी ठेवली,'' कमलाकर पाटील सगळं अगदी सहजतेने सांगत होता. त्याच्या दृष्टीने त्यात नवीन काहीच नव्हतं. त्याच्यासाठी ते रुटीन वर्क होतं.

''पंकजचे नातेवाईक कसे होते, आठवतंय?''

''साहेब... रात्रीचे दोन वाजलेले. मीही अर्धवट झोपेत होतो. त्यांचे चेहरे कुठे लक्षात राहाणार?''

''हं... आता एकच सांगा, बॉडी स्वीकारताना तुम्ही पैसे घेतले नाही, हे खरं ना?

''होय साहेब...देवा शप्पथ!''

''...पण बॉडी गायब करण्याचे किती पैसे मिळाले?''

''का... काऽय बोलताय, साहेब? मी... मी कशाला बॉडी गायब करू? मला काय करायचंय असं वागून... साहेब? तुम्ही डीनसाहेबांनाच विचारा ना... माझ्या विभागातून पोस्टमॉर्टेम विभागाकडे बॉडी पाठवण्याचं काम मी चोख केलं. पुढे काय घडलं, त्याला मी कसा जबाबदार?''

''काम चोख केलंत हे खरंच पाटील, पण त्यासाठीच रोख किती कमावले?'' अजयने पुन्हा त्याला डिवचलं.

''का मला नाहक गोवताय या प्रकरणात?'' कमलाकर थोडा चिडला होता.

डीन मिश्रा यांनीही त्याच्या म्हणण्याला दुजोरा दिला.

''मग, मला सांगा, पोस्टमॉर्टेम विभागात बॉडी कोण घेऊन जातं?'' इन्स्पेक्टरनी मिश्रा आणि पाटील यांच्याकडे आळीपाळीने पाहात विचारलं.

''साहेब, ते काम वॉर्डबॉय गफूरचं...''

''पोस्टमॉर्टेम एखादा वॉर्डबॉय करतो?'' इन्स्पेक्टर अजयच्या स्वरात विलक्षण आश्चर्य होतं.

''नाही. ते काम ड्यूटीवरच्या डॉक्टरचं असतं. गफूर त्यांना साहाय्य करतो. तो वॉर्डबॉय असला, तरी पोस्टमॉर्टेमच्या कामात एवढा पारंगत आहे की, अनेकदा त्याच्यावरच हे काम सोपवलं जातं.'' डीननी खुलासा केला.

''बोलवा त्याला. पंकजची बॉडी घेऊन तो कुठे गेला?''

''पाटील, गफूरला बोलवा...'' डीननी आदेश दिला.

''साहेब, तो आता कुठे भेटणार?''

''म्हणजे? आज त्याची ड्यूटी नाही?''

''आहे ना... पण साहेब, गेले, दहा-बारा तास गफूरचा पत्ताच नाही.''

''पत्ता नाही, याचा अर्थ काय?'' अजयचा धीर सुटत चालला होता.

''काय सांगणार त्याची कथा? पोस्टमॉर्टेमसारखं काम करायचं म्हणजे त्याला घ्यावीच लागते,'' पाटीलने पिण्याचा अभिनय केला.

''तो दारू पिऊनच कामावर येतो?''

''साहेब... मृतदेहाची चिरफाड करणं काय सोपं काम आहे? कोणता माणूस ते शांतपणे करू शकेल? थोडी ढोसली, की गफूर झटपट सगळं उरकतो...'' पाटील इन्स्पेक्टरची मनोमन कीव करत बोलला,

''सतत मुडद्यांमध्ये वावरणं सोपं नाही, साहेब...'' तोच त्याचं बोलणं तोडत अजयने प्रश्न केला,

''हे नेहमीचंच आहे ना? मग आज का नाही आला तो कामावर?''

''त्याचा काही नेम नाही. चार पैसे हाती आले, की एखाद्या मित्राला बरोबर घेऊन तो गुत्त्याची वाट धरतो. नाहीतर त्याची ती माशुका आहेच.''

''काऽय?''

''होय. मौसम नावाची.''

मौसम... अजयने मनोमन या नावाची नोंद केली.

''पाटील, गफूर बराच वेळ ड्यूटीवर नाही, हे तुम्हाला कोणी सांगितलं?'' डीननी मध्येच प्रश्न केला.

''साहेब, थोड्या वेळापूर्वी पोस्टमॉर्टेम डिपार्टमेंटचे लोक त्याची चौकशी करत होते. तेव्हा समजलं की, तो आलेला नाही.''

''ठीक आहे, पाटील, निघा तुम्ही. पण गरज पडली, तर पोलीस स्टेशनला यावं लागेल.''

''जरूर साहेब! तुम्ही बोलावलंत की, मी हजर झालोच समजा. कायद्याच्या कामात मदत करायलाच हवी प्रत्येकाने,'' कमलाकर पाटील साळसूदपणे बोलत होता.

'महाबनेल आहे हा माणूस. काय नि किती बोलावं, याचं पक्कं भान आहे त्याला. पोटातलं ओठांवर येणार नाही, याची पक्की काळजी घेतोय तो. त्याच्या हसण्यात मात्र एक प्रकारच्या लबाडीची छटा जाणवते. लक्ष ठेवायला हवं त्याच्यावर...' इन्स्पेक्टरनी मनाच्या डायरीत कमलाकर पाटील या नावापुढे एवढी नोंद केली.

पाटील जाताच इन्स्पेक्टरनी डीनकडे पाहिलं. दोघांच्या नजरेत एकच प्रश्न होता, ''पुढे काय?''

मुंबईचं गोखले हॉस्पिटल आणि धारावीचं एक नातं होतं. देशातली सर्वांत मोठी झोपडवस्ती अशी धारावीची ओळख होती. इथे अत्यंत गरीब घरांपासून टीव्ही, फ्रीज असलेली घरंही होती. धारावीचा कायापालट करण्याच्या योजना अधूनमधून पुढे येत होत्या. या भागात जागेचे भाव गगनाला भिडले होते.

मुंबईप्रमाणेच धारावीही रात्रभर जागायची. गोखले हॉस्पिटललाही कायम जाग असायची. झोपडवस्तीतल्या पेशंटपासून ते उच्च मध्यमवर्गीय रुग्णांपर्यंत कोणीतरी तिथे सतत येत असायचं. व्याप वाढत गेला, तसा हॉस्पिटलचाही कायापालट झाला. दादर, माटुंगा, माहीम, वांद्रे इथल्या लोकांना हे हॉस्पिटल सोयीचं होतं. रुग्णांसाठी एसी रूम्स, उत्तम पॅथॉलॉजी लॅबोरेटरी अशा सर्व आधुनिक सोयी रुग्णालयात होत्या. त्यामुळे लोकांचं या रुग्णालयाबद्दल मत चांगलं होतं.

डॉक्टर मंडळींच्या दृष्टीने मात्र, उमेदवारीच्या सुरुवातीच्या काळात या रुग्णालयाला पसंती दिली जायची. आणखी नावाजलेल्या हॉस्पिटलमध्ये नोकरी मिळताच, इथले डॉक्टर नोकरी सोडून जायचे. तरीही हॉस्पिटलच्या परमनंट स्टाफ असलेल्या अनेक डॉक्टरांचं नावही वैद्यक क्षेत्रात गाजत होतं. भरपूर अनुभव आणि मेहनत यांच्या जोरावर या डॉक्टरांनी स्वत:चा मान आणि रुग्णालयाची शान वाढवली होती.

गोखले रुग्णालयाच्या आऊट पेशंट डिपार्टमेंटमध्ये (ओपीडी) रोज सुमारे हजार ते पंधराशे रुग्ण यायचे. एक इमर्जन्सी, दोन स्त्री-पुरुष वॉर्ड्स आणि आयसीयू तसंच चार सुसज्ज ऑपरेशन थिएटर्स होती. ओपीडीइतकाच पॅथॉलॉजी विभागही सतत गजबजलेला असायचा.

डॉ. शेफाली मांजरेकर रोज सकाळी सात वाजता रुग्णालयात पोहोचायची. रात्री आलेली ब्लड, युरीन सॅम्पल्स चेक करून युरीन-बल्डचे रिपोर्ट तयार करायची. एवढं काम होईपर्यंतच दहा वाजायचे.

आजही रोजचं काम हातावेगळं करून परवा ओबेरॉयमध्ये झालेल्या पार्टीच्या विचारात ती गढली होती. आपण बरं, आपलं काम बरं, असा शेफालीचा स्वभाव असल्याने, कुणाशी गप्पा मारण्याच्या किंवा मैत्री करण्याच्या फंदात ती आत्तापर्यंत तरी पडली नव्हती. पण पार्टीच्या निमित्ताने डॉ. नीरजशी ओळख वाढली आणि त्याला घरापर्यंत लिफ्टही दिली. त्या वेळी ज्या सूचक नजरेने तो तिच्याकडे पाहात होता, ती नजर जणू अजूनही तिचा पाठलाग करत होती.

‘‘वेल’’ ती स्वत:शीच म्हणाली... ‘‘त्याला आपल्याबद्दल तसं काही वाटायला लागलं असेल, असं जेव्हा आपण म्हणतो, तेव्हा आपलं काय? शेफाली तुला नीरजबद्दल काहीच वाटत नाही? आत्तापर्यंत पाहिलेला, भेटलेला नीरज आणि गेल्या दोन दिवसांतला नीरज यांत फरक जाणवत नाही? तसं काहीच नसेल, तर गेले दोन दिवस तू कॉफीसाठी त्याची वाट का पाहातेयस?’’

कबूल करूनही दोन दिवस डॉ. नीरज कॅफेटेरियाकडे फिरकला नव्हता. छे! उगाच विचार करतोय आपण त्याचा.

‘‘एक कॉफी,’’ तिने ऑर्डर दिली. तोच मागून आवाज आला.

‘‘एक नाही... दोन! चालेल ना, डॉ. शेफाली... इफ आय जॉइन यू?’’

‘‘ओह्, वेळ मिळाला वाटतं?’’

‘‘सॉरी, पार्टीच्या दिवशी मी प्रॉमिस केलं होतं की, उद्या आपण कॉफी घेऊ पण...’’

‘‘नो नीड टू एक्स्प्लेन... आणि डॉक्टरांच्या जीवनात असं घडतंच. त्यांचा काय भरवसा?’’ शेफाली हळूवारपणे बोलली.

‘‘अरे, तुम्ही एकदम डॉक्टरांनाही पेशंटच्या रांगेत बसवलंत.’’ नीरजच्या बोलण्यावर दोघंही खळाळून हसली.

त्यानंतर मात्र नीरज न चुकता कॉफीच्या वेळेला येऊ लागला. सकाळचा कॉफी-ब्रेक म्हणजे दोघांसाठीही आनंदाचे क्षण होते.

नीरज शास्त्रीचं कुटुंब मूळचं अलाहाबादचं. पण शास्त्रींच्या पाच पिढ्या मुंबईतच वाढल्या होत्या. गिरगाव- दादर भागात बालपण घालवलेल्या नीरजला मराठी उत्तम येत होतं. लहानपणी एकदाच अलाहाबादला गेल्याचं त्याला आठवायचं. त्यानंतर तिथल्या नातेवाईकांशी फारसा संपर्क राहिला नव्हता. नीरजचं लहानपण गेलं लोअर मिडलक्लास सोसायटीत. दोन वेळच्या जेवणाची भ्रांत नसली, तरी एकूण जिणं गरिबीचंच होतं. एचएससीला उत्तम मार्क मिळाले आणि मेडिकललाही सहज ॲडमिशन मिळाली. पण फीचे पैसे भरताना त्याच्या घरच्यांची दमछाक व्हायची. तोही काटकसरीने राहायचा. हॉस्टेलवरच्या मित्रांसारखा खर्च करणं त्याला परवडणारं नसायचं. पण त्याचे मित्रही त्याला समजून घ्यायचे.

एम. बी. बी. एस. नंतर डी. एन. बी. इन मेडिसिन झाल्यावरही प्रायव्हेट प्रॅक्टिस करण्याचा विचार करणं त्याला शक्य नव्हतं. डिस्पेन्सरी, हॉस्पिटल चालवायचं, तर मुंबईत जागा हवी. त्यासाठी बक्कळ पैसा हवा. ती स्वप्नं धनिकांची. नीरजने त्याचा विचारही केला नाही. म्हणूनच गोखले हॉस्पिटलमध्ये त्याला नोकरी मिळाली, तेव्हा

सगळं शास्त्री कुटुंब आनंदलं. सरकारी नोकरीतून रिटायर झालेल्या नीरजच्या वडिलांच्या डोळ्यांत पाणी आलं.

साध्या विचारसरणीच्या घरातून आलेल्या नीरजला, सुरुवातीला त्या पंचतारांकित पार्ट्या, ड्रिंक्स, गिफ्ट्स हे सारं त्रासदायक वाटायचं, पण हळूहळू त्याला सगळ्याची सवय झाली. त्याच्या घरीही किमती गिफ्ट्स येऊ लागल्या.

नीरजही आपण आणि आपलं काम एवढ्याच वर्तुळात वावरणारा. त्यामुळे शेफाली त्याच हॉस्पिटलमध्ये असूनही, त्याने कधी तिच्याकडे तशा नजरेने पाहिलं नव्हतं. पण ओबेरॉयमधल्या पार्टीत तिचं दिलखुलास व्यक्तिमत्त्व पाहून तो भारावला. त्यातच तिने नि:संकोचपणे दिलेली लिफ्ट आणि कॉफीचं आमंत्रण नीरजच्या हृदयाचे ठोके चुकवत होते. 'कुछ कुछ होता है'ची जाणीव दोघांनाही होऊ लागली होती.

शेफालीची कहाणीही फारशी निराळी नव्हती. वडिलांची फिरतीची नोकरी असल्याने तिने भारतभ्रमण केलं होतं. कधीतरी सुट्टीला ती आजोळी कोल्हापूरला जायची. फार वर्षांपूर्वी वांद्रे रेक्लमेशन येथे फारशी वस्ती नव्हती, त्या काळात एका उंच इमारतीत दहाव्या मजल्यावर तिच्या वडिलांनी थोडीफार बचत करून दोन बेडरूमचा एक फ्लॅट घेतला होता. शेफाली डॉक्टर होताच तिचे आई-वडील कोल्हापूरला गेले. आजोळच्या जुन्या वाड्याच्या जागी झालेल्या इमारतीत त्यांनी हजार चौरसफुटांचा एक फ्लॅट घेतला.

शेफाली आपल्या जीवनक्रमावर खूश होती. वैद्यक क्षेत्रात आणखी अभ्यास करण्यासाठी तिने गोखले हॉस्पिटलमधली अनुकूल नोकरी स्वीकारली होती. पॅथॉलॉजी विभागात तिचं मत महत्त्वाचं मानलं जात होतं.

बाकी काही नाही, तरी तिला पंचतारांकित पार्ट्या मात्र आवडायच्या. एकदा डॉ. मराठेंबरोबरच एका पार्टीला गेल्यापासून या मध्यमवर्गीय मुलीला एका पॉश आवडीचा साक्षात्कार झाला. कधी माफक वाइन, छान जेवण आणि मोकळंढाकळं श्रीमंती वातावरण तिला भावलं. पण ते तेवढ्यापुरतंच.

"डॉक्टर...आय मीन डॉक्टर शेफाली, मला काय म्हणायचंय, की..."

शेफाली एकदम खळखळून हसली.

"का? काय झालं? अजून तर मी काहीच म्हटलेलं नाही, डॉक्टर."

"म्हटलंत की दोनदा... डॉक्टर! ती अधिकच हसत बोलली, "नीरज कॅफेटेरियातही आपण डॉक्टर ही बिरुदावली लावूनच मिरवायला हवं का?"

"अं... नाही."

"मग मला नुसतं शेफाली म्हणालात, तरी चालेल."

''आणि मलाही नुसतं नीरज.''

''डन्!''

''तर मी काय म्हणत होतो शेफाली, परवा एक प्रोग्रॅम आहे, कला ॲकॅडमीत. मराठी लोकगीतं-भावगीतं ऐकण्याची पर्वणी आहे.

''संचालन कोण करणार आहे, कार्यक्रमाचं?''

''ते त्यांनी आयत्या वेळी जाहीर करणार, असं म्हटलंय. म्हणजे कोणीतरी मातब्बर व्यक्ती असणार... आपण जायचं?''

''नक्कीच. पण एका अटीवर,'' नीरजने प्रश्नार्थक मुद्रेने तिच्याकडे पाहिलं.

''मी लिफ्ट देणार तुम्हांला. तुमची कार सर्व्हिसिंग करून आली असली तरी...''

''माय प्लेजर! मी तिकिटं काढून ठेवतो.''

त्याच वेळी लॅबचा टेक्निशियन धावत त्या दोघांच्या दिशेने आला.

''काय रे? एवढं काय अर्जंट काम काढलंय?'' शेफालीने काहीशा त्रासिक स्वरात विचारलं.

''मॅम... मॅम... हे पाहिलंत?''

''अरे काऽय? स्पष्ट बोल ना...''

''या पेपरातली ही जाहिरात पाहा ना.''

''का? आपलं हॉस्पिटल बंदबिंद होणार आहे की काय?'' नीरजने टिंगलीच्या सुरात विचारलं.

''सर, काहीतरी विचित्रच आहे... पाहा तरी.''

शेफाली आणि नीरजने ती जाहिरात पाहिली आणि त्यांचीही अवस्था टेक्निशियनसारखीच झाली.

जाहिरातीतल्या फोटोकडे पुन: पुन्हा पाहात शेफाली ओरडली, ''नीरज... हे तर आपले डॉक्टर गायकवाड!''

''हो. पण त्यांच्या फोटोखाली 'पंकज मोंडकर' असं नाव कसं छापलंय?''

''काहीतरी जबरदस्त घोटाळा दिसतोय.''

तो फोटो पाहून बसलेल्या धक्क्यातून सावरणं दोघांनाही कठीण जात होतं.

डॉ. नीरजनेही ती जाहिरात पुन: पुन्हा पाहिली. खरोखरच भयंकर बातमी होती. आपल्या एका ज्येष्ठ सहकाऱ्याविषयी असं अचानक काही कळलं, तर कोणाचीही जी अवस्था होईल, तीच नीरज आणि शेफालीची झाली होती.

''शेफाली, चल ताबडतोब डीनकडे जाऊ या....''

"हो. डीनना आणि पोलिसांनाही कळवायला हवं..."

"तो निर्णय डीनसाहेब घेतीलच."

शेफालीने डीनना फोन लावला. त्यांची सेक्रेटरी मेरी, हिने सांगितलं, "सर एका मीटिंगमध्ये आहेत."

"पण मेरी, इट्स व्हेरी अर्जंट मॅटर."

"पण मॅडम..."

शेफालीने फोन कट् केला आणि सरळ डीनच्या केबिनकडे धाव घेतली. नीरजही सोबत होता. लिफ्टने तिसरा मजला येईपर्यंतही दोघांना धीर धरवत नव्हता. बातमी होतीच तशी, समूळ हादरवणारी.

केबिनबाहेर असलेल्या सेक्रेटरीने पुन्हा सांगितलं.

"मॅडम, कुणाचाही फोनसुद्धा अटेंड न करण्याची ताकीद दिलीये डीनसाहेबांनी... मग मी त्यांना कसं विचारू?"

"ओके! मेरी, तू विचारूच नकोस. मी थेट आत जातेय," म्हणत शेफाली तीरासारखी केबिनमध्ये घुसली.

शेफाली अचानक घाबरीघुबरी होऊन आत आलेली पाहाताच, डीनना आश्चर्याचा धक्का बसला.

"येस डॉक्टर शेफाली. इतकं काय अघटित घडलंय की, तुम्ही सगळ्या एटिकेट्स विसरून केबिनमध्ये एकदम वाऱ्यासारख्या घुसलात? एनिथिंग रॉंग?"

"येस सर? अघटितच घडलंय, पण मला ते फक्त तुम्हालाच सांगायचंय," शेफालीने सूचक नजरेने इतर दोन डिपार्टमेंट हेड्सकडे पाहिलं.

"पण..."

"सर... आय नो. पण... परंतु... मला आत्ताच्या आत्ता तुमचा वेळ हवाय. प्लीज."

"ओके!" म्हणत डीननी त्या विभागप्रमुखांना बाहेर जायची विनंती करत म्हटलं, "खरंच काहीतरी विचित्र घडलं असावं. आय विल लेट यू नो. पण आता प्लीज..."

ते दोघे समंजसपणे 'येस सर' म्हणत निघून गेले आणि डीननी शेफालीकडे प्रश्नार्थक मुद्रेने पाहिलं.

"सर, हे बघा..." वृत्तपत्रातली ती जाहिरात दाखवतानाही शेफालीचा हात थरथरत होता.

"बाप रे! हे तर आपले डॉक्टर गायकवाड. पॅथॉलॉजी विभागाचे प्रमुख. तुझे

बॉस... पण... त्यांचं नाव काही वेगळंच छापलंय.''

''ही जाहिरात नागपूरहून प्रसिद्ध झालीय. तिथे या व्यक्तीची हत्या झाली असून पोलिसांकडच्या नोंदीनुसार त्या व्यक्तीचं नाव पंकज मोंडकर आहे. पण तो माणूस दिसतोय तर हुबेहूब आपल्या गायकवाड सरांसारखा.''

''डॉक्टर गायकवाड रजेवर आहेत ना? त्यांच्या नातेवाईकांशी ताबडतोब संपर्क साधा.''

''सर, गायकवाड सरांचे कोणी नातेवाईक मला तरी ठाऊक नाहीत. ते एकटेच राहायचे. त्यांच्या पत्नी चार वर्षांपूर्वी गेल्या...''

''हो, तेही खरंच म्हणा.''

''सर, गायकवाड सर स्वत:विषयी फारसं बोलत नसत.''

''हं... मी पोलिसांना कळवतो.''

''होय सर, ताबडतोब पोलिसांना कळवलं पाहिजे. एका मोठ्या हॉस्पिटलच्या एका सुस्वभावी डॉक्टरचा असा अचानक रहस्यमय मृत्यू होतोच कसा?''

''राइट, यू आर! धारावी पोलीस स्टेशनला फोन करू या.''

''सर, हवं तर आपण प्रत्यक्ष तिथे जाऊ या. आय मीन, मी आणि डॉ. नीरज तरी जातो...'' शेफालीचा स्वर रडवेला झाला होता.

''ठीक आहे. मी बोलतो, तिथल्या इन्स्पेक्टरशी... निघा तुम्ही.''

पोलीस स्टेशनकडे जाताना शेफाली आणि नीरज एकही अक्षर बोलण्याच्या मन:स्थितीत नव्हते. थोडा वेळ गेल्यावर शेफाली एकदम म्हणाली.

''सॉरी, डॉ. नीरज.. तुम्ही माझ्याबरोबर याल असं मी तुमची परवानगी न घेताच सांगितलं डीनसाहेबांना...''

''मग काय झालं त्यात? तू योग्य ते केलंस. माझं कर्तव्यच आहे तुझ्याबरोबर येण्याचं... आणि आणखी एक, डीननी सांगितलं नसतं, तरीही मी तुझ्याबरोबर आलोच असतो.''

शेफालीने चमकून त्याच्याकडे पाहिलं. त्याही परिस्थितीत तिला बरं वाटलं.

पोलीस स्टेशनमध्ये नेहमीचंच दृश्य होतं. येणाऱ्या-जाणाऱ्यांची गडबड, तक्रार करणाऱ्यांचा तगादा, गुन्हेगारांना पकडून आणलेली व्हॅन वगैरे.

''गुड मॉर्निंग, मॅम... गुड मॉर्निंग, सर,'' इन्स्पेक्टर मुकुंद सावंत यांनी दोघांचं स्वागत केलं.

''गुड मॉर्निंग, इन्स्पेक्टर! मी डॉक्टर शेफाली आणि हे डॉक्टर नीरज.''

''माहितेय मला. आताच तुमच्या डीनचा फोन आला होता.''

''पण तुम्ही कसं ओळखलंत?''

''पोलिसी नजर...''

नीरज सांगू लागला. ''आम्ही दोघंही गोखले रुग्णालयात काम करतो. आमच्या रुग्णालयातले सीनियर डॉक्टर गायकवाड यांच्या बाबतीत एक विचित्र घटना घडलीय...''

''विचित्र आणि दुःखद'' शेफाली बोलली.

''हो. इन्स्पेक्टर, आम्हांला हादरवून टाकणारी एक जाहिरात आज वृत्तपत्रात आलीय.''

''मी वाचलीय ती जाहिरात...आम्ही नागपूर पोलिसांच्या संपर्कात आहोत, तुम्ही बोला...'' इन्स्पेक्टर आत्मविश्वासाने बोलत होते.

''इन्स्पेक्टर, ती व्यक्ती पंकज मोंडकर असणं शक्यच नाही. ते आमचे सर... डॉक्टर गायकवाडच असले पाहिजेत, आणि ते नसतील, तर मात्र दोन व्यक्तींच्या साधर्म्यातला चमत्कारच म्हणावा लागेल.''

''हिंदी सिनेमासारखं.''

''आमची खात्री आहे की, हे आमचे डॉक्टर सुधीर गायकवाडच आहेत.''

''आर यू शुअर?''

''हो. त्यांची ज्युनियर म्हणून मी काम केलंय. मी ओळखणार नाही का त्यांना?''

''हं. पण हत्येचा प्रकार घडलाय नागपुरात. डॉ. गायकवाड तिकडे कशाला गेले होते?''

''ते नाही माहीत...''

''तुम्ही तर म्हणालात ना, की एकाच डिपार्टमेंटला काम करता म्हणून...''

''हो... पण त्यांच्या प्रत्येक गोष्टीची माहिती मला असेलच, असं नाही.''

''ते सुट्टीवर होते?''

''हो. ते रजेवर गेले होते.''

''रजा मंजूर करून की अचानक गेले होते.''

''नाही. रजेवर जातो असंच रीतसर सांगून गेले होते. पण रजा फक्त आठवडाभराची होती.''

''मग आठवडाभराने त्यांचा काही फोन वगैरे आला?''

''नाही. आम्हांला वाटलं त्यांनी रजा वाढवली असेल.''

''हं... त्याचं कुणाशी भांडण, वैर?''

''म्हणजे?'' इन्स्पेक्टरांच्या प्रश्नाचा रोख शेफालीला कळलाच नाही.

"म्हणजे असं मॅडम, की तुम्ही म्हणताय त्यानुसार, हा फोटो डॉक्टर गायकवाड यांचा आहे आणि त्यांची हत्या झालीय. तेव्हा प्रश्न असा निर्माण होतो की, त्यांचं कुणाशी शत्रुत्व होतं का? किंवा कोणी त्यांच्या विरोधात होतं का?"

"मला काहीच ठाऊक नाही."

"ठीक आहे. त्यांच्या नातेवाईकांना ओळखता तुम्ही?"

"त्यांची पत्नी काही वर्षांपूर्वी गेली. इथे मुंबईत ते एकटेच राहायचे. बाकी त्यांचे नातेवाईक कोण? याविषयी आम्हांला काहीच सांगता येणार नाही."

"बरं... त्यांचे कोणी खास मित्र, जवळची माणसं?"

"आम्ही सहकारीच त्यांचे मित्र म्हणायला हवेत. डॉक्टर तसे मितभाषी, मोजकं बोलणारे. तेही कामापुरतं."

"तुम्ही त्यांच्याबरोबर काम करायचात ना?"

"हो. पण त्यांच्या आणि माझ्या वयात बरंच अंतर होतं. एक सीनियर आपल्या ज्युनियर असिस्टंटशी जेवढं बोलेल, तेवढंच आमचं बोलणं व्हायचं. दॅट्स ऑल!"

शेफाली प्रश्नांच्या सरबत्तीने काहीशी वैतागली होती.

"कूल डाऊन! आम्हांला रुटिनप्रमाणे सर्व विचारावंच लागतं."

"सॉरी!"

"इट्स ऑल राइट!"

"इन्स्पेक्टर, डॉक्टरांची डेडबॉडी कधी मिळेल? पुढचं सगळं..." शेफालीच्या डोळ्यांत पाणी आलं.

"शेफाली... कंट्रोल युवरसेल्फ," नीरज म्हणाला.

"वेल... त्याबद्दल आत्ता या क्षणी सांगणं कठीण आहे. कारण हत्येची घटना नागपुरात घडलीय. आम्ही तिथे संपर्क साधलाय. तिथून काय उत्तर येतं, त्यानुसार कळवतो. उद्या पुन्हा फोन करा."

"मी येईन."

"हं. तुम्ही किंवा मॅडम कोणीही या."

कारमध्ये बसल्यावर शेफाली म्हणाली,

"नीरज, उद्याही यायला हवं... डॉक्टर गायकवाडांच्या मृत्यूचा छडा लागेपर्यंत जिवाला स्वस्थता नाही लाभायची."

"तूच ये ना..."

"का?"

"मॅडम आल्या तरी चालेल, असं म्हणाला तो इन्स्पेक्टर."

"कम ऑन! मी सगळी माहिती देत होते म्हणून तसं म्हणाले असतील ते. त्यात तुला... तुम्हाला एवढं डिस्टर्ब होण्यासारखं काही नाही. ओके! आत्ता लक्षात येतंय...जेलसी दाय नेम इज वुमन म्हणतात, ते खरं नाही, पुरुषांतही 'जे' फॅक्टर असतो तर..."

"तसं नाही गं. पण..."

"समजलं..." म्हणत शेफाली पुन्हा विचारात गढली.

त्या रात्री शेफालीला शांत झोप लागणं शक्यच नव्हतं. सतत डॉक्टर गायकवाडांचा चेहरा नजरेसमोर येत होता. त्यांच्याशी क्वचित झालेल्या गप्पा, त्यांचा शांत, समंजस स्वभाव, एखादी गोष्ट समजावून सांगण्याची त्यांची हातोटी आणि बॉस असूनही कधीही बॉसगिरी न करण्याची हळूवार वागणूक...

अधेमधे डोळा लागला, तरी सकाळपर्यंत असंच चाललं होतं. दुसऱ्या दिवशी सकाळी ती लवकरच उठली आणि सगळं आवरून हॉस्पिटलमध्ये आली.

कालपासून सगळ्या हॉस्पिटलभर एकच चर्चा चालली होती. डॉक्टर गायकवाड यांच्या आकस्मिक, रहस्यमय मृत्यूची. पॅथॉलॉजी विभागावर साहजिकच दु:खाची दाट छाया पसरली होती.

डॉक्टरांची रिकामी केबिन पाहून शेफालीला भरून आलं. डोळ्यांतलं पाणी मुक्तपणे वाहू देत ती खुर्चीवर निश्चल बसली.

... आपण गोखले जॉइन केलं, तेव्हापासून डॉ. गायकवाडच पॅथॉलॉजी विभागाचे प्रमुख होते. आपल्याला वडीलधारे वाटत. त्यामुळे नवी नोकरी असूनही मनावर कधी दडपण आलं नाही. डॉक्टरांचं वय, क्वॉलिफिकेशन आणि अनुभव सारंच मोठं होतं. तरीही त्यांनी कधी ज्ञानाचा टेंभा मिरवला नाही. खरा ज्ञानी तो मिरवतही नाही. डिपार्टमेंटमधला कोणताही निर्णय घेण्यापूर्वी डॉक्टर आपल्याशी चर्चा करत. चांगला मुद्दा मांडला की, कौतुक करत.

बावन्न वर्षांच्या डॉक्टर गायकवाड यांची पत्नी चार-पाच वर्षांपूर्वी निवर्तली. त्या वेळेपासून सरांच्या स्वभावात थोडा फरक पडला होता. आधीच मितभाषी असलेले सर आणखीच अंतर्मुख झाले होते. कामापुरतं बोलत. एरवी आत्मगत असल्यासारखे राहात. हॉस्पिटलमधल्या बरोबरीच्या डॉक्टरांशीही ते कधी मनमोकळ्या गप्पा मारताना दिसले नाहीत.

अलीकडे त्यांच्या चेहऱ्यावर एक प्रकारची उदासीनता दिसायची. मनात काहीतरी खळबळ चाललीय, असं वाटायचं. कदाचित विनापत्य जोडप्यातील एक जण कायमचं

निघून गेल्यावर असह्य एकटेपणा वाट्याला येत असेल.

सर अचानक नागपूरला कसे गेले? याचंही शेफालीला आश्चर्य वाटत होतं. सुटीवर जाण्याआधी एक दिवस ते तिला म्हणाले होते,

"शेफाली, चार दिवस सुटी घेईन म्हणतोय."

"गुड आयडिया सर, तुम्ही विश्रांती घ्या."

"हो. बाहेरगावी जाईन म्हणतो."

"कुठे? कुलू-मनाली?"

"छे गं. एवढ्या लांब नाही. पंचमढीला जाईन म्हणतो. थंड हवेचं ठिकाण आहे ते मध्यप्रदेशातलं. पण विश्रांतीसाठी नव्हे, तर माझ्या एका कॉलेजमित्राच्या मुलीच्या लग्नासाठी."

"बरं झालं... तुम्ही बऱ्याच वर्षांत मुंबईबाहेर गेलाच नाहीत."

"हो. ही गेल्यापासून कुठे जावंसंच वाटत नव्हतं."

शेफाली गप्प झाली.

"हे बघ शेफाली... येत्या आठवड्याभरातलं काम तू व्यवस्थित सांभाळशील, याची मला खात्री आहे."

"डोंट वरी, सर! मी तुमच्याच तालमीत तयार झालेय. माझ्यावर सोपवलेली जबाबदारी मी निश्चित प्रयत्नपूर्वक पार पाडेन."

"येस. आय ॲम शुअर अबाऊट इट... डिपार्टमेंटला लागणाऱ्या अतिमहत्त्वाच्या फाइल्स माझ्या कॉम्प्युटरमध्ये आहेत... 'हा घे पासवर्ड' म्हणत डॉक्टरांनी शेफालीला एका कागदावर पासवर्ड लिहून दिला.

"पण सर... मला त्याची कशाला गरज लागतेय. आणि आठवडाभर तर जाताय तुम्ही. काही अर्जंट असलं, तर सेलफोन आहेच की!"

"पण वेळेवर तिथे कनेक्टिव्हिटी मिळेल न मिळेल."

"तेही खरंच म्हणा."

"बरं... तुला त्या हिलस्टेशनवरून काय आणू?"

"मला कशाला काही?"

"ठीक आहे, तिथे लेदरची सुंदर कासवं मिळतात. टीपॉयसारखी वापरता येतात. तसं काहीतरी आणतो."

"सऽर" तेव्हाही शेफालीच्या डोळ्यांत पाणी तरळलं होतं. किती खुशीत होते सर इथून निघताना. कित्येक दिवसांनंतर त्यांच्या चेहऱ्यावर इतका आनंद दिसत होता. त्यावेळी काय कल्पना होती की, सर परत येणारच नाहीत, आणि इतक्या भयानक

पद्धतीने त्यांचा अंत ओढवेल.

"सरांनी दिलेली ती पासवर्डची चिठ्ठी कुठे बरं ठेवली?" शेफाली एकदम दचकली... हं, पर्समध्येच आहे. अर्थात, डॉ. गायकवाड यांच्या गैरहजेरीत आत्तापर्यंत तरी तिला त्या पासवर्डची गरज भासली नव्हती.

शेफालीने उदास मनाने लॅबमधली आवश्यक कामं आटोपली आणि डॉक्टर नीरजला फोन केला.

"कॉफी घ्यायला येताय ना?"

"अं... आज जरा कठीण वाटतंय. माझी वाट पाहू नको."

"बरं आणि हो, बारा वाजण्याच्या सुमाराला पोलीस स्टेशनला जायचंय. मी बोलले डीन सरांशी."

"शेफाली, आय ॲम सॉरी... पण मला तिथे यायलाही जमणार नाही. बँकेचं एक महत्त्वाचं काम आलंय."

"खरं की... बहाणा?"

"खरंच. फ्लॅटचं लोन मंजूर होतंय. थोडी डॉक्युमेंट्स मागितली आहेत त्यांनी. आजच द्यायला हवीत."

"ठीक आहे..."

नेहमीचं वातावरण असतं, तर शेफाली पुढे म्हणाली असती... आणखी पाच लाख लोन वाढवा आणि नवी कारही घ्या. कारण तुमची कार बहुतेक वेळा सर्व्हिसिंगलाच गेलेली असते. पण आजचा मूड वेगळा होता - खिन्न, उदास.

डॉ. शेफाली पोलीस स्टेशनला पोचली, तेव्हा कालच्यापेक्षा आजचं वातावरण तिला शांत वाटलं.

"इन्स्पेक्टर सावंत आहेत ना?"

"हो, तिकडे" कॉन्स्टेबलने साहेबांची केबिन दाखवली.

"या डॉक्टर... कॉफी घेणार?"

"नको. आत्ताच घेऊन आले. काय झालं केसचं?"

"रिपोर्ट काही चांगला नाही. नागपूर पोलिसांशी संपर्क साधला. त्यांच्यामतेसुद्धा पंकज मोंडकर म्हणजेच तुमचे डॉक्टर गायकवाड असू शकतात."

"हाऊ सॅड!"

मग इन्स्पेक्टरनी तिला नागपूर मेडिकल कॉलेजमधली सगळी हकिकत सांगितली. कथित देहदान... डिसेक्शनमध्ये मृतदेहाच्या हृदयातून निघालेली गोळी आणि बोलता–

बोलता इन्स्पेक्टर थबकले.

“हॉरिबल... आमच्या निष्पाप सरांवर अशी वेळ का यावी इन्स्पेक्टर?” शेफाली भावूक होऊन बोलली.

“ते तपासात समजेल मॅम. घडलंय ते भयंकर आहे खरंच, पण तुम्ही धीराने घ्यायला हवं.”

“इन्स्पेक्टर, सरांची बॉडी कधी मिळेल?”

“मला तुम्हाला तेच सांगायचं होतं की...”

“सांगा ना? काय झालंय?” शेफालीचा आवाज तारसप्तकात गेला.

“डेडबॉडी गायब झाली आहे.”

“व्हॉऽऽट? असं कसं घडू शकतं? एका मेडिकल कॉलेजधून दिवसाढवळ्या...”

“कसं ते आम्हांलाच काय, अजून नागपूर पोलिसांनाही समजलेलं नाही. पण घडलंय, ते सत्य आहे.”

“अनबिलिव्हेबल!”

“वादच नाही. पण डॉक्टर, त्यामुळे पंकज मोंडकर किंवा तुमचे डॉक्टर गायकवाड यांच्या हत्येचं गूढ अधिकच वाढलंय. ते डॉक्टर गायकवाडच असतील, तर कुठल्या तरी षडयंत्राची शिकार ठरलेत.”

शेफाली सुन्न मनाने हॉस्पिटलमध्ये परतली. डीनसाहेबांशी चर्चा करतानाही तिला रडू फुटत होतं.

“सावर शेफाली स्वत:ला!” डीन हलकेच बोलले. दुसऱ्या दिवशी डॉक्टर गायकवाडांची शोकसभा आयोजित करण्यात आली. कारण तेच डॉक्टर गायकवाड असण्याची खात्री हॉस्पिटलमधल्या लोकांना होती.

गोखले हॉस्पिटलमधली डॉ. गायकवाड यांच्यासाठी भरलेली ‘शोकसभा’ संपत असतानाच माहीमच्या एका विशाल फ्लॅटमध्ये आणखी एक ‘शोकसभा’ चालली होती.

इझीचेअरवर स्वत:चा लठ्ठ देह झुलवत, हातातल्या व्हिस्कीच्या ग्लासाकडे पाहात रंगराव गरजला.

“कुत्तरड्यांनो! उत्तर द्या. त्या डॉक्टरची बॉडी नागपूरच्या मेडिकल कॉलेजमधून गेली कुठे?”

त्यांच्या घुमलेल्या बुलंद आवाजाने समोर बसलेले दोघे पार घामाघूम झाले.

“बोला ना कुत्तरड्यांनो... आता का वाचा बसली?” रंगराव पुन्हा गरजला.

''अरे, त्या डॉक्टरचं प्रेत मेडिकल कॉलेजमधून कुठे गेलं? व्हिस्कीचे घोट घेत त्याने पुढचा प्रश्न केला. प्रशस्त दालनात रंगरावांचा आवाज घुमत होता आणि खाली मान घालून त्याच्यासमोर बसलेल्या दोन जणांच्या तोंडून शब्दही फुटत नव्हता. राजू आणि हनीफ पुतळ्यासारखे स्तब्ध होते. या क्षणी संतापलेल्या रंगरावाला उत्तर देण्याचा धोका पत्करायला कोणीच तयार नव्हतं.

रंगराव डॉन नव्हता. पण त्याची दहशत डॉनपेक्षा कमी नव्हती. फालतू, फुटकळ कामं तो करत नसे. मोठं, चॅलेंजिंग काम करायला त्याला आवडायचं. रंगरावाचं साम्राज्य केवळ मुंबईपुरतं नव्हे, तर महाराष्ट्र, गोवा, गुजरात या पश्चिम किनारपट्टीवर पसरलं होतं. थेट दिल्लीपर्यंत त्याचे लागेबांधे होते. प्रत्येक ठिकाणी त्याची निष्णात माणसं, त्याने सांगितलेलं काम बिनबोभाट पार पाडत होती. सोफिस्टिकेटेड जीवनशैलीत राहाणाऱ्या रंगरावाचं खरं नावही कुणाला ठाऊक नव्हतं. वरकरणी तो लेदर-गुड्सचा मोठा उद्योजक होता. त्याच्याकडचा माल एक्स्पोर्ट व्हायचा. पण हाडामांसाच्या माणसांना 'वर' एक्स्पोर्ट करण्याचं आंतरराष्ट्रीय कंत्राटही तो घ्यायचा. मातब्बर मंडळींशी परिचय आणि सामाजिक आब - रुबाब बाळगून त्याचं कामकाज विनासायास चाललं होतं. आत्तापर्यंत त्याचा कोणताही प्लॅन फसला नव्हता. पण डॉ. गायकवाड यांच्या बाबतीत काहीतरी गफलत झाल्याने त्याचा पारा चढला हेता.

''बोला ना... अरे, त्या डॉक्टरच्या हत्येचा प्लॅन एकदम परफेक्ट असताना तुमच्यापैकी कोणी गद्दारी केली?''

गद्दारी! या गुन्ह्याला रंगराव कोणती सजा देणार? याची राजू आणि हनीफ यांना पूर्ण कल्पना होती. दोघांनाही एसी रूममध्ये घाम फुटला. भरली आता आपली शंभरी... राजूने केविलवाण्या नजरेने हनीफकडे पाहिलं.

''बोलताय की घालू गोळ्या?...'' रंगराव पुन्हा गरजला.

''भाई... तुम्ही सांगितल्याप्रमाणेच काम केलं, आम्ही'' शेवटी राजू चाचरत बोलला. आम्ही डॉक्टर गायकवाड यांना मीटिंगसाठी आधी पंचमढी आणि मग, जागा बदलल्याचं सांगून नागपूरला बोलावलं आणि तुम्ही सांगितल्याप्रमाणे त्यांचा काटा काढला.''

''त्या डॉक्टरला मी मुंबई - पंचमढी - नागपूर असा का फिरवला, माहितेय?''

''हो'' राजू बोलला. रंगरावाने हनीफकडे पाहिलं. तो म्हणाला,

''भाई, महाराष्ट्र आणि मध्य प्रदेश या दोन्ही राज्यांचे पोलीस गोंधळात पडावेत म्हणून ना...''

''अरे, एवढी अक्कल आहे, तर त्याचा मृतदेह नागपूर पोलिसांच्या हाती कसा

लागला?''

''नाही भाई, तसं घडलेलं नाही. आम्ही तो मृतदेह मुद्दामच नागपूरच्या मेडिकल कॉलेजात पाठवला आणि तिथून पळवून त्याचा अग्निसंस्कार केला.''

''मूर्ख आहात! प्लॅनमध्ये असं काही होतं का? अरे, त्याचा मृतदेह मेडिकल कॉलेजात गेलाच कसा?''

''भाई, प्लीज! आमचं ऐकून घ्याल का?''

''बोला. काय बकणार आहात आणखी...'' रंगरावाने व्हिस्कीचा घोट घेत चिडून म्हटलं.

''भाई, तुम्ही सांगितल्यानुसार आम्ही हत्येपूर्वी नागपूरच्या सर्व भागांत फिरलो. हवेली भाग आम्हांला योग्य वाटला. शहरापासून दूर आणि मेडिकल कॉलेजजवळ. आम्ही तिथल्या एका क्लार्कला फोडलं. पाच हजार रुपये देऊन एक रिकामी ॲम्ब्युलन्स मिळवली.''

सांगता-सांगता राजू थबकला. रंगरावच्या चेहऱ्यावर त्याला कोणतेच भाव दिसत नव्हते. त्याची भीती आणखीच वाढली.

''भाई, तुम्ही त्या डॉक्टरचं प्रेत जाळून टाकायलाच सांगितलं होतं ना?''

रंगरावाने मुंडी हलवली.

''आम्ही तसंच केलं. भाड्याची ॲम्ब्युलन्स घेऊन ठरल्याप्रमाणे रात्री शहराबाहेरही गेलो तेवढ्यात...''

रंगरावाने ग्लास टीपॉयवर आपटून आणखी व्हिस्की भरली,

''भाई... नेमकी त्या रात्री कडक नाकाबंदी होती. आमची ॲम्ब्युलन्स पोलिसांनी दोनदा अडवली. त्यामुळे घाबरून आम्ही हॉस्पिटलकडे परतलो. डेडबॉडीचं करायचं काय? हा प्रश्न होता. शेवटी तो क्लार्क म्हणाला, 'देहदान करा. काही दिवस बॉडी मॉर्गमध्ये पडून राहील. मग निवांतपणे घेऊन जा.' ...पण या कामासाठी रोख पन्नास हजार घेतले स्सा...''

''पैशाचं मरू दे रे... एवढा घोळ घातलात कशाला?''

''आम्हांला वाटलं... बॉडी इतक्या लवकर चिरफाड करायला घेतली जाणार नाही.''

''पण डिसेक्शन झालं... बुलेट सापडली आणि तुमच्या मूर्खपणाने मला गोत्यात आणलंय....''

रंगरावाचं म्हणणं खरं होतं. त्याने रचलेला कट अचानक उघडकीला आला होता.

मेडिकल कॉलेजचा क्लार्क पाटीलही हे सगळं करताना धास्तावलेलाच होता. डेडबॉडी डिसेक्शनला गेली की, तो राजूला कळवणार होता. पण बॉडीतून बुलेट निघाल्याने सगळंच फिस्कटलं.

पोलिसांना डेडबॉडी मिळण्यापूर्वीच ती हॉस्पिटलमधून गायब करण्याचं राजू आणि हनीफने ठरवलं. पाटीलने त्यासाठी गफूरची मदत घेण्याचं सुचवलं. आतलीच माणसं अशी सामील असल्याने डॉ. गायकवाड यांचा मृतदेह शहराबाहेर नेऊन त्यावर अंत्यसंस्कार करण्यात आला.

एकीकडे व्हिस्की रिचवत रंगराव सर्व लक्षपूर्वक ऐकत होता. चिक्कार ढोसूनही त्याचं चित्त थाऱ्यावर होतं. दोन राज्यांतल्या पोलिसांना चकवा देणाऱ्या मर्डरप्लॅनचे तीनतेरा वाजल्यामुळे तो विलक्षण संतापला होता. पण आता त्यातून काहीतरी तोडगा काढणं भाग होतं. त्याच्या पंटरनी खरं तर ठरल्याप्रमाणेच सगळं पार पाडलं. पण आयत्या वेळी गडबड होऊन हा प्रकार घडला. त्यातल्या त्यात एक गोष्टी बरी म्हणजे राजू आणि हनीफ यांनी डोकं चालवून डेडबॉडी निदान पोलिसांच्या हाती लागू दिली नव्हती.

‘‘इतकं सगळं झालं, तरी तुम्ही मला का कळवलं नाहीत?’’

‘‘भाईजान’’ हनीफ अजीजीच्या सुरात बोलला, ‘‘तुम्हीच नियम बनवलाय की, काम झाल्यावर पंधरावीस दिवस फोनसुद्धा करायचा नाही. फक्त एक दिवस तीन-तीन तासांनी वेगवेगळ्या पीसीओवरून तुम्हांला ब्लॅन्क कॉल द्यायचा. भाईजान, आम्ही तसंच केलं.’’

‘‘कळली तुमची अक्कल... मलाच शाणपट्टी दाखवतायत. चला, चालायला लागा. जरूर पडली की, बोलावेन. गेट लॉस्ट!’’ दोघे चूपचाप उठून मांजराच्या पावलानं बाहेर सटकले. रंगरावाने व्हिस्कीचा ग्लास दाणकन् टीपॉयवर आपटला.

हनीफने रमचा ग्लास तोंडाला लावताच राजू बोलला, ‘‘अरे यार, बर्फ तरी टाक त्यात.’’

‘‘छोड यार... भाईजानला व्हिस्की पिताना पाहून आपली तल्लफ एकदम वाढलीय. पण एक सांग, भाईजानला तू अर्धी माहिती खरी नि अर्धी खोटी का सांगितलीस?’’

चिकन टिक्कीचा बाइट घेत राजू हनीफकडे नुसता पाहात राहिला. रंगरावने हाकलून दिल्यावर, दोघे एका बारमध्ये बसले होते.

‘‘राजू, त्या डॉक्टरला संपवून त्याचा पुरता निकाल लावायचा, असं ठरलं असताना, हॉस्पिटलच्या क्लार्कला पैसे देऊन बॉडीचं देहदान कशाला केलंस? आणि दुसरं म्हणजे नागपूरमध्ये त्या रात्री नाकाबंदी नसतानाही तू भाईला खोटं का सांगितलंस?’’

राजूने ग्लास खाली ठेवत म्हटलं,''खरं सांगू दोस्त...मला डॉक्टर व्हायचं होतं.''

''काऽय? डॉक्टर?''

''हो. लहानपणापासून वाटायचं की, आपण डॉक्टर व्हावं. हॉस्पिटल पाहिलं की, तिथलं वातावरण, डॉक्टर, नर्स यांची कामाची लगबग, पेशंटची सेवा सगळं खूप आवडायचं मला...''

''पण याचा आपल्या प्लॅनशी काय संबंध?''

''ऐक ना यार.'' राजूने आणखी एक घोट घेतला.

''पाचेक महिन्यांपूर्वी माझी बहीण आजारी पडली. तिच्या हार्टच्या व्हॉल्व्हमध्ये प्रॉब्लेम निर्माण झाला होता. ती वाचण्याची शक्यता कमी होती. गोखले हॉस्पिटलमध्ये ठेवलं होतं तिला. तिथल्या डॉक्टरांनी माझ्या बहिणीला वाचवण्याचे आटोकाट प्रयत्न केले. ते पाहून डॉक्टरी व्यवसायाबद्दलचा माझा आदर आणखी वाढला... आणि थोड्याच दिवसांत आपल्याला भाईच्या सांगण्यावरून त्याच हॉस्पिटलच्या डॉक्टर गायकवाड यांचा गेम करावा लागला. एकदा वाटलं होतं, भाईला सरळ नाही सांगावं. पण नंतर वाटलं, या डॉक्टरचीही काहीतरी भानगड असेल, म्हणून कोणीतरी सुपारी दिली असेल. शिवाय आपल्या धंद्यात भावनेला थारा नसतोच.''

हनीफ चकित होऊन ऐकत होता.

''म्हणूनच भाईच्या आदेशावरून काम पटवलं, तरी डॉक्टरसारख्या माणसाची बॉडी मेडिकल कॉलेजात द्यावी असं वाटू लागलं. मेडिकल कॉलेजाला एक बॉडी मिळाली, तर मानवतेचं एक काम होईल आणि आपलं पाप कमी होईल, असंही वाटलं. त्यातूनच ठरवलं की, हॉस्पिटलच्या क्लार्कशी संधान बांधून त्या बॉडीचं देहदान करायचं. आणखी एक गोष्ट म्हणजे, अशा देहदान केलेल्या डेडबॉडीज अनेक महिने पडून असतात. त्यामुळे डॉक्टर गायकवाड यांच्या हत्येची खबर कोणाला लागली नसती. आणि चिरफाड झाल्यावर आपोआपच देहाचा निकाल लागेल.

पण हनीफ माझी इच्छा पूर्ण व्हावी असं किस्मतमध्ये लिहिलं नव्हतं, यार! करायला गेलो एक, पण घडलं भलतंच.

हनीफ अजूनही अवाक् होऊन राजूकडे पाहात होता.

डॉ. शेफाली मांजरेकर नेहमीप्रमाणे हॉस्पिटलच्या कामात व्यग्र होती. पॅथॉलॉजी विभागातली बरीचशी कामं डॉ. गायकवाड यांच्या पश्चात तिलाच पाहावी लागत होती. मायक्रोस्कोपखाली ठेवलेली स्लाइड ती बारकाईने न्याहळत असतानाच शेजारी कोणीतरी

येऊन उभं राहिल्याचं तिला जाणवलं. तिने मान वर करून बघितलं. टेक्निशिअन काहीतरी सांगण्याच्या हेतूने आला होता.

"काय रे?"

"मॅम, कोणीतरी तुम्हांला भेटायला आलंय."

"कोण आहे?"

"मी विचारलं नाही, पण ते आपल्या डॉक्टर गायकवाडांविषयी विचारतायत. काम अर्जंट आहे म्हणाले."

"तू काय सागितलंस?"

"मी म्हटलं, डॉ. गायकवाड तर आता हयात नाहीत. डिपार्टमेंटमध्ये त्यांच्या असिस्टंट डॉक्टर मॅम आहेत."

शेफालीला आश्चर्य वाटलं. डॉ. गायकवाड यांचा शोध घेत कोण आलं असेल?

"नाव काय त्या माणसाचं?"

"मुकेश दलाल.. ते शेअर बाजारात काम करतात."

"मुकेश दलाल? शेअर बाजारातला माणूस आणि डॉ. गायकवाड यांचा काय संबंध असेल? डॉक्टरांनी तर कधीच शेअरमार्केटचा विषय काढला नव्हता. ते असताना हा माणूसही कधी आल्याचं आठवत नव्हतं. मग आत्ताच कुठून उपटला? विचार करत शेफाली बोलली,

"आत बोलाव त्यांना."

शेफालीने स्लाइड मायक्रोस्कोपखालून बाहेर काढली. निरीक्षणाच्या नोंदी ताबडतोब नोंदवल्या. स्लाइड तत्परतेने बॉक्समध्ये ठेवली. ही शिस्त डॉ. गायकवाड यांनी स्टाफच्या अंगी बाणवली होती.

तेवढ्यात तो माणूस आला.

"गुड मॉर्निंग मॅडम! माझं नाव मुकेश दलाल. मी शेअरबाजारात दलाली करतो."

साधारण पन्नाशीचं वय. केस थोडे पिकलेले पण क्लीन शेव्हड, सडपातळ बांधा आणि चेहऱ्यावर स्मितहास्य. शेफालीने मुकेशला क्षणात न्याहाळलं.

"हॅलो. मी डॉक्टर शेफाली मांजरेकर. काय काम होतं आमच्या डॉक्टरसाहेबांच्या बाबतीत?"

"डॉक्टर, मी डॉक्टर गायकवाड यांना गेले पंधरा-वीस दिवस शोधतोय. त्यांचा सेलफोन रिचेबल नाही. खूप अर्जंट काम असल्याने थेट इथे आलो. आणि समजलं की, अचानक त्यांचा मृत्यू झालाय. व्हेरी शॉकिंग!"

"हो. शॉकिंग तर आहेच!''

"अरे बाप रे! तसं असेल, तर बावीस लाख पाण्यातच गेले म्हणायचे'' तो कपाळाला हात लावत बोलला.

"बावीस लाख? मला काही कळलं नाही, मिस्टर मुकेश. बावीस लाखांचा नि आमच्या डॉ. गायकवाडांचा काय संबंध?''

मुकेश दलाल सुन्न झाल्यासारखा दिसला.

"मॅडम, डॉक्टरांच्या शेअर खरेदी-विक्रीचं काम मीच पाहायचो.''

"काय सांगताय? डॉक्टर गायकवाड आणि शेअर्सची खरेदी? खरं नाही वाटत.''

शेफालीने डॉक्टरांना कधी शेअर्सची चर्चा करताना जाऊ द्या, पेपरातलं शेअरमार्केटचं पान चाळतानाही पाहिलं नव्हतं. त्यांचा हा नवीनच पैलू तिला समजत होता.

"डॉक्टर माझ्यामार्फत शेअर्समध्ये पैसा गुंतवायचे.'' मुकेश दलाल सांगू लागला.

"गेले काही महिने, तर ते मोठमोठे सौदेही करत होते. सेन्सेक्सच्या चढउतारानुसार, ते लगेच शेअर्स काढून टाकत असत. त्यातून त्यांना भरपूर पैसा मिळायचा. ते सर्व कामकाज मीच पाहायचो.''

शेफाली चकित होऊन ऐकत राहिली.

"शेअरमार्केटबद्दल तुम्हांला किती माहिती आहे, ते मला ठाऊक नाही मॅडम. पण त्यातल्या उलाढाली आणि उलथापालथ तुम्ही टीव्हीवर वगैरे पाहात असालच केव्हातरी. डॉक्टर गायकवाड यांना चारेक महिन्यांपूर्वी शेअर्समधून भरपूर कमाई झाली होती, पण गेल्या काही दिवसांत मोठा फटकाही खावा लागला. त्या वेळी त्यांनी माझ्याकडून पंधरा लाख रुपये उसने घेतले होते. माझा त्यांच्याशी पूर्वीपासूनच असा व्यवहार होता. त्यांना गरज लागली, की मी पैसे पुरवायचो आणि पैसा हाती येताच तेही माझे पैसे सव्याज परत द्यायचे. त्या पंधरा लाखातलेही सहा लाख त्यांनी लगेच फेडले होते.''

"मग काय झालं?'' शेफालीला ही एक रहस्यकथाच वाटत होती.

"मग मी पाच-सात दिवस वाट पाहिली. हा व्यवहार फक्त काही दिवसांचा असतो. डॉक्टरांकडून काहीच काँटॅक्ट न झाल्याने मी काळजीतच पडलो. माझ्या नऊ लाखांचा प्रश्न होता. डॉक्टरांचा घरचा फोन नंबर किंवा पत्ताही माझ्याकडे नव्हता. म्हणून इथे यावं लागलं.

"आश्चर्य आहे. तुमच्यासोबत एवढ्या मोठ्या रकमेच्या उलाढाली करणाऱ्या माणसाचा पत्ताही तुमच्याकडे नाही, हे अविश्वसनीय वाटतं.'' शेफाली सावध आणि

थोड्या चढ्या स्वरात बोलली.

"मॅडम, कोणालाही तसंच वाटेल. पण आमचा शेअरबाजाराचा धंदा विश्वासावर चालतो. मी डॉक्टर गायकवाड यांना गेली तीन-साडेतीन वर्षं ओळखतो. फोनवर नेहमी काँटॅक्ट असायचा. त्यामुळे घराचा नंबर वगैरे..."

शेफालीचं आश्चर्य ओसरलं नव्हतं. एवढे मोठे आर्थिक व्यवहार असेही होतात?

"विश्वास ठेवा मॅडम, दलाल स्ट्रीटवर माझं ऑफीस आहे. डॉक्टर तिथे अधूनमधून यायचे. गोखले हॉस्पिटलमधले ते नावाजलेले डॉक्टर आहेत, एवढी माहिती मला पुरेशी होती. म्हणून मी घरता पत्ता वगैरे गोष्टी खोलात जाऊन विचारल्या नव्हत्या."

शेफालीचा विश्वास बसतच नव्हता. तिने त्याच स्वरात विचारलं, "तुमच्याकडून डॉक्टरांनी घेतलेल्या पैशाची काही चिठ्ठीचपाटी, आय मीन डॉक्युमेंट्स?"

"मॅडम, मी पुन्हा सांगतो की, आमचा बराचसा व्यवहार केवळ शब्दावर चालतो. सामान्य माणसाला पाच-पंचवीस लाख फार वाटतात. पण आमच्या ट्रॅन्झॅक्शनसाठी तशा रकमांची गरज नेहमीच भासते. त्यातच डॉक्टरसाहेब माझे अत्यंत सज्जन क्लायंट होते. त्यामुळे त्यांच्याकडून काही लिहून घेणं मला प्रशस्त वाटलं नाही.

शेफाली काहीच बोलली नाही.

"बरं, निघतो मी. माझे नऊ लाख आणि मार्केटचे तेरा असे एकूण बावीस लाख बुडाल्यातच जमा आहेत."

दलाल गेल्यावर शेफाली पुन्हा स्लाइडस् तपासू लागली. पण कामात तिचं लक्ष लागेना.

डॉक्टर सर... आणि शेअरबाजारातली एवढी मोठी उलाढाल? माणसं जवळ असली, तरी ती आपल्याला पूर्णपणे समजतातच, असं नाही. एकूणच मानवी व्यवहार हेच एक अगम्य गूढ आहे. कामं यंत्रवत आटोपताना शेफालीचं मन सारखं त्याच विचारचक्रात गरगरत होतं.

एकेक स्लाइड ती पुन:पुन्हा पाहू लागली.

"इतकं काय निरखून पाहाताय? स्लाइड खराब आहे?" अचानक आवाज आला.

"ओह्, डॉक्टर उदय तुम्ही ? या वेळी इकडे कसे?" नवलोक हॉस्पिटलचे डॉक्टर उदय सावे अचानक आलेले पाहून शेफालीला प्रश्न पडला.

"ते नंतर सांगतो. माझ्या प्रश्नाचं उत्तर आधी. खरंच स्लाइड खराब होती, की तुम्ही इतर कोणत्या विचारात गढला होता?"

"स्लाइड वॉज ओके! पण मी वेगळ्याच विचारात होते."

''ते दिसतंच आहे तुमच्या चेहऱ्यावरून कसला एवढा गहन विचार करताय? त्यासाठी सीनियर्स आहेत ना?''

''सीनियरचाच विचार करतेय...''

''म्हणजे?''

''जीवन आणि मृत्यूचा.''

''तुमचं बोलणं मला अधिकच कोड्यात टाकतंय, काय ते स्पष्ट सांगाल का?''

''स्लाइडवरच्या रक्तपेशी पाहाताना मनात येत होतं की, या पेशी जन्मतात आणि नष्ट होतात. आपल्या आयुष्याचं तसंच नाही का? विश्वाच्या एकूण व्यापाच्या तुलनेत आपलं आयुष्यही क्षणिकच म्हणायला हवं.''

''ओह् फिलॉसॉफर! मग डॉक्टरी पेशा कशाला स्वीकारलात? आपल्या व्यवसायात पेशींचा तपास करायचा असतो. त्यावर प्रवचन नसतं द्यायचं...आणि मघाशी ते सीनियरचा विचार म्हणालात ते काय? आणि तू मघापासून अहो-जाहो काय करतेयस मला? तू फिलॉसॉफर झालीयेस म्हणून?''

''कम ऑन! चल, कॉफी घ्यायला जाऊ या. सगळं सांगते. मलाही थोडा मेंटल रिलिफ हवाय.''

कॉफी घेता-घेता शेफालीने डॉक्टर गायकवाड यांच्या शेअरबाजारातील व्यवहारांबद्दल उदयला सांगितलं. ''उदय, मला अजूनही खरं वाटत नाही की, सर अशा कुठल्या व्यवहारात गुंतलेले असतील. त्यांचं कर्ज वाढल्यामुळे त्यांनी.'' ती अडखळली.

''आत्महत्या केली असेल, असंच ना? शक्य आहे. नाहीतर अशा अजातशत्रू, सुस्वभावी डॉक्टरचा खून कोण कशाला करेल?''

''गॉड नोज! पण उदय इतकी वर्षं मी त्यांच्याबरोबर काम करूनही त्यांनी मला त्यांच्या या व्यवहारांचा बिलकूल पत्ता लागू दिला नाही.''

''त्यांच्या दृष्टीने ही अत्यंत प्रायव्हेट गोष्ट असेल. अगं, आपल्या घरातल्या माणसांनाही जिथे आपण खऱ्या अर्थाने ओळखत नसतो, तिथे नुसत्या परिचितांची काय कथा?''

डॉ. उदय एकदम गप्प झाला. त्याच्या चेहऱ्यावरचे बदललेले भाव शेफालीला जाणवले.

उदय आणि लीना यांच्या वैवाहिक जीवनाविषयी शेफाली जाणून होती. उदय नामांकित फिजिशियन आणि लीना प्रसिद्ध गायनॅक होती. मेडिकल कॉलेजमध्ये सगळेच

बरोबर शिकले. उदय-लीना यांनी जीवनसाथी होण्याचा निर्णय घेतला. पण नंतर करियर आणि प्रोफेशन यांवरून दोघांमध्ये मतभेद होऊ लागले. ते इतके पराकोटीला गेले की, प्रत्यक्ष घटस्फोट झाला नाही, तरी दोघं वेगवेगळे राहत होते. त्यांची मुलगी सायली सध्या लीनाकडेच होती. उदय एकाकी जीवन कंठत होता.

कॉफी संपवत थोडंफार इकडचं-तिकडचं बोलून डॉ. उदय लगेच निघून गेला. आपण जीवनविषयक उगाचच जास्त बोललो का? अशी रुखरुख शेफालीला लागली. डॉ. नीरज आज कॅफेटेरियात आला नव्हता. आजही त्याला बँकेत काहीतरी काम होतं. हं, घराच्या लोनसाठी जाणार होता तो. विचार करत शेफाली डिपार्टमेंटमध्ये परतली आणि तिला इन्स्पेक्टर मुकुंद सावंत यांची आठवण आली. तिने फोन लावला.

"बोला, डॉक्टर शेफाली मॅडम" पलीकडून भारदस्त पोलिसी आवाज आला.

शेफालीने इन्स्पेक्टरना डॉ. गायकवाड यांना भेटायला आलेल्या मुकेश दलाल यांच्या आणि डॉक्टरांच्या कथित शेअर व्यवहाराविषयी सारं काही सांगितलं.

सावंत सगळ्या गोष्टींची नोंद करत होते.

एका कर्जदाराची हत्या... त्यात कोणी कर्जदाताही सामील असू शकतो. धनको-ऋणकोचं व्यावहारिक नातं कधीही बिनसू शकतं.

इन्स्पेक्टर सावंत विचार करू लागला. डॉ. गायकवाड यांच्या जीवनाची आणखी एक बाजू अचानक पुढे आली होती.

एक ॲन्जिओग्राफी आटोपून डॉ. माधवी कामथ बी. के. रुग्णालयाच्या कॅथलॅबमधून बाहेर पडली.

वॉशरूममध्ये जाऊन फ्रेश झाली.

आरशात आपलं प्रतिबिंब पाहाताना ती स्वत:वरच खूश दिसली.

पण आरसा खरी ओळख सांगतो? मनाचं प्रतिबिंब दाखवणारा आरसा जगात तयार व्हायचाय अजून. डॉक्टर माधवीची खरी ओळख अजून कुठे स्पष्ट झाली होती?

प्रत्येक यशस्वी उपचारानंतर डॉ. माधवीला कृतार्थ झाल्यासारखं वाटायचं. नवा पेशंट म्हणजे नव्या समस्या. नवा ॲप्रोच. दरवेळी काहीतरी शिकायला मिळायचं. काहींच्या हृदयात तीन-चार ब्लॉकेजिस तर काहींच्या एक-दोन. आजच्या पेशंटच्या हृदयातील रक्तवाहिनीत दोन ब्लॉक होते. ते अवरोध सहजतेने दूर केल्याचं समाधान डॉ. माधवीच्या चेहऱ्यावर प्रतिबिंबित होण्यासाठी या रुग्णाचीही ॲन्जिओग्राफी करावी लागणार होती.

केबिनमध्ये आल्यावर डॉक्टर माधवीनी रुग्णाच्या नातेवाईकांना बोलावलं. त्यांना ॲन्जिओग्राफीची फिल्म दाखवली.

"हे बघा, इथे दोन ब्लॉकेजिस दिसतायत ना? तिथे स्टेन्ट घातला, तर अवरोध दूर होईल.'' मग स्टेन्ट म्हणजे काय आणि ॲन्जिओप्लास्टीत त्याचं महत्त्व किती हे सगळं त्यांनी रुग्णाच्या नातेवाईकांना सोप्या शब्दांत समजावलं.

"पण डॉक्टर, साधारण खर्च किती येईल?'' एका नातेवाईकाने दबकत विचारलं.

"साधं स्टेन्ट वापरलं, तर थोडा कमी खर्च येईल. पण मेडिकेटेड वापरलं, तर साडेतीन ते चार लाखापर्यंत होईल.''

दोघं नातेवाईक परस्परांकडे प्रश्नार्थक मुद्रेने पाहू लागले. तेवढ्यात डॉक्टर तत्परतेने बोलल्या, "माझ्या मते, मेडिकेटेड स्टेन्ट वापरणंच हितावह आहे. ती दीर्घकाळ काम देईल.''

"पण डॉक्टर, साडेतीन-चार लाख म्हणजे...''

"बघा. मी तुम्हांला योग्य तेच सुचवतेय. उगाच खर्चात पाडणार नाही.''

"हो. पण दादाचा मेडिक्लेम अडीच लाखांचाच आहे ना वहिनी?'' त्या दोघांपैकी एकाने विचारलं.

"हो. अडीच लाखांचाच मेडिक्लेम आहे. वरची रक्कम कुठून उभी करायची?... डॉक्टर थोडा कमी खर्चिक उपाय नाही का?'' ती बाई काकुळतीने म्हणाली.

"अं... तुम्ही असं करा... दहा मिनिटं बाहेर थांबा. मी स्टेन्ट बनवणाऱ्या कंपनीशी बोलते आणि पाहाते काही कन्सेशन मिळतंय का.''

ती दोघं बाहेर गेल्यावर डॉ. माधवीनी कँटिनमध्ये फोन करून कॉफी बिस्किटं मागवली आणि इतर रुग्णांचे रिपोर्ट्स चाळायला सुरुवात झाली. दहा मिनिटांनी त्या बाहेर आल्या आणि त्या लोकांना म्हणाल्या, "झालं तुमचं काम, मी बोलले त्या कंपनीशी. स्टेन्टसाठी कंपनी कन्सेशन देतेय. त्यामुळे खर्च पावणेतीन लाखापर्यंत येईल!''

"थँक यू व्हेरी मच डॉक्टर...!'' त्या दोघांच्या चिंताक्रांत चेहऱ्यावर एकदम कृतज्ञता पसरली.

"त्यात थँक्स कशासाठी? डॉक्टर म्हणून माझं कर्तव्यच आहे, रुग्णांची मदत करण्याचं...''

तरीही रुग्णाच्या नातेवाईकांनी डॉक्टरांचे पुन्हा एकदा आभार मानले. जास्तीचे वीस पंचवीस हजार तरी कुठून गोळा करायचे, हा प्रश्न त्यांच्यापुढे होताच. पण तो फार गंभीर नव्हता.

“जरा थांबा. पाच मिनिटांनी बोलावते,” म्हणत डॉ. माधवी केबिनमध्ये गेली.

“मला एक कळत नाही, हे डॉक्टर लोक दर वेळी असं का सांगतात? जणू कंपनीचा माणूस कन्सेशन द्यायला बसलाय. एकदा अँन्जिओग्राफीत ब्लॉकेजिसचा रिपोर्ट आला की, स्टेन्ट बसवावा लागणार, हे उघडच असतं,” पेशंटचा भाऊ वहिनीला सांगत होता.

वहिनीचं मात्र दिराच्या बोलण्याकडे फारसं लक्ष नव्हतं. डॉक्टर मॅडममुळे बराच खर्च वाचला याचाच आनंद तिला अधिक होता.

बराच वेळ झाल्यावर केबिनबाहेर बसलेली ती माणसं चुळबूळ करू लागली. कधी बोलावणार डॉक्टर? तेवढ्यात माधवींनी त्यांना केबिनमध्ये बोलावलं.

“आत्ताच बसवू स्टेन्ट. पण त्यानंतर पेशंटला लाइफस्टाइल बदलावी लागेल... आणि काही औषधं लिहून देईन, ती नियमितपणे घ्यावी लागतील.”

मान डोलावण्यापलीकडे काही करणं रुग्णाच्या नातेवाईकांना शक्यच नव्हतं.

त्या माणसाची अँन्जिओप्लास्टी व्यवस्थित झाली. औषधं लिहून देताना डॉ.माधवीनी लिहिलं ‘एच. स्टेटीन...’

“उफ्...आटोपलं आजचं काम. डॉ. माधवी रिलॅक्स मूडमध्ये होती. सकाळपासून आत्तापर्यंत तीन अँन्जिओप्लास्टी झाल्या. सात स्टेन्ट बसवले. आणि प्रत्येक स्टेन्टमागे पंधरा हजार एवढं कमिशनही मिळालं! डॉ. माधवी मनातल्या मनात हिशेब जुळवू लागली.

दुपारी डॉक्टर माधवीकडे स्मिथ फार्माचा प्रतिनिधी आला.

“बोला... काय नवीन?”

स्मिथ फार्मांच्या किशोर चावरेंना डॉ. माधवीशी गप्पा मारायला आवडायचं. माधवीचा स्पष्टवक्तेपणा आणि एकूणच व्यक्तिमत्त्व त्याला इम्प्रेस करायचं. डॉ. माधवीशी बोलताना किशोरला कधी आपण मुंबईतल्या प्रसिद्ध कार्डिऑलॉजिस्टशी बोलतोय, असं वाटतच नसे.

“नवीन म्हणजे, आसामच्या एका मेडिकल जर्नलच्या एडिटरचा सकाळीच फोन आला होता. ‘एच. स्टेटीन आणि कॉरोनरीवर त्याचा दीर्घकालीन परिणाम’ हा तुमचा लेख त्यांना फार आवडला. याच अंकात ते घेतायत... कॉँग्रॅट्स!”

“अभिनंदन तर मी तुमच्या कंपनीचं करायला हवं. काय जबरदस्त प्रॉडक्ट आणलंय तुम्ही. हजारो रुग्णांना त्याचा फायदा होणार आहे... आणि केवळ रुग्णांनाच कशाला? इतरांनाही...” डॉक्टर शेवटचे शब्द हळूच पुटपुटल्या आणि अर्थपूर्ण हसल्या. किशोर चावरेंनाही डॉक्टरांच्या बोलण्याचा मथितार्थ जाणवला. त्यांनीही

हसून प्रतिसाद दिला.

"वेल्! भविष्यात या औषधासाठी कंपनीला नोबेल पारितोषिक मिळालं, की डॉक्टरांनाही त्यांचा हिस्सा मिळेलच...मॅम, दिल्लीहून कंपनीचे सीनियर डायरेक्टर येतायत. ताजमध्ये इन्फॉर्मल कॉकटेल डिनर आयेजित केलंय. काही खास डॉक्टरांसाठीच. तुम्ही आलात, तर बरं होईल." किशोर उत्साहाने सांगत होता.

"शुअर, व्हाय नॉट?"

"थँक्स... निघू मी?"

निघतानिघता काहीतरी आठवल्यासारखं दाखवत किशोरने ब्रीफकेस उघडली. त्यातून एक पाकीट काढत डॉक्टर माधवीच्या टेबलावर ठेवत म्हटलं, "हे तुमच्यासाठी."

तो गेल्यावर माधवीने उत्सुकतेने पाकीट उघडलं. आत एक चिठ्ठी होती. त्यात म्हटलं होतं की, तुमच्या नावे बँकेत दोन लाख जमा झालेत.

डॉ. माधवीनी आपली रिव्हॉल्व्हिंग चेअर गर्रकन फिरवून एक गिरकी घेतली... आणि साइड टेबलवरचा लॅपटॉप ऑन करून पासवर्ड टाकताच पेज आलं - रेखा देसाई! या नावाने असलेल्या बँक अकाऊंटमध्ये गेल्या पाच-साडेपाच महिन्यांत वीस लाख रुपये जमा झाले होते आणि एकूण रक्कम सत्त्याहत्तर लाखांवर गेली होती.

पुन्हा एकदा अत्यंत समाधानाने रकमेचा आकडा न्याहाळत तिने कॉम्प्युटर ऑफ केला. किशोर चावरेने दिलेल्या चिठ्ठीचे ताबडतोब बारीक तुकडे करून ते डस्टबिनमध्ये न टाकता टेबलाच्या ड्रॉवरमधून प्लॅस्टिकची छोटीशी बॅग काढली. केमिस्टकडे औषधं भरून द्यायला असते तशी. चिठ्ठीचे तुकडे त्यात टाकून ही पिशवी पर्समध्ये ठेवली. घरी जाताना फीमेल वॉर्डाच्या टॉयलेटमध्ये ते तुकडे फ्लश करून टाकायचे होते!

रेखा देसाई हे नाव माधवीला फारसं आवडत होतं, असं नाही. पण वरकमाईसाठी असं एखादं अकाऊंट असावं, असं तिच्या कन्सल्टंटनेच तिला सुचवलं होतं. त्यासाठी सहज लक्षात राहील असं आणि कुणालाही पटेल, असं नाव असावं, असंही त्यानेच सांगितलं होतं. ही युक्ती माधवीच्या इतकी पचनी पडली की, नंतर कन्सल्टंटला न सांगताच तिने तशी आणखीही दोन अकाऊंट्स उघडली होती.

हॉस्पिटलमधून मिळणारी, रुग्णांच्या उपचारासाठी घेतलेली प्रचंड फी, ॲन्जिओप्लास्टी स्टेन्टमधून मिळणारं कमिशन, प्रसिद्ध औषध कंपन्यांची औषधं प्रिस्क्राइब करण्यासाठी मिळणारे पैसे, मेडिकल जर्नल्समधल्या लेखांचं मानधन हा सगळा पैसा वेगवेगळ्या खात्यांवर जमा होऊन संपत्ती वेगाने वाढत होती... येत्या

तीन वर्षांत ही रक्कम चार कोटींवर जायला हरकत नाही असा विचार करत माधवीने अचानक लॅपटॉप पुन्हा ऑन केला...

त्याच वेळी गोखले हॉस्पिटलमध्ये डॉ. शेफालीनेही तिचा डेस्कटॉप कॉम्प्युटर बंद केला आणि घड्याळ पाहाताच तिच्या लक्षात आलं की, डीनना भेटायची वेळ झालीय. ती आळस झटकून उभी राहिली... शेअर बाजारातला ब्रोकर मुकेश दलाल आणि डॉ. गायकवाडांचा व्यवहार हे सारं त्यांना सांगायचं होतं.

"मे आय कम इन सर?"

डॉक्टर माधवींना भेटल्यानंतर किशोर चावरेला पुढची भेट घ्यायची होती. नवलोक रुग्णालयाच्या डॉक्टर उदय सावे यांची.

"प्लीज कम इन!"

चावरे अदबीने आत शिरला.

"बसा ना. काय सेवा करू आपली?"

"चेष्टा करता का डॉक्टर, आम्ही आपले सेवेकरी."

"अच्छा? मग आज कोणती सेवा करणार?"

किशोर चावरे डॉ. उदय सावेंना आधीही चार-दोन वेळा ओझरता भेटला होता. फार्मा कंपन्यांचे प्रतिनिधी डॉक्टरांच्या भेटी घेतात. तसेच अनेक रिप्रेझेंटेटिव्ह डॉक्टर सावेंनाही भेटायला येत असत. त्यातच कधीतरी त्यांनी किशोरला पाहिलं होतं.

डॉ. सावे भेदक नजरेने किशोरचा वेध घेत होते. तो चपापला. जराशी अडखळत सुरुवात करत शब्द जुळवू लागला.

"सर, तुमच्यासारख्या डॉक्टरांच्या सहकार्यानेच आमचं नवं एच. स्टेटीन हे ड्रग चांगलं चाललंय. दिवसेंदिवस त्याचा सेल वाढतोय. त्यामुळे कंपनी खूश आहे. हे औषध आता आम्ही देशभरच्या मार्केटमध्ये पाठवणार आहोत. त्यासाठीच तुमच्यासारख्यांच्या सहकार्याची सतत गरज आहे."

"म्हणजे नेमकं काय करायचं?"

हातातलं चावरेचं व्हिजिटिंग कार्ड खेळवत डॉक्टर सावेंनी विचारलं. वास्तविक औषधाच्या प्रसारासाठी फार्मा कंपन्या कोणत्या प्रकारचं सहकार्य मागतात, याची पुरेपूर जाणीव त्यांना होती. डॉ. उदय फार्मा प्रतिनिधींशी फारशी मैत्री वाढवत नसत.

"वेल सर... आमच्या या नव्या प्रॉडक्टवर आपण एखादी लेक्चर टूर करू शकलात, तर कंपनीला आवडेल. आपण महाराष्ट्रापासून सुरुवात करू. नंतर देशात

इतर ठिकाणीही जाता येईल. प्रवास-निवासाची उत्तम व्यवस्था आम्ही कशी करतो, हे आता या क्षेत्रातल्या लोकांना ठाऊकच आहे. आमचं एच. स्टेटीन प्रमोट करण्यासाठी तुमच्यासारखे अनुभवी डॉक्टर मदत करू शकतात. त्यात कंपनीचा फायदा आहेच, पण सर्वांचाच फायदा आहे.''

'सर्वांचाच फायदा' या शब्दांवर चावरेने जास्तच जोर दिल्याचं डॉक्टर उदय यांच्या लक्षात आलं.

''सगळीकडे स्टार हॉटेलमध्ये बुकिंग, विमानप्रवास आणि बाय रोड जावं लागलंच, तर जवळ एसी कार.''

''आणि?'' डॉक्टर सावेंनी चावरेकडे रोखून पाहात विचारलं,

''या ड्रग प्रमोशन टूरनंतर साहजिकच येणारा थकवा घालवण्यासाठी अमेरिका-अलास्का क्रूझ ट्रिपही.''

''आणि मी काय करायचं?''

''काही नाही. फक्त एच. स्टेटीन प्रिस्काइब करायचं, इतकंच.''

''इतकंच?'' डॉक्टर सावेंनी हा शब्द असा काही उच्चारला, की त्यामागचा खोचकपणा किशोरच्या लगेच लक्षात आला.

''मग सर ..होकार समजू?''

''थँक्स... तुम्ही दिलेल्या ऑफरबद्दल आभार. पण मला ती स्वीकारता येणार नाही.''

''म्हणजे सर... मला समजलं नाही!''

''बरोबर समजलंय सगळं तुम्हांला, मिस्टर चावरे. मला या खेळात रस नाही.''

''नो प्रॉब्लेम... लेक्चर टूर वगैरे हेक्टिक होणार असेल, तर कॅशचीही सोय...''

''मिस्टर चावरे उगाच वेड पांघरून पेडगावला जाऊ नका. मी काय म्हणतोय, त्याचा अर्थ तुम्हांला नीट समजलाय. मी कोणत्याही फार्मा कंपनीकडून आजपर्यंत काहीही घेतलेलं नाही आणि घेणारही नाही. माझी प्रॅक्टिस उत्तम चाललीय आणि त्यातून जे मिळतंय, त्यावर मी समाधानी आहे आणि आणखी एक, माझी प्रॅक्टिस चांगली चालत नसती, तरी या मार्गाने मिळणारा पैसा मी घेतला नसता... इज इट क्लिअर?''

''सर, आमच्या कंपनीलाही अशा आदर्शवादाचा आदरच आहे.'' चावरे बिलकूल विचलित न होता बोलला... ''सर, तुमच्यासारख्या निष्ठावंत व्यावसायिकांमुळेच आज मेडिकल प्रोफेशनची प्रतिष्ठा टिकून आहे...''

''आणि तरीही तुम्ही मला ही ऑफर देताय?'' डॉक्टर उदयचा स्वर तिखट

झाला होता. ''हे पाहा मिस्टर चावरे, एखाद्या मेडिकल असोसिएशनमध्ये लेक्चर द्यायचं असतं, तेव्हा त्याचा खर्च ती असोसिएशन करते आणि खेड्यापाड्यात मी स्वत:च्या खर्चाने जातो.''

चावरे फार चिवट माणूस होता. सहजासहजी हार न मानण्याचं आणि समोरच्या माणसापुढे शांतपणे विविध पर्याय ठेवण्याचं टेक्निक त्याने चांगलंच आत्मसात केलं होतं. तोच तर त्याच्या व्यवसायाचा गाभा होता.

''ओके सर! आय रिस्पेक्ट युवर फिलिंग्ज. पण तुम्हांला एखाद्या शहरातील मेडिकल असोसिएशनच्या वतीने लेक्चरसाठी आमंत्रण आलं, तर जाल ना?''

''बहुतेक जाईन!''

''मग आपण तशी व्यवस्था करू या ना! त्यात काय विशेष...'' म्हणत चावरे आनंदाने उठला आणि डॉक्टरांपुढे हस्तांदोलनासाठी हात करत म्हणाला,

''भेटू लवकरच... विथ न्यू प्रपोजल.''

''बघू... पण मिस्टर चावरे. तुमच्या फार्माला हे ठाऊक असू द्या की, कोणत्याही ड्रगविषयी मी सत्य तेच बोलतो.''

''काहीच हरकत नाही. टीका-टिप्पणी-चाचणी-परीक्षणं यांच्या कसोटीवर उतरूनच हे ड्रग आम्ही मार्केटमध्ये आणलंय, सर.''

''ते ठीक आहे. पण हे औषध फारच महागडं आहे, असं मी सांगणार.''

''जीवनरक्षक औषध जिवापेक्षा थोडंच महाग असणार सर?''

''हे तत्त्वज्ञान मलाही कळतं. पण ते रुग्णांना परवडणारं नको का? आणि त्याच्या अजून न दिसलेल्या साइडइफेक्टसूबद्दल काय?''

''एच.स्टेटीन कोणतेच दुष्परिणाम करत नाही. सर, संशोधनाचा तसा अहवालच आपण लोकांसमोर मांडणार आहोत.''

''असं तुम्ही म्हणताय. पण दोन-चार मेडिकल जर्नल्सनी या औषधातल्या उणिवा ठळकपणे दाखवल्या आहेत, त्यांचं काय? हे औषध लिव्हरला हानिकारक ठरू शकतं, असं म्हटलं गेलंय. त्याचं काय?''

''मला समजलं नाही सर.''

''पुन्हा एकदा सांगतो चावरे. मी काय म्हणतोय, ते तुम्हांला छान समजतंय. इतरांना पटवण्याचं तुमचं स्किल मी ॲप्रिशिएट करतो. पण तुमचं 'ड्रग'ॲप्रिशिएट नाही करू शकत. निदान या घडीला तरी नाहीच.''

असं म्हणत डॉ. उदयने ड्रॉवरमधून दोन-तीन लेखांच्या झेरॉक्स कॉपीज काढल्या.

''चावरे हे घेऊन जा. तिन्ही लेख तुमच्या एच. स्टेटीन विषयावरच आहेत.

तुमच्या वरिष्ठांना ते वाचायला द्या. त्यातील एका लेखात म्हटलंय की, हे औषध घेतल्यावर सहा महिन्यांत लिव्हरमधल्या एसजीपीटी एन्झाइममध्ये या औषधामुळे धोकादायक वाढ होऊ शकते आणि त्याचे दुष्परिणाम तुम्हांला माहीतच आहेत.''

"पण सर, हे म्हणण्यावर काऊंटर-रिपोर्टही खूप आहेत. ते म्हणतात की, एच. स्टेटीन अतिशय उत्तम औषध असून, त्यामुळे गुड कॉलेस्टेरॉलमध्ये वीस टक्क्यांनी वाढ होते. शिवाय तुम्ही ओबेरॉयमधल्या पार्टीत ज्या जर्नलविषयी उल्लेख केला होता, त्यात ज्या हॉस्पिटलच्या चाचणीवर तो रिपोर्ट होता, त्याच रुग्णालयाचं पत्र आता आमच्याकडे असून त्यात असं स्वच्छ म्हटलंय की, 'आमच्या आधीच्या निष्कर्षात गफलत झाली होती. प्रत्यक्षात हे औषध अत्यंत परिणामकारक आहे,' चावरे विजयी वीराच्या थाटात बोलत होता. सर, मुंबईच्या निष्णात डॉक्टरांचंही तेच मत आहे.''

"म्हणजे डॉ. माधवी आणि डॉ. मराठेच ना?''

"असं का म्हणता सर? ते चांगले डॉक्टर नाहीत का? त्यांनी वर्षभर या औषधाच्या यशस्वी चाचण्या घेतल्या आहेत.''

"चावरे, त्यांच्या चाचण्यांविषयी जास्त न बोललेलंच बरं.''

दोन मोठ्या डॉक्टरांच्या परीक्षणावर डॉ. सावेंचा विश्वास नाही असं जाणवल्यावर चावरेने पवित्रा बदलला. तो ठामपणे बोलू लागला.

"हे पाहा डॉक्टर सावे, आपल्या देशात कितीसे डॉक्टर विविध मेडिकल जर्नल्स वाचण्याची तसदी घेतात? तुमच्यासारखे शहरी डॉक्टर वाचत असतील.

पण गावात... खेड्यात? तिथे वाचलं जातं ते सगळं? भारतात लाखो खेडी आहेत हे लक्षात घ्या. तिथे अनेक खरे आणि बोगस डॉक्टर प्रॅक्टिस करत आहेत. ते आमचं ड्रग वापरणारच. अशा परिस्थितीत तुम्ही एकटे काय करणार?''

डॉ. सावे हसले, "खरंय, तुमचं म्हणणं! तुमच्यासारख्या बलाढ्य मल्टिनॅशनल कंपनीच्या विरोधात मी काय करू शकणार?''

"फार तर तुमच्या रुग्णांना या औषधापासून दूर ठेवाल.''

"ते तर मी करेनच.''

"जरूर करा. पण तेवढंच करा. आमच्या औषधाच्या विरोधातला सूर तुमच्या कन्सल्टिंग रूमपुरताच मर्यादित ठेवलात, तर बरं होईल... नाहीतर...''

"नाहीतर काय?'' डॉ. उदय सावेंनी चिडून विचारलं.

"चिडू नका डॉक्टर... पण तसं नाही झालं तर? वेल... वेळ आल्यावर समजेलच.''

चावरेने उठून उभं राहत डॉक्टर सावेंच्या डोळ्यात रोखून पाहिलं. त्याच्या

नजरेत एक प्रकारची हिंस्र छटा डॉक्टर सावेंना जाणवली.

चावरे गुडबाय करून निघून गेला आणि डॉक्टर तसेच स्तब्ध उभे राहून केबिनच्या धाडकन् बंद झालेल्या दरवाजाकडे पाहात राहिले.

चावरे गेलेल्या दिशेने पाहात असताना, डॉक्टर उदयच्या मनात कुठेतरी भीतीचा कंप उमटत होता. कारण चावरेने सल्लावजा धमकी दिली होती. ''डॉक्टर सावे, आमच्या कंपनीच्या औषधाचा वापर तुम्ही तुमच्या रुग्णांसाठी करू नका हवं तर, पण औषधाविरुद्धचं तुमचं मत तुमच्यापुरतंच सीमित ठेवलंत, तर बरं होईल...'' 'आणि मी ते मत जाहीरपणे व्यक्त केलं तर?'... उदयने स्वतःलाच पुन्हा विचारलं. हेच त्याने किशोर चावरेलाही विचारलं होतं. त्यावर तीव्र शब्दांत सल्ला देऊन चावरे चालता झाला होता.

आपल्या मतांशी ठाम असणाऱ्या डॉ. उदयला थोडी बैचेनी जाणवू लागली. मनाविरुद्ध तडजोड करण्याचा त्याचा स्वभाव नव्हता. त्यासाठी द्यावी लागणारी किंमत मोजण्याची त्याची तयारी होती, पण चावरेचा एकूण आविर्भाव पाहिल्यावर त्याला वाटलं आपण मुकाटपणाने ऐकून घेतलं असतं, तर काय बिघडलं असतं? शहाण्याने असल्या माणसांच्या नादी लागूच नये... जाऊ दे. मनात इतकी का खळबळ उडतेय? आपण घाबरलोय? उदयला काहीच कळत नव्हतं. अचानक त्याला आपल्या छोट्या मुलीची, सायलीची आठवण आली.

''पप्पा... आपण खेळू या...'' तीन वर्षांच्या सायलीचे बोबडे बोल कानी पडले, तर मनाची तगमग थोडी शमेल, असं उदयला वाटलं. त्याने फोन लावला. लीना घरीच होती.

''हॅलो, डॉक्टर लीना हियर...''

''लीना ... मी...''

लीनाचा आवाज एकदम बदलला, ''बोल... काय काम आहे?'' तिने रूक्षपणे विचारलं.

''कशी आहेस?''

''उत्तम... काम काय ते बोल. उगाच वायफळ गप्पा मारायला मला वेळ नाही.''

''लीना, मला थोडा वेळ सायलीशी बोलू दे!''

''ती शेजारी खेळायला गेलीय... आणि सायलीच्या निमित्ताने फोन करून मला प्लीज डिस्टर्ब करू नकोस. धिस इज वन्स फॉर ऑल! अंडरस्टुड?''

लीना खोटं सांगतेय हे उदयला समजलं. सायलीचा मंजूळ आवाज त्याच्या कानी येत होता. त्याचा जीव गलबलला.

''लीना, प्लीज... मला माझ्या मुलीशी बोलायचाही हक्क नाही? हक्क नसेल, तरी माझी मानसिक गरज समज.''

''नो इमोशनल ब्लॅकमेलिंग उदय, आपले मार्ग वेगळे आहेत हे पक्कं ठरलंय...''

''पण सायली आपल्या दोघांचीही मुलगी आहे...''

''इनफ!'' म्हणत लीनाने फोन कट केला आणि उदय अधिकच अगतिक झाला. संतापाने त्याने टेबलावर जोरात मूठ आपटली.

आपण स्वत:लाच अडचणीत आणणारं का वागतो? कशाला बोललो आपण त्या चावरेला? का फोन केला लीनाला? उदयचं डोकं भणभणलं. कुणाशी तरी बोलून मन मोकळं करायला हवं होतं. पण बोलायचं कुणाशी?... येस... डॉ. शेफाली!

क्षणभर विचार करून तो सेलफोनवरचा नंबर पंच करू लागला.

पलीकडून शेफालीचा परिचित आवाज कानी पडताच डॉ. नीरज मोहरला.

''काय करताय मॅडम?''

''मॅडम आता कामात आहेत, मिस्टर...''

''मग बोलणंच खुंटलं...'' दोघं खळाळून हसली.

''बोला, काय काम काढलंत?'' शेफालीने विचारलं.

''आज संध्याकाळी के.पी. ड्रग्जतर्फे मेरियट हॉटेलात डिनर पार्टी आहे... येणार?''

''पण मला आमंत्रण नाही...''

''सो व्हॉट? माझ्याबरोबर चल...''

''नको. नीरज, मला असं आवडत नाही. इन्व्हिटेशनशिवाय मी कुठेही जात नाही.''

''मग मी इन्व्हाइट करतोय असं समज...''

शेफाली काहीच बोलली नाही; तेव्हाच तिचा नकार पक्का आहे हे नीरजच्या लक्षात आलं.

''ओके. आय अंडरस्टॅण्ड... आज आपण हॉटेल मेरियटमध्येच डिनर घेऊ... माझ्यातर्फे ... मग तर काही हरकत नाही?''

''अरे वा! लोन पास झालं वाटतं? शेफालीने हसून विचारलं.

''नाही, पण चार पैसे असतात गरिबाकडे.''

"नीरज, अजून तुला घर घ्यायचंय. आत्तापासूनच पंचतारांकित चैन करायला लागलास, तर कसं व्हायचं? आपल्याला ते परवडणारं नाही..." आणि तिने जीभ चावली. नकळत ती 'आपल्याला' असं बोलून गेली होती. तो शब्द नीरजच्या कानातही घट्ट रुजला.

'क्या बात है डॉक्टर नीरज... कीप इट अप.' नीरजने मनातल्या मनात स्वतःचीच पाठ थोपटली. शेफाली नाही म्हणाली, तरी तो आग्रह करून तिला संध्याकाळी मेरियटमध्ये घेऊन गेलाच.

दोन पेग रिचवल्यावर नीरज मोकळेपणाने बोलू लागला. त्याचं बोलणं ऐकता ऐकता शेफालीला वाटलं, एवढे दिवस आपण आपल्याच विश्वात गुंतलो होतो. स्वतःपलीकडेही बरंच मोठं जग असतं. तिथे माणसं असतात, त्यांच्याही काही इच्छा, अपेक्षा, समस्या असतात. प्रत्येक माणूस हेच कदाचित एक स्वतंत्र विश्व असतं! नीरज बोलतच होता,

"शेफाली, खरं सांगू? कधी कधी वाटतं, सरकारी हॉस्पिटलमध्ये नोकरी स्वीकारूनच चूक केली मी. इथे नेमका, मोजका पगार दरमहा हाती पडणार. स्वतःची प्रॅक्टिस असती, तर... पण ते नाही जमलं."

"कारण तेवढी शाश्वती वाटत नव्हती..."

"बिलकूल नाही. आय वॉज डॅम कॉन्फिडंट... पण या शहरात डिस्पेन्सरीसाठी जागा घेण्याइतका पैसा कुठून आणायचा? ही विवंचना होती. त्या काळात कोणी चार पैसे उधार-उसनवार देईल, अशीही स्थिती नव्हती. ना पत ना ऐपत! मग चिकटलो सरकारी नोकरीत!" शेफाली ऐकत होती.

"सगळ्या फार्मा कंपन्यांच्या फाइव्हस्टार पार्ट्यांना मी आवर्जून जातो, का माहितेय? त्या हाय - फाय वातावरणात मला माझ्या ध्येयाची सतत आठवण राहाते. आय वॉन्ट टू लिव्ह लाइफ किंगसाइज... लोअर मिडलक्लास जीवनातली कुचंबणा मी पुरेपूर अनुभवलीय. उबग आलाय मला त्या जिण्याचा. आय वॉन्ट टू मेक इट बिग! प्रतिष्ठित, श्रीमंत जगणं हवंय मला."

थोडं खाणं झालं होतं. नीरज आत्मकथेत गुंगला होता. त्याने आणखी एका पेगची ऑर्डर देण्यापूर्वीच शेफाली बोलली, "चल... इथे नको... आपण दुसरीकडे कुठेतरी जेवण घेऊ.... जाताजाता बीचवर गप्पा मारू या..."

सागरकिनारा जवळच होता. कार पार्क करून दोघं ओलसर पुळणीवरून चालू लागली. शेफालीने सॅन्डल्स हातात घेतले. ओल्या वाळूत उमटणारे आपल्याच पावलांचे ठसे तिला मनोहारी वाटत होते. निऑन लाइटच्या प्रकाशात ते अस्पष्ट दिसत असले,

तरी तळव्याला चिकटलेल्या वालुकाकणांचा स्पर्श सुखद वाटत होता. समुद्र शतलाटांनी गर्जत होता.

''आज पौर्णिमा असती तर?'' नीरज बोलला.

''तर मी गाणं म्हटलं असतं... *पुनवेचा चंद्रमा आला वरी; चांदाची किरणं दर्यावरी, खाऱ्या खाऱ्या वाऱ्यात; चांदण्याच्या तोऱ्यात; तुझा माझा एकांत रे...*'' शेफालीने पुन्हा जीभ चावली... *साजणाऽ* शब्द तिने गिळून टाकला... काय वाटतंय नेमकं आपल्याला या तरुणाबद्दल?

''मग थांबलीस का म्हण ना... की मी म्हणू *'चंद्र आहे साक्षीला'?''*

''वा... तुलाही गीत-संगीताची आवड दिसतेय.''

''हो तर... काही दिवसांपूर्वी एका काव्य-संमेलनाला गेलो होतो.''

''मलाही आमंत्रण होतं तिथलं...''

''त्याच वेळी ऐकलेलं गाणं लक्षात ठेवलं... तुझ्यासाठी.''

शेफालीने डोळे मोठे करत त्याच्याकडे पाहिलं.

तिचा चेहरा त्याला पौणिमेच्या चंद्रासारखा तेजस्वी वाटत होता.

डॉ. उदय वैतागला. शेफालीचा फोन एन्गेज्ड होता. शेवटी त्याने मनातले विचार झटकले आणि तो एका निश्चयाने उभा राहिला. एका कंपनीच्या माणसाने काही बोलावं, आपण घाबरावं, एवढे कधी तकलादू झालो आपण मनाने?... त्याने स्वत:लाच विचारलं.

''ही गोष्ट तुमच्यापुरतीच मर्यादित ठेवा डॉक्टर... नाहीतर'' एवढंच बोलून चावरे निघून गेला खरा, पण त्याच्याही मनात आता थोडी धाकधूक निर्माण झाली होती.

'हा डॉक्टर चांगलाच खमक्या दिसतोय, सहजासहजी पटणाऱ्यातला नव्हे,' तो स्वत:शीच बोलला. एरवी बरेच डॉक्टर्स त्याने पाहिले होते. फार्मा कंपन्यांची ऑफर नाकारण्याचा वेडेपणा सहसा कुणी करत नसे. कंपन्यांच्या ऑफर्सही लोभसवाण्या असल्याने, त्या नाकारण्याचं कारणही नसायचं. नव्या प्रॉडक्टचं यश या नातेसंबंधांवर तर अवलंबून असतं. पण हा डॉक्टर उदय... प्रॉडक्ट बाजारात आल्यापासून कुरकुरतोय. मोठा तत्त्वनिष्ठेचा आव आणतोय. ओबेरॉयमधल्या पार्टीतही तो असंच काहीसं बडबडल्याचं डिसूझाने सांगितलं होतं.

म्हणून त्याला पटवण्याची जबाबदारी त्या कामात निपुण असलेल्या किशोर चावरेवर सोपवण्यात आली होती. भल्याभल्यांना जाळ्यात ओढण्यात किशोर वस्ताद

होता. पण डॉक्टर उदयने त्याला फारच मनस्ताप दिला. किशोर स्वत:वरच चिडला...
तुमच्यासारखा एखादा डॉक्टर आमचं काय बिघडवणार?... असं विचारण्यात आपण
चूक केली, असं त्याला वाटलं. उगाच दुखावलं आपण त्या डॉक्टरला. अशी भाषा
आजपर्यंत आपण कोणत्याही डॉक्टरशी बोलताना वापरली नव्हती. मग आजच ही
गफलत कशी झाली? आपण तर गोडबोले म्हणून प्रसिद्ध आहोत. उदयशी उद्धटपणे
बोलण्याची गोष्ट आणखी चार जणांना कळायला वेळ लागणार नाही. इतर डॉक्टरांचं
काय इम्प्रेशन होईल आपल्याबद्दल? डॉक्टरांचा मान राखूनच आपलं काम करवून
घ्यायचं, एवढं साधं सूत्र आपण कसं विसरलो? किशोर स्वत:ला बोल लावत राहिला.
आता ही गोष्ट अतुल अग्रवालला कळवलीच पाहिजे. तोच काहीतरी करू शकेल.

अतुल अगरवाल... खरं तर अग्रवाल पण सगळे म्हणायचे अगरवालच. त्याच्या
स्मरणाने किशोरच्या नजरेपुढे अतुलची मूर्ती उभी राहिली.

सव्वासहा फूट उंची. भक्कम बांधा. हसतमुख. देखणा चेहरा... पण एखादा
निर्णय घेताना अतुलच्या चेहऱ्यावरचे सारे भाव पुसले जायचे. एकदम ब्लँक होऊन तो
विचार करू लागायचा. त्याच्या मनात काय चाललंय, याचा अंदाज समोरच्याला
बिलकूल येत नसे. अशा वेळी त्याचे डोळेही एकदम वेगळेच वाटत. समोरच्याचा
आरपार ठाव घेणारे... धारदार. अतुल अगरवाल हे एक डायनॅमिक व्यक्तिमत्त्व होतं
खरंच!

हा मूळचा राजस्थानी तरुण दिल्लीकर झाला होता, तो वाडवडिलांपासून, दिल्लीत
त्याचा औषधविक्रीचा धंदा होताच, पण गेल्या काही वर्षांत त्याने स्वत:ची औषध
कंपनीही सुरू केली होती.

किशोरचा उद्योग-व्यवसाय मुंबईत. औषधविक्रीच्या समान व्यवसायामुळे दोघांची
ओळख झाली आणि मग मैत्री. अतुलने धंद्यात खूप नाव, पैसा कमावला. स्वत:
काही औषधांची निर्मिती करू लागल्यावर फार्मा इंडस्ट्रीत त्याचं नाव घेतलं जाऊ
लागलं. किशोर ड्रग-डिस्ट्रिब्यूटरच राहिला.

अतुलच्या कंपनीने आंतरराष्ट्रीय स्मिथ फार्माकडून एच. स्टेटीनच्या भारतभरच्या
वितरणाचे हक्क मिळवले होते आणि त्याने महाराष्ट्र, गोवा, गुजरात हा विभाग किशोरकडे
सोपवला होता.

कार स्टार्ट करण्यापूर्वी किशोरने अतुलला फोन केला.

''बोलो किशोर... क्या हलचल?''

''एक प्रॉब्लेम आहे यार....''

सावध झालेल्या अतुलचा चेहरा किशोरच्या नजरेसमोर आला, नि तो किंचित

हसून म्हणाला,

"अरे, नवलोक हॉस्पिटलचा तो डॉक्टर... उदय सावे..."

"आपल्या प्रॉडक्टबद्दल प्रतिकूल मत असलेला...?"

"येस, तोच..!"

पुढचं बोलणं अतुलने कोणतीही प्रतिक्रिया व्यक्त न करता ऐकून घेतलं. किशोरलाही तेच अपेक्षित होतं. शेवटी अतुल एकच वाक्य बोलला,

"मला डॉक्टर उदयची संपूर्ण माहिती कळव."

फोन करकरून डॉ. उदय कंटाळला. शेफाली एवढ्या कसल्या कामात आहे? फोन कधी एन्गेज्ड तर कधी नॉट रिचेबल. मोबाईल हाती आल्यापासून संपर्क सोपा झालाय की कठीण, असा प्रश्न त्याला पडला. सारखा फोन करण्यात वेळ जातो, नि नकळत स्ट्रेस वाढतो, एवढं मात्र खरं.

केबिनमधून बाहेर पडल्यावर तो कॉरिडॉरमध्ये नुसताच उभा राहिला. नातेवाईकांनी रुग्णांना भेटण्याची वेळ संपल्याने गर्दी नव्हती. नर्स-वॉर्डबॉयची तुरळक ये-जा आणि बाकी पूर्ण शांतता!

उदयला खूप एकाकी वाटलं. शेफालीचा फोन लागत नव्हता. लीनाने सायलीशी दोन शब्दही बोलू दिले नव्हते... आणि तो चावरे इशारा देऊन गेला होता. मनातला वाढता कल्लोळ रोखण्यासाठी त्याला चांगली कंपनी हवी होती. उदयला एकदम संदीप निंबाळकरांची आठवण आली.

संदीप निंबाळकर. माजी कसोटी क्रिकेटपटू. त्यांच्या बॅटच्या फटकाऱ्यांनी सारं क्रिकेटविश्व एके काळी स्तिमित झालं होतं. संदीपच्या नावावर अनेक रेकॉर्ड्स होते.

पण आज हा महान क्रिकेटपटू नवलोक रुग्णालयातल्या शेवटच्या मजल्यावरच्या स्पेशल रूममध्ये निवांत पहुडला होता. फुप्फुसाच्या कॅन्सरने या विक्रमवीराला ग्रासलं होतं. कॅन्सरने सेकंड स्टेज ओलांडली होती.

राऊंडवर असताना उदय संदीपना अनेकदा भेटला होता. कॅन्सरची पूर्ण कल्पना असूनही संदीपची जिंदादिली कमी झाली नव्हती. मैदानावरचं स्पोर्ट्समन-स्पिरिट त्याच्या मनातही उतरलं होतं. उदय संदीपकडे निघाला.

"कसं वाटतंय निंबाळकरसाहेब?"

पंधराव्या मजल्यावरच्या खिडकीतून दूरवरच्या सागरलाटांकडे एकटक पाहात बसलेल्या संदीपची तंद्री भंगली.

"तुमच्या कृपेने सगळं ठीक आहे." संदीप हसून बोलले. उदयने त्याचा हात

हाती घेत किंचित थोपटला. संदीपच्या प्रसन्न चेहऱ्यावर स्मितहास्य पसरलं.

''एकदम फाइन?'' उदयनेही उत्साहाने विचारलं.

''ऑफकोर्स!'' सत्तरीकडे झुकलेल्या निंबाळकरांच्या चेहऱ्यावर मिश्कील भाव उमटले. मग इकडच्या-तिकडच्या गप्पा सुरू झाल्या. राष्ट्रपतिपदावर पहिली मराठी महिला विराजमान झाल्याच्या बातमीपासून इंग्लंडचा त्यांच्याच देशात पराभव करणाऱ्या आपल्या क्रिकेट टीमपर्यंत अनेक विषयांवर चर्चा झडली... 'इतका मनमोकळा स्वभाव, निर्मळ मन असलेल्या माणसाला कॅन्सर का व्हावा?' उदयच्या मनातले हे विचार त्याच्या चेहऱ्यावर वाचल्यागत संदीप निंबाळकर म्हणाले,

''काय आहे डॉक्टर मित्रा, दुर्धर आजार का झाला नि मलाच तो का झाला? असला विचार करण्यात अर्थ नसतो. अम्पायरच्या गफलतीमुळे काही वेळा क्रीझ सोडावं लागतं, तसा प्रकार आहे हा. पण चिडचिड करायची नाही, हीच खरी खिलाडूवृत्ती. जमेल तितके चौकार, षटकार मारण्याची जिद्द हरायची नाही.''

डॉ. उदय भारावून ऐकत होता. निंबाळकर शब्दांच्या चौकार-षटकारांचीही आतषबाजी करतात हे त्याला आता अनुभवाने ठाऊक झालं होतं. त्यांचं बोलणं ऐकणं म्हणजे हिरव्या रानातल्या मुक्त धबधब्याखाली स्वच्छ आंघोळ करण्यासारखं होतं.

''डॉक्टर, तुला टेनिसपटू आर्थर अ‍ॅशची कहाणी ठाऊक आहे. विम्बल्डन, ऑस्ट्रेलियन ओपन अशा अनेक स्पर्धा सहज जिंकणारा हा जगन्मान्य खेळाडू शेवटी एड्सग्रस्त झाला. त्याच्या चुकीमुळे नव्हे, तर एचआयव्हीग्रस्त रक्त दिलं गेल्यामुळे!''

उदय आश्चर्याने एकत होता.

''आर्थरची तब्येत ढासळायला लागल्यावर एके दिवशी एका पत्रकाराने त्याला विचारलं, व्हाय यू? तुम्हीच एड्सच्या कब्जात का जावं? आणि त्यावर आर्थरचं उत्तर काय होतं, माहितेय?''

उदयने नकारार्थी मान हलवली.

''अरे, असं उत्तर इतर कुणाला सुचणारही नाही. मीही असे विचार त्यापूर्वी कधी ऐकले-वाचले नव्हते.''

''काय उत्तर दिलं आर्थरने?''

तो म्हणाला, ''हे पाहा, जगात कोट्यवधी लोक टेनिस खेळतात. त्यांपैकी काही जण आंतरराष्ट्रीय सन्मान मिळवतात आणि सर्वोच्च सन्मान माझ्यासारख्या एकट्याच्याच वाट्याला येतो. जेव्हा सर्वोच्च सन्मान मिळाला, तेव्हा मी स्वत:ला विचारलं का... व्हाय मी? मलाच कशाला? नाही ना? मग हा असाध्य रोग झाल्यावरच मी हा प्रश्न का विचारावा. जे घडलं ते अ‍ॅक्सेप्ट करा.''

डॉ. उदयच्या डोळ्यांच्या कडा ओलावल्या. निंबाळकर बोलतच होते.

"मला फुप्फुसाचा कॅन्सर आहे. तो जीवघेणा आहे. हे सगळं मला माहितेय. पण हे माझ्याच वाट्याला का? असं मात्र मी म्हणणार नाही. क्रिकेटमधला जागतिक सन्मान जेव्हा मला मिळत होता, तेव्हा मी हा प्रश्न मला विचारत होतो का? उलट मी विचार केला की, अनेकांना कॅन्सर होतो. तसाच तो मला झालाय. त्यात काय मोठंसं? म्हणूनच माझी कोणतीही तक्रार नाही. माझ्याकडे पैसा आहे. सन्माननीय खेळाडू म्हणून सरकारही मला मदत करतंय. शिवाय इथे काळजी घ्यायला तुझ्यासारखे तरुण डॉक्टर मित्र आहेत... आणखी काय हवं... अरे, कितीही फटकेबाजी केली, तरी इनिंग्ज केव्हातरी संपायचीच. प्रत्येक गोष्टीला काळाची मर्यादा आहे हे लक्षात घेऊन आनंदात जगावं. 'ॲक्सेप्ट लाइफ ॲज इट कम्स.' निराशेला मनात थारा देऊ नये."

आणि मग एक पॉज घेत ते बोलले,

"सॉरी डॉक्टर... मी एखाद्या राजकारण्यासारखं लांबलचक भाषणच ठोकलं की!"

उदय त्यांच्याकडे पाहाता राहिला. निंबाळकर पुढे म्हणाले,

"उदय... खरं सांग... पण आत्ता तू मला तपासायला नव्हे, तर स्वतःला बरं वाटावं म्हणून आला होतास ना? तुझ्या नजरेतले डिस्टर्ब्ड भाव मी लगेच ओळखले."

उदय भावनाविवश झाला. त्याच्या डोळ्यांतलं पाणी ओघळलं.

"सर... मी खूप डिस्टर्ब्ड आहे. मला परिस्थितीशी झगडण्याची हिंमत हवी आहे. ती कुठे मिळेल?"

"कम ऑन डॉक्टर. बी ब्रेव्ह...!" निंबाळकर उदयच्या खांद्यावर मायेने हात ठेवत म्हणाले.

"मित्रा... ती हिंमत बाहेरून मिळत नसते. ती आतूनच मिळवावी लागते. फ्रॉम विदिन... आपल्याच मनातून.

सत्य आणि असत्याविरुद्ध लढण्याची ताकद तिथेच असते! मनाने सत्याची साथ दिली, तर जगाची तमा बाळगण्याचं कारण नाही. तुमच्या आत्ताच्या पिढीच्या भाषेत सांगायचं तर तीच गांधीगिरी."

उदयने मान डोलावली.

"अरे, मोहनदास करमचंद गांधी नावाच्या कृशकाय माणसाच्या मनात केवढी प्रचंड हिंमत होती. अंतरात्म्याच्या आवाजाचा कौल मानून जगावेगळं काही करण्याची ताकद होती. म्हणून तर आजही जगात त्यांचं नाव पहिल्या क्रमांकावर आहे."

संदीप निंबाळकर मनमोकळं हसले.

"मी बरंच बोअर केलं का तुला?"

"नाही सर. मला हिंमत दिलीत तुम्ही. नव्हे, मनातूनच ती गोळा करण्याची प्रेरणा दिलीत. आता तुम्ही आराम करा सर. मी पुन्हा येईन, या ओल्ड यंग मॅनला भेटायला."

निंबाळकरांनी पुन्हा एकदा प्रसन्नतेने त्याच्याकडे पाहिलं. उदयने त्यांच्या पायाला हात लावून नमस्कार केला. कारण यापूर्वी असा पेशंट त्याला भेटलाच नव्हता. एक पेशन्स असलेला पेशंट...

आत्मविश्वास घेऊन उदय निघाला.

'काय विलक्षण माणूस आहे निंबाळकर म्हणजे...' डॉ. उदय निश्चिंत मनाने क्रिकेटपटू संदीप निंबाळकरांच्या रूममधून बाहेर पडताना विचार करत होता. कुठून आणतो हा माणूस मनात एवढी ऊर्जा? तेही कॅन्सरसारखा असाध्य विकार झालेला असताना! स्वत:च्याच मनातून. तेच तर त्यांनी सांगितलंय आपल्याला. आता आपणही तसंच वागायचं. 'सत्य-असत्यासी मन केले ग्वाही' या तुकोबांच्या उक्तीप्रमाणे डॉक्टर उदयची उदासीनता कुठल्या कुठे पळाली. चावरेच्या धमकीचं त्यांना काहीच वाटेनासं झालं.

डॉक्टर उदय सावेंचा समग्र रिपोर्ट चावरेने दिल्लीत बसलेल्या अतुल अगरवालला ताबडतोब दिला होता. धंद्यासाठी काहीही करण्यात वाकबगार असलेला मितभाषी अतुल सगळं ऐकून एकच वाक्य बोलला, "त्या डॉक्टरविषयी सर्व माहिती मला कळव!"

अतुल काय चीज आहे, हे किशोर चावरेला चांगलंच ठाऊक होतं. त्यामुळे त्याच्या या वरवर साध्या वाटणाऱ्या शब्दांमागे खोल अर्थ दडलाय, हे त्याने लगेच ताडलं. नवलोकमधून बाहेर पडल्यावर लगेच अतुलला फोन करून सावेची जबाबदारी त्याच्यावर टाकली हे बरंच झालं, असं त्याला वाटलं. वीसेक मिनिटांनी अतुलने त्याला दुसऱ्या मोबाईलवर फोन करायला सांगितलं होतं. अतुलबरोबरच्या गेल्या पंधरा वर्षांच्या अनुभवानंतर दुसऱ्या मोबाईलवर फोन कर याचा अर्थ, त्याच्या दृष्टीने मामला गंभीर आहे, एवढं किशोरला समजतं होतं. अतुल अगरवालचा हा दुसरा मोबाईल नंतर देशात फारच कमी लोकांना माहीत होता आणि आपण त्यातले एक असल्याचा अभिमान चावरेला त्या क्षणी वाटला.

स्वत: किशोरही तसा सीनियर माणूस, एखाद्या नव्या प्रॉडक्टच्या प्रसारासाठी

त्याने डॉक्टरांकडे जायचे दिवस केव्हाच मागे पडले होते. आता हे काम तरुण मेडरेप अर्थात मेडिकल रिप्रेझेंटेटिव्हज् करत असतात. परंतु स्मिथ फार्माच्या नव्या औषधाच्या ॲग्रेसिव्ह कॅम्पेनच्या दृष्टीने खास डॉक्टरांकडे किशोर चावरेनेच जावं असा अतुल अगरवालचा आग्रह होता. हार्ट स्पेशालिस्टना त्यांच्यासारख्या सीनियर माणसाने भेटून एच. स्टेटीनचं महत्त्व समजावून देणंच योग्य, किंवा सीनियर माणूसच हे काम करू शकेल, हे अतुलचं म्हणणं अगदीच चुकीचं नव्हतं.

अर्थात, हे समजावून देणं याचे अनेक अर्थ निघत होते. त्यात साम-दाम-दंड-भेद सगळ्या युक्त्या-प्रयुक्तांचा समावेश होता. बहुतेक डॉक्टर साम-दाम आणि क्वचित भेदयुक्तीने पटत. पुढच्या मार्गांचा अवलंबन करण्याची वेळ आत्तापर्यंत अतुल किंवा किशोरवरही आली नव्हती.

पण हा डॉक्टर उदय सावे... भेद मार्गाचा वापर करायचा, तर त्याची एखादी दुखरी नस हाती गवसायला हवी. काय असेल डॉक्टर उदयचा वीक पॉइंट?

किशोरकडे आणखी पंधरा-वीस मिनिटंच होती. तेवढ्यात विचार करून अतुलला काही सांगायचं होतं. तो मनात डॉक्टर उदयच्या चरित्राची उजळणी करू लागला. ॲक्सिलरेटवर पाय दाबून गाडीचा स्पीड वाढवताना मनातलं विचारचक्रही वेग घेऊ लागलं.

ही एक नवीनच कटकट...

कारमध्ये बसलेला अतुल अगरवाल दिल्लीतील कॅनॉट प्लेसकडून वसंत विहारकडे जाताना विचारात गढला होता. मध्येच ट्रॅफिक नसलं, तर त्याला बंगल्यावर लवकर पोहोचता येणार होतं.

बंगल्याचं स्मरण होताच अतुलला बरं वाटलं. त्याचं त्या वास्तूवर अतोनात प्रेम होतं. तीन बेडरूम्स, प्रशस्त म्हणजे प्रचंड म्हणावा असा हॉल, मोठी किचन, स्टोअर रूम, स्टडी रूम आणि बंगल्यापुढे पोर्च. बॅकयार्डमध्ये मोठी बाग. सर्वांत महत्त्वाचं म्हणजे लेन्सर आणि ॲकॉर्ड कार राहतील एवढं मोठं गॅरेज. त्याच्या बाजूलाच आऊट हाऊस. तिथे घरचा खानसामा, ड्रायव्हर आणि सिक्युरिटी स्टाफ राहायचा. सिक्युरिटी केबिन प्रवेशद्वाराशी होतीच. या सर्वांना अतुल भरपूर पगार देत होता. कारण त्यांच्याकडून त्याला चोवीस तास ड्यूटीची अपेक्षा होती.

त्याची सगळी माणसं विश्वासू होती. अनेक वर्षे त्याच्याकडे काम करत होती. तरीही त्यांना मालकाचा स्वभाव पूर्णपणे समजला नव्हता. ड्रायव्हर कीर्ती याला मालकाच्या ड्रायव्हिंगच्या शौकाची कल्पना होती. मूडप्रमाणे साहेब ॲकॉर्ड किंवा लेन्सर पसंत करत. स्वयंपाकाचं काम सांभाळणारा सुखराम, यालाही साहेब आणि

मॅडमच्या जेवणाच्या आवडीनिवडीची चांगली जाण होती. कोणते पाहुणे आले की, काय बनवायचं हे त्याला अनुभवाने पाठ झालं होतं. बहुतेक वेळा साहेब आणि बाईसाहेब मोठ्या हॉटेलात पार्ट्यांना जातात, एवढंच सुखरामला ठाऊक होतं.

लवकर घरी पोहोचलं पाहिजे, किशोरचा फोन येईलच. त्या डॉक्टर उदयबद्दल जरा सविस्तर माहिती मिळू दे. मग बघतो कसा पटत नाही ते. तसा फार मोठा प्रॉब्लेम नाही, पण एखाद्या डॉक्टरने प्रॉडक्टला इतका विरोध करायची ही पहिलीच वेळ आहे. पण स्मिथ फार्माच्या व्यवहारातला हा दुसरा अडथळा. अतुलला हसू आलं.

या अमेरिकन कंपनीशी करार होत असताना अडचणी निर्माण करणारा कंपनीचा एक डायरेक्टर निक स्टोन शेवटी बाटलीत उतरलाच... बॉटल ॲण्ड बेबी. एका संध्याकाळची गोष्ट.

ती सायंकाळ अतुलला स्पष्ट आठवत होती. पंचतारांकित हॉटेल ब्लू हेवनच्या मूड बारमध्ये तो विचार करत नेहमीच्या टेबलाशी बसला होता. आठवड्यातून तीन-चार वेळा त्याची या ठिकाणी बैठक जमायची. त्यामुळे रिसेप्शनिस्टपासून वेटर, स्टुअर्ड आणि फ्लोअर मॅनेजरपर्यंत सगळे त्याला ओळखत होते. त्याला कोणती महागडी ड्रिंक्स आवडतात, ते बार टेंडरला माहीत होतं. त्याचं आवडतं म्युझिक आणि आवडती बार वुमन रूपल... हे सारं तो मूड बारमध्ये येताच त्याच्या दिमतीला हजर असायचं.

साधारण पंचविशीची रूपल अर्थातच सुंदर होती. कमनीय काया, मोहक अदा आणि मिठ्ठास बोलणं. बारमधल्या नोकरीला आवश्यक ते सर्व गुण रूपलमध्ये होते. गेलं वर्षभर ती या बारमध्ये काम करत होती. तिचा आसपासचा वावर अनेकांना घायाळ करणारा असला, तरी ती मात्र अंतर राखून वागण्याइतकी चतुर होती. अतुलनेही तिच्याशी जवळीक साधायचा काही कमी प्रयत्न केला नव्हता. पण रूपल जाळ्यात न येणारी मासोळी होती. सुळकन् निसटून जाणारी. हॅलो, गुड इव्हिनिंग यापलीकडे ती फारसं बोलल्याचंही अतुलला आठवत नव्हतं.

...पण त्या संध्याकाळी काही जादू झाली असावी. रुपल चार-पाच वेळा अतुलच्या टेबलापाशी आली. प्रत्येक वेळी लाडिक हसून काहीतरी सांगण्याचा प्रयत्न करत होती. शेवटी अगदी कानाशी येऊन ती म्हणाली,

''सर, त्या कोपऱ्यात आपल्या हॉटेलचा एक गेस्ट बसलाय, अमेरिकेहून आलाय. चार-पाच दिवस भारतात राहणार आहे. त्याला तुमचा परिचय करून घ्यायचाय. इफ यू डोंट माइंड... तुमची परवानगी असेल, तर मी त्याला इकडे बोलावते.'' रूपल पुन्हा गोड हसली.

या अमेरिकन पाहुण्याला आपल्यात एवढा का इंटरेस्ट? ते अतुलला कळेना. पण त्याच्यातला बिझनेसमन जागा झाला. भेटून तर पाहू काय म्हणतोय गोरा...

‘‘ओके! बोलाव त्याला.’’ अतुलने परवानगी देताच रूपल विजेसारखी लवलवत त्या दिशेला रवाना झाली.

‘‘हॅलो, आय ॲम निक स्टोन. मी यूएसहून आलोय. तुम्हांला दोन-तीन दिवस इथे पाहातोय. वाटलं तुमच्यासोबत ड्रिंक शेअर करावं... इफ यू डोंट माइंड.’’

‘‘ओह्, शुअर... माय प्लेजर’’ अतुल कृत्रिम उत्साहाने पण सावधपणे बोलला.

‘‘आय ॲम अतुल अग्रवाल. माझी एक छोटीशी औषध कंपनी आहे.’’

‘‘ओह् रियली... व्हॉट अ को-इन्सिडन्स! मीसुद्धा औषधांच्या व्यवसायातच आहे.’’

मग दोघांच्या मेडिसिन, ड्रग्ज आणि जागतिक औषधी व्यापार यांवर गप्पा रंगल्या. निक सांगत होता -

‘‘आमची स्मिथ फार्मा, यूएस आणि युरोपात चांगला जम बसवून आहे. मिल्यन्स ऑफ डॉलर्सचा टर्नओव्हर आहे आमचा. अलीकडेच आम्ही पाश्चात्त्य मार्केटमध्ये एच. स्टेटीन हे नवं औषध आणलंय. आता आम्हांला भारत, पाकिस्तान, नेपाळ, श्रीलंका इथेही या औषधाचं मार्केटिंग करायचंय. त्यासाठी कोलॅबरेशन करायला आम्ही उत्सुक आहोत. भारतीय वैद्यकीय व्यवसायाची पूर्ण जाणकारी असलेली एखादी कंपनी...’’ निकने अतुलकडे अपेक्षेने पाहिलं.

‘‘चांगली आयडिया आहे. भारतात औषधांचा खप दरवर्षी पंचवीस टक्क्यांनी वाढतोय. २०१२ पर्यंत ही वाढ शंभर टक्क्यांवर जाऊ शकते.’’

‘‘राइट! आम्ही इंडियन मार्केटचा अभ्यास केलाय. इट्स अ ग्रोइंग मार्केट. सध्या जगभरच डायबिटिस, ब्लड प्रेशर, हार्ट ट्रबल, ओबेसिटी आणि एड्सचं प्रमाण वाढतंय. आमची कंपनी या विकारांवरच्या औषधांवर विशेष संशोधन करतेय.’’

‘‘त्याबद्दल जरा डिटेल माहिती द्याल?’’

‘‘का? तुम्हांला रस आहे या प्रॉडक्टमध्ये?’’

‘‘आमच्या ए.ए. फार्मास्युटिकल्सचा विस्तार आम्ही हाती घेतलाय. सध्या आमच्या कंपनीचा टर्नओव्हर शंभर कोटींचा आहे. तो दोनशे कोटींवर न्यायचाय. तुमच्या कंपनीलाही योग्य वाटलं, तर....’’

‘‘आर यू सिरियस अबाऊट इट्?’’

‘‘हो. नक्कीच.’’

‘‘किती गुंतवणूक करू शकाल?’’

निक स्टोनने स्पष्ट शब्दांत मुद्याला हात घातला. अतुल विचारात पडलेला पाहाताच निक मनात काही हिशेब जुळवू लागला.

एखाद्या हॉटेलात एखाद्या अनोळखी माणसाच्या क्षणिक ओळखीतून त्याला करोडोंचा बिझनेस देण्याइतका निक दूधखुळा नक्कीच नव्हता. भारतात जम बसवण्यासाठी त्याच्या कंपनीने त्याला महिनाभर पाठवलं होतं. मार्केटमधून त्याने अनेक कंपन्यांचा अभ्यास केला होता. तुलनेने लहान पण स्वत:ची वाढ करायला उत्सुक असलेल्या, पूर्णपणे भारतीय कंपनीच्या शोधात तो होता. ए. ए. फार्मास्युटिकल्सची माहिती मिळाल्यावर त्याने तीन दिवस दिल्लीत डेरा टाकला होता. ब्लू हेवनमध्ये या कंपनीचा मालक कधी येतो हेही त्याला माहीत होतं. गेले दोन दिवस तो अतुलला दुरून न्याहाळत होता आणि आज त्याने स्वत:हून ओळख करून घेतली होती. ए.ए. फार्माच्या देशभरच्या सरकारी, खाजगी डॉक्टरांपर्यंत पसरलेल्या नेटवर्कचा अंदाज घेतल्यावरच निक अतुलशी बोलत होता. शिवाय छोट्या कंपनीशी करार करण्यात स्मिथफार्माचा अप्पर हॅण्ड राहणार होता. कंपनीच्या आंतरराष्ट्रीय व्यवहारांसाठी योग्य माणसांची, कंपन्यांची निवड करण्याचं विलक्षण कौशल्य निककडे होतं.

निकने अतुल अगरवालच्या व्हिस्की आणि वुमन या वीक्पॉइंट्सचीही माहिती काढली होती. म्हणूनच रूपलच्या मदतीने त्याने अतुलचं टेबल गाठलं होतं. अतुल विचारात पडलेला पाहून निक बोलला.

"लीव्ह इट, मिस्टर अगरवाल! मला वाटतं, तुमच्या कंपनीला हे चॅलेंज जरा जडच जाईल. कारण आम्हांला वार्षिक किमान पन्नास कोटींचा सेल आणि तीस कोटी डिपॉझिटची आवश्यकता आहे.''

'...तुम्हांला जमणार नाही असं म्हणणारा हा कोण टिकोजी?' अतुलचा अहंकार डिवचला गेला. निकला तेच हवं होतं.

"सो नाइस मीटिंग यू, त्या निमित्ताने ओळख तर झाली?'' निक निघण्याच्या आविर्भावात बोलला.

"वेट... आय ॲग्री. मला तुमच्या अटी मान्य आहेत.''

"आर यू शुअर?'' निकने त्याचे निळे डोळे अतुलवर रोखले.

अतुलनेही मनातल्या मनात हिशेब केलाच होता. ए. ए. फार्माचा सेल या नव्या अमेरिकन औषधामुळे झपाट्याने वर चढणार होता. दोनशे कोटींची उलाढाल अनायासे दृष्टिपथात आली होती. शिवाय अमेरिकन कंपनीशी भागीदारी ही अभिमानाची गोष्ट होती. भारतभर ए. ए. फार्माची प्रतिष्ठा वाढणार होती. अमेरिका-युरोपात नाव पोहोचणार होतं.

"ठीक आहे. मी आज रात्रीच आमच्या अमेरिकन हेडक्वार्टरशी बोलतो. उद्या

पुन्हा भेटू या... इथंच'' म्हणत निक गुड नाइट करून जाऊ लागला. पण अतुलने त्याला थांबवलं.

''लेट्स सेलिब्रेट.'' निकला या गोष्टीची अपेक्षा होतीच. अतुलने बार टेंडरच्या काऊंटरकडे पाहात इशारा केला. केवळ त्यासाठी तिथे थांबल्यासारखी रूपल चपळाईने आली.

''थँक्स रूपल! छान ओळख करून दिलीस. आजची ही मैफल पन्नास वर्षे जुन्या सिवाज रिगलने रंगवायची आहे. दोन लार्ज पेग.''

रूपल पाहातच राहिली. इतकी जुनी व्हिस्की बॉटल साधारण ऐंशी हजारांच्या घरात जाईल... दोन लार्ज पेग म्हणजेही पंधरा हजार झाले. पण अतुलला आज पैशाची तमा नव्हती.

रूपलने अतुलला हवी तशी व्हिस्की आणली.

''मिस्टर निक, धिज इज फिफ्टी इयर्स ओल्ड व्हिस्की.''

''येस. आय ट्रस्ट धिस हॉटेल... ॲण्ड यू टू.'' निक हसत बोलला. दोघांचे ग्लास परस्परांना भिडत किणकिणले. एका नव्या पर्वाची सुरुवात होत असल्याने दोघे बिझनेसमेन खुशीत होते. अतुल मोकळेपणाने रूपलला म्हणाला.

''तूही आम्हांला जॉइन होऊ शकतेस.''

''नो, थँक्स सर. मी ड्यूटीवर आहे.''

म्हणत रूपल शिताफीने दूर झाली.

मुरलेलं मद्य रिचवून उत्तम जेवण झाल्यावर निकसाहेब निघाले.

''उद्या सकाळी भेटूच.'' म्हणत निक गेला आणि अतुलने रिसेप्शन काऊंटरवर जात म्हटलं.

''मला एक रूम बुक करायचीय.''

''येस सर.''

''हा अमेरिकन निक कुठल्या रूममध्ये उतरलाय?''

''सिक्स-झीरो-फोर सर,''

''त्याच्यावर जरा लक्ष ठेवाल?''

रिसेप्शनिस्टने प्रश्नांकित मुद्रेने पाहिलं. अतुलने पाचशेच्या चार नोटा हळूच तिच्या हाती सरकवल्या.

''येस सर, शुअर... तुमचं काम होईल.'' अतुलच्या हाती इलेक्ट्रॉनिक की-कार्ड ठेवत ती स्वागतिका बोलली.

''तुमचा रूम नंबर आहे-सहाशे नऊ.''

''थँक्स!''

निक रूममध्ये पोहोचताच काही क्षणातच रूपल तिथे दाखल झाली.

''थँक्स! वेल डन!'' निक तिचे आभार मानत म्हणाला. त्याने विनाविलंब एक पाकीट रूपलच्या हाती दिलं. त्यात हजाराच्या पंचवीस नोटा होत्या.

''थॅंक्स... एनिथिंग एल्स?'' रूपलने विचारलं.

''टेक केअर... अतुलचीही काळजी घे.'' निक हसत बोलला.

सहाशे नऊ नंबरच्या रूममध्ये जाऊन अतुल फ्रेश होतो न होतो तोच त्याच्या दारावर टकटक झाली.

अतुलला आश्चर्य वाटलं. डोअरबेल न वाजवता या वेळी कोण?

दार उघडताच त्याला दिसली रूपल! अतुलच्या शरीरात वीज सळसळली.

मादक हास्य करत रूपल धिटाईने आत आली. सँडल्स बाजूला टाकून ती डबलबेडवर आरामात बसली. आपल्या रेड सिल्क शर्टची बटणं काढत तिने मधाळ नजरेने एकदा अतुलकडे पाहिलं आणि बेडवर पहुडत म्हटलं,

''मी आता ड्यूटीवर नाही. बोला... काय सेवा करू तुमची, सर?''

मंदधुंद प्रकाशात बेडवर पहुडलेली मदनिका आणि उंची मद्याचा मादक अंमल... रूपलने अतुलला पुरतं घायाळ केलं होतं. त्याच्या डोळ्यांत शृंगार उतरू लागला! त्या दोघांसाठी ती रात्र रती-मदनाचा वरदहस्त लाभलेली ठरली!

निक स्टोनने त्याच्या न्यू जर्सीतील अमेरिकन हेडक्वार्टरला ए. ए. फार्माविषयी पूर्ण कल्पना दिली. तिथून ग्रीन सिग्नल मिळताच त्याच्या व अतुलच्या पुढच्या वाटाघाटी सुरू झाल्या. आता दोघांनाही मद्याची नव्हे, तर बिझनेसची धुंदी चढली होती. ती अधिक सावध करणारी होती. दोन्ही कंपन्यांची लीगल डॉक्युमेंट्स, सरकारी कामं यात थोडा वेळ जाण अपरिहार्य होतं. प्राथमिक करार करून निक अमेरिकेला परतला.

अतुलने त्याची सारी यंत्रणा कामाला लावली. भारतभरच्या प्रतिनिधींची दिल्लीत बैठक घेतली. प्रत्येकाच्या चेहऱ्यावर उत्साह होता. कारण अमेरिकन कंपनीशी व्यावसायिक नाव जोडलं गेल्याने आपापल्या एरियात त्यांचा भाव वधारणार होता.

मध्यंतरी दोन-चार वेळा निकची दिल्लीवारी झाली. अतुलही न्यू जर्सीला जाऊन आला. चार महिन्यांत सगळ्या फॉरमॅलिटीज पूर्ण होऊन स्मिथ फार्माचं नवं प्रॉडक्ट भारतात लॉन्च करण्याचा मार्ग मोकळा झाला.

त्या रात्रीही दिल्लीच्या ब्लू हेवन हॉटेलात पन्नास वर्षं जुन्या व्हिस्कीचा आस्वाद घेत पार्टी रंगली. पण या वेळी यजमानपद स्मिथ फार्माकडे होतं. निक स्टोनने पार्टी

आयोजित केली होती. चिअर्स केल्यावर लगेच निकने एक पाकीट अतुलच्या हाती दिलं.

"हे काय?"

"उघडून तर बघ."

पाकिटात पंचवीस हजार डॉलर्सचा चेक होता.

"आमच्या कंपनीतर्फे छोटीशी भेट" निक हसून बोलला.

करारानुसार, स्मिथ फार्माच्या एच. स्टेटीनच्या भारतभरच्या वितरणाचा एकाधिकार ए. ए. फार्मास्युटिकल्सला मिळाला होता. सर्व नियमांचं पालन करून मार्केटिंग करण्याची जबाबदारी ए. ए. फार्माची होती. भारतात औषधाची चाचणी आणि औषध प्रशासनाची मान्यता घेणं या गोष्टींकडेही अतुलच्या कंपनीने लक्ष द्यायचं होतं. अर्थात, यासाठी होणारा खर्च स्मिथ फर्मा करणार होती.

अतुलचा कामाचा ताण वाढला होता आणि तो हलका करायला रूपल अनेकदा ड्यूटी संपल्यावर त्याच्या सेवेला हजर होत होती. तिची पर्सही नोटांच्या थप्पीने भरत होती.

ए. ए. फार्माचा बिझनेस दोनशे कोटींचा करण्याचं लक्ष्य लवकरच पूर्ण होणार म्हणून अतुल अगरवाल खुशीत होता. पाण्यासारखा पैसे खर्च करत होता. उद्या तोच पैशाचा प्रवाह आपल्याकडे वाहाणार असल्याची त्याला खात्री होती.

अत्यंत काटेकोरपणे अतुलने योजना आखली. दिल्ली मेडिकल सायन्स तसंच मुंबईतील गोखले हॉस्पिटल अशा देशातील काही नामांकित हॉस्पिटलमध्ये एच. स्टेटीनची टेस्ट घ्यायचं ठरलं. ही ट्रायल वर्षभर चालली. त्यानंतर सर्वांकडून अपेक्षित उत्तर आलं. एच. स्टेटीन हे एक उत्तम औषध असल्याचा निर्वाळा संबंधित हॉस्पिटलच्या लॅबनी दिला होता.

आता सरकारी परवानगीचीच काय ती प्रतीक्षा होती. ती मिळाली की, बिझनेस सुसाट वेगाने दौडणार होता. दिल्लीनंतर मुंबईतही पंचतारांकित पार्टीत नव्या औषधाची घोषणाही झाली होती. कारण कोणत्याही क्षणी औषधाला परवानगी मिळणार होती. मार्केटिंगच्या दृष्टीने नामांकित डॉक्टरांना त्याची आगाऊ जाण असणं गरजेचं होतं.

मुंबईत ओबेरॉय हॉटेलातही त्याच दृष्टीने पार्टी महत्त्वाची होती. बहुतेक उपस्थितांनी स्मिथ फार्माच्या नव्या संशोधनाची तारीफ केली होती. गोखले हॉस्पिटलचे डॉक्टर मराठे कौतुकाचा विषय ठरले होते. पण त्याच पार्टीत नवलोक हॉस्पिटलचे डॉक्टर उदय सावे यांनी वेगळाच सूर लावला. स्मिथ फार्माचा अॅन्थनी डिसूझा डॉ. सावेंच्या बोलण्याने डिस्टर्ब झाला होता. त्याने त्वरेने सावेंचं तिखट मत दिल्लीला असलेल्या

अतुल अगरवालला कळवलं. पण त्याआधी घडलेली एक घटना अधिक गंभीर होती. ॲन्थनी म्हणाला होता,

''सर, एक प्रॉब्लेम झालाय...''

''काय ते स्पष्ट सांग,'' अतुल त्रासून म्हणाला. ''सगळं व्यवस्थित जुळून येत असताना आता कसला प्रॉब्लेम?''

''सर, आपण मुंबईत गोखले हॉस्पिटलमध्ये एच. स्टेटीनची टेस्ट घेतली.''

''बरं मग?''

''डॉक्टर मराठेंनी ओके रिपोर्ट दिला... पण त्याच हॉस्पिटलचे एक सीनियर डॉक्टर आहेत, गायकवाड म्हणून. त्यांना डॉ. मराठेंचे निष्कर्ष मान्य नाहीत.''

''व्हॉट?''

''कशावरून म्हणतात ते डॉक्टर असं?''

''त्यांच्याकडे भक्कम पुरावा आहे, असं म्हणतात ते.''

''ओह आय सी... एच. स्टेटीनविरुद्ध पुरावा... कोण डॉक्टर म्हणालात?''

''डॉक्टर गायकवाड! गोखले रुग्णालयातच ते पॅथॉलॉजी विभागाचे हेड आहेत.'' ॲन्थनी सांगत होता.

क्षणभर विचार करून अतुल अगरवाल म्हणाला,

''त्यांना म्हणावं, मी स्वत: उद्याच भेट घेतो त्यांची. त्यांच्या काही शंका असतील, तर त्याचंही निराकरण करू. मात्र तोपर्यंत तू डॉ. गायकवाडना थोपवून धर. नाहीतर फार मोठा घोटाळा होईल.''

''आपलं औषध हाच घोटाळा आहे, असं म्हणतात ते.''

''तेच ते. त्यांना रोखायला हवं. मी येतो.''

स्मिथ फार्माशी करार होऊन औषध भारतीय बाजारपेठेत आणताना ही पहिली मोठी अडचण उद्‌भवली होती. अतुलला करारातली एक अट आठवली.

चाचणी परीक्षेत औषध बाद ठरलं किंवा सरकारी परवानगी मिळाली नाही, तर ए. ए. फार्माने भरलेले डिपॉझिटचे तीस कोटी रुपये जप्त होणार होते. म्हणजे ते स्मिथ फार्माला मिळणार होते. आता औषधाविरुद्ध पुरावा म्हणजे सरळसरळ तीस कोटींचं नुकसान... अतुलचं डोकं गरगरायला लागलं.

आणि हे संकट केवळ डॉक्टर सुधीर गायकवाड यांच्यामुळे निर्माण झालं होतं. या डॉक्टरचं समाधान करायलाच हवं. ॲट एनी कॉस्ट... अतुलने विचार केला.

तो प्रश्न 'संपला.'

पण आता आणखी एक अडथळा उभा राहिला होता– डॉक्टर उदय सावे.

बंगल्यात येईपर्यंत अतुल अगरवालच्या मनात हा सगळा घटनापट सरकून गेला होता. घरी येताच त्याने सेलफोन टीपॉयवर ठेवला.

कोणत्याही क्षणी किशोर चावरेचा फोन येणार होता. डॉक्टर सावेंची सगळी माहिती देणारा. मग पुढे काय करायचं ते ठरवता येणार होतं.

हा प्रश्नही आधीच्या प्रश्नसारखाच 'संपवावा' लागणार की काय?

अतुल आतुरतेने किशोरच्या फोनची वाट पाहू लागला.

पुन्हा तोच जोखमीचा खेळ म्हणजे कुटिलपणाची कसोटी आहे, हे अतुल अगरवालला समजत होतं. असं काही न करता, चार पैसे खर्च करून सामोपचाराने प्रश्न मिटला, तर त्याला हवंच होतं. ते त्याच्या चांगुलपणापायी नव्हे, तर धंद्यात नंतर कटकटी नकोत, प्रतिष्ठेला बाधा नको म्हणून!

डॉ. सुधीर गायकवाड यांनी निर्माण केलेल्या प्रश्नाचं उत्तरही काही त्याला सहजासहजी मिळालं नव्हतं. खूप डोकं लढवून प्लॅनिंग करावं लागलं. तेव्हा कुठे त्यांचा आवाज बंद झाला. हे सगळं उंदीर-मांजराच्या खेळासारखं होतं. खेळच, पण जीवघेणा!

निक स्टोनशी बोलणं करून आणि न्यू जर्सीच्या स्मिथ फार्माशी करार करून अतुल अगरवालने न परतीच्या अटीवर तीस कोटी रुपये अनामत रक्कम भरली होती. कोणत्याही कारणाने भारतात एच. स्टेटीनचं वितरण झालं नाही, तरी त्याला ते डिपॉझिट गमवावं लागणार होतं. त्या तुलनेत, विरोधाचा सूर काढणारी चार तोंडं बंद करणं, हा त्याच्या दृष्टीने स्वस्तातला सौदा होता. डॉक्टर गायकवाड यांच्यावरही अतुलने पैशाचा प्रयोग करून पाहायचं ठरवलं होतं.

ॲन्थनीचा फोन आल्यावर, दुसऱ्याच दिवशी अतुल अगरवाल सकाळच्या फ्लाइटने मुंबईत दाखल झाला. हॉटेल लॅण्डिंगमध्ये थांबून तिथे आधीच आलेल्या ॲन्थनीकडून डॉ. गायकवाड यांच्याविषयी इत्थंभूत माहिती त्याने मिळवली आणि संध्याकाळी डॉक्टरांना भेटीला बोलावलं.

संध्याकाळी सातच्या सुमाराला डॉक्टर सुधीर गायकवाड आले.

साठीकडे झुकणारं वय. किंचित स्थूल शरीर. चेहऱ्यावर मात्र सौम्य स्मित. कुणालाही न दुखावण्याचा त्यांचा स्वभाव असावा, असं त्यांना बघताच पटलं असतं. अतुलने त्यांच्याकडे निरखून पाहिलं. माणसं वाचण्याचा अनुभव असलेली त्याची नजर डॉक्टरांच्या अंतर्मनाचा अंदाज घेत होती. सौम्यतेचं आवरण असलेल्या चेहऱ्यामागे काही दडलं असावं, असं त्याला वाटलं. वाटतो, तेवढा निर्दोष नाही हा माणूस...

अतुलचं हे पहिलं इम्प्रेशन कदाचित चुकीचंही ठरलं असतं.

डॉक्टरांच्या डोळ्यांतले भाव त्याला वेगळे वाटले होते. व्यक्तिमत्त्वाचा निश्चित थांग लागू नये, अशी काहीशी छटा त्यांच्या नजरेत जाणवत होती.

आपण कोणाला विरोध करतोय याची कल्पना डॉक्टरांना नक्कीच असणार. अन्यथा, त्यांनी एक बलाढ्य अमेरिकन कंपनीच्या भारतातील मातब्बर डिस्ट्रिब्यूटरला आव्हान देण्याचा प्रयत्न केला नसता. ''तुम्ही तुमच्या औषधाचे निष्कर्ष तुम्हांला हवे तसे काढलेले आहेत'', असा आरोप करण्याचं धाडस त्यांना झालं नसतं.

काही असलं, तरी संशयाला वाव देणारं त्यांचं हे मत मुळातच उखडून टाकायला हवं होतं. नाहीतर ही गोष्ट मर्यादित मेडिकल जगतात साथीच्या रोगासारखी पसरली असती आणि एच. स्टेटीनचं वितरणच धोक्यात आलं असतं.

या डॉक्टरची धमकी पोकळ तर नाही ना? केवळ पैसे उकळण्यासाठी त्याने हा पवित्रा घेतला असेल का? कल्पना नाही. कळेलच हळूहळू... मद्याच्या घोटांबरोबर. अतुलने ब्लू लेबल व्हिस्कीची बाटली काढली. डॉक्टरांचे डोळे चमकले. त्यांची मद्यासक्ती डिसूझाकडून अतुलला समजली होती. म्हणूनच त्याने उत्तम स्टाफ मागवला होता.

औपचारिकता म्हणून सुरुवातीला डॉक्टर ''कशाला, कशाला'' म्हणाले खरं. पण अतुलचा आग्रह मोडणं ठीक नसल्याच्या थाटात मद्याचे घुटके घेऊ लागले. अतुलच्या मते आता काम सोपं होतं... माणूस अगदीच 'तत्त्वाला चिकटणारा' नाही!

''डॉक्टर यू आर सिम्पली जिनियस!'' अतुल डॉ. गायकवाड यांची उसनी तारीफ करत बोलला. मनोमन त्याने फाशीचा दोर विणायला सुरुवात केली होती.

''कशावरून म्हणता?'' डॉक्टरांनी हसून विचारलं. ही मनधरणी कशासाठी हे त्यांनाही समजत होतंच.

''तुम्हांला ब्रिलियंट म्हणण्याचं साधं कारण म्हणजे, तुम्ही आमच्या एच. स्टेटीन औषधातल्या उणिवांवर अचूक बोट ठेवलंत.''

''ओह्!''

''खरं सांगा डॉक्टर, आमच्याच कंपनीतल्या कोणीतरी ही गोष्ट लीक करून तुमच्यापर्यंत पोचवली ना?''

''नॉट ॲट ऑल! मिस्टर अगरवाल माझ्या पॅथॉलॉजीमधल्या अनुभवाने मी या रिसर्चमधल्या उणिवा हेरल्या.''

''ते कसं काय?''

''त्या दिवशी आमच्या हॉस्पिटलच्या कॉन्फरन्स रूममध्ये एक विशेष कार्यक्रम

आयोजित करण्यात आला होता. डॉ. मराठे त्यांचा एच. स्टेटीनवरचा रिसर्च-पेपर मांडणार होते. एक ब्रेकथ्रू मिळाल्याच्या आनंदात ते होते. डीनपासून मेडिकल स्टुडंट्सपर्यंत सर्वांनाच डॉक्टर मराठेंच्या संशोधनाविषयी उत्सुकता होती.

डॉक्टर गायकवाड विस्ताराने सांगू लागले. अतुल अगरवाल शब्दन् शब्द कानात साठवत होता.

गोखले हॉस्पिटलची कॉन्फरन्स रूम खचाखच भरली होती –

"मित्रांनो, माझ्या डिपार्टमेंटमध्ये चाललेल्या एका रिसर्चविषयी मला काही सांगायचंय." सर्वांनी कान टवकारले.

"अमेरिकेतली स्मिथ फार्मा ही औषध कंपनी सर्वांना माहीतच आहे. एवढ्या मोठ्या कंपनीकडून आपल्या हॉस्पिटलकडे एक औषध परीक्षणासाठी आलं – एच. स्टेटीन नावाचं. त्याच्या परीक्षणाचा खर्चही त्या कंपनीनेच उचलला आहे. सिमवेस्टेडिन या मूळ औषधाच्या रचनेत थोडा बदल करून पूर्वी के. स्टेटीन बाजारात आलं होतं. आता त्यात आणखी काही बदल करून एच. स्टेटीन औषध स्मिथ फार्माने बाजारात आणलंय. युरोप – अमेरिकेत त्याला मान्यता मिळालीय.

एच. म्हणजे हार्ट, हृदयासाठीचंच औषध आहे एच. स्टेटीन. ब्लड प्रेशर, डायबिटिसच्या रुग्णांनाही सतावणारी गोष्ट म्हणजे बॅड कॉलेस्टेरॉल, म्हणजेच एल. डी. एल. हे तुम्हीही जाणता. ते कमी करून गुड कॉलेस्टेरॉलचं प्रमाण कसं वाढवायचं, हा प्रश्न रुग्णांपुढे असतो. पथ्यकारक आहार, नियमित व्यायाम हे उपाय आहेतच. पण ते अपुरे पडतात, तेव्हा योग्य औषधाची गरज भासते. तसंच परिणामकारक औषध आहे – एच. स्टेटीन!"

कॉन्फरन्स रूममधले सगळे एकचित्ताने ऐकत होते आणि डॉ. मराठे तन्मयतेने एच. स्टेटीनचं गुणगान करत होते.

"या औषधामुळे बॅड कॉलेस्टेरॉल तर घटतंच. पण गुड कॉलेस्टेरॉलमध्ये सुमारे वीस टक्क्यांनी वाढ होते. शिवाय लिव्हरवर या औषधाचे कोणतेही दुष्परिणाम होत नाहीत, असं लिव्हरमधल्या एसजीपीटी एन्झाइमच्या नॉर्मल रिपोर्टवरून लक्षात येतं, ओके. आता पाहू या औषधाविषयीचे माझे निष्कर्ष"

डॉक्टर मराठेंनी प्रभावी पॉवरपॉइंट प्रेझेंटेशन बनवलं होतं. ओघवत्या शैलीत ते नव्या औषधाच्या उपयुक्ततेबद्दल सांगत होते.

प्रेझेंटेशनचा समारोप करताना डॉ. मराठे म्हणाले, अकरा महिने रुग्णांना हे औषध देऊन त्याचं महत्त्व स्पष्ट झालंय. या क्रांतिकारी औषधामुळे जगभरचंच हार्ट-अॅटॅकचं प्रमाण कमी होणार आहे. हे औषध म्हणजे मानवजातीला वरदान आहे."

एकाग्रतेने लेक्चर ऐकणाऱ्यांत डॉक्टर गायकवाडही होते. पण डॉ. मराठे जेव्हा एच. स्टेटीनच्या लॅब रिपोर्टविषयी सांगू लागले, तेव्हा त्यांना एकदम जाणवलं की, यात काहीतरी गडबड आहे!

"काय गफलत आहे या रिसर्चमध्ये?" डॉक्टर गायकवाड स्वत:च्याच विचारात हरवले आणि काही क्षणांतच त्यांना उत्तर मिळालं. त्यांना आठवलं की, लिव्हरबाबत एका लेक्चरच्या तयारीसाठी त्यांनी दोन दिवसांपूर्वी लिव्हर एसजीपीटीचे. लॅब रिपोर्ट्स अभ्यासले होते. डॉ. मराठे यांनी गेल्या सहा महिन्यांत ज्या रूग्णांवर उपचार केले होते, त्यांचाही समावेश या रिपोर्टमध्ये होता आणि आश्चर्याची गोष्ट म्हणजे डॉ. मराठे कॉन्फरन्समध्ये दाखवत असलेले रिपोर्ट्स आणि लॅबच्या नोंदीतील रिपोर्ट्स यांत तफावत होती.

डॉ. मराठेंच्या लेक्चरनंतर शंका-समाधानांची प्रश्नोत्तरं झाली. डॉक्टर गायकवाड यांनी मात्र डॉ. मराठेंच्या रिसर्चपेपरची कॉपी घेऊन काढता पाय घेतला. केबिनमध्ये जाऊन त्यांना डॉ. मराठेंच्या म्हणण्याची शहानिशा करायची होती.

लॅपटॉपवरचा रिपोर्ट आणि डॉक्टर मराठेंच्या पेपरमधील रिपोर्ट बराचसा सारखा होता. पण गुड-बॅड कॉलेस्टेरॉलबाबतच्या डॉ. मराठेंच्या दाव्यात गडबड होती. त्यांनी म्हटल्याप्रमाणे रुग्णांचे गुड कॉलेस्टेरॉल वीस टक्के जाऊ द्या, पण पाच-सात टक्केही वाढलं नव्हतं. उलट, रुग्णांच्या लिव्हरला मात्र नुकसान पोहोचलं होतं. काही रुग्णांच्या एसजीपीटीचं प्रमाण काळजी करण्याइतकं वाढलं होतं.

डॉ. गायकवाड स्तिमित झाले. खरे रिपोर्ट्स असे असूनही डॉ. मराठे बिनदिक्कतपणे एच. स्टेटीनची तरफदारी का करत होते. हे एक कोडंच होतं. डॉ. गायकवाड यांना स्वत:च्या स्मरणशक्तीचं मात्र कौतुक वाटलं. साठी तीन वर्षांवर आली, तरी बरीच तल्लख आहे आपली बुद्धी. त्यांनी स्वत:चीच पाठ थोपटली... त्यांचा कॉम्प्युटर अशा रीतीने प्रोग्रॅम्ड करण्यात आला होता की, फायनल रिपोर्ट फीड केल्यावर नंतर त्यात फेरफार करणं शक्य नव्हतं. हॉस्पिटलनेच ही सोय केली होती. रुग्णांच्या रिपोर्ट्समध्ये नंतर कोणी गडबड करू नये, हाच त्यामागचा उद्देश होता. खुद्द डीन किंवा पॅथॉलॉजी विभागाचे प्रमुखही त्यात फेरफार करू शकत नव्हते. शंका उद्भवल्यास प्रत्येक विभागाच्या हेडला एक पासवर्ड देण्यात आला होता आणि दुसरा डीनकडे असायचा. दोघं एकत्र येऊनच रिपोर्ट्समध्ये काही फेरबदल करू शकत होत आणि डॉ. मराठे म्हणतात, त्या प्रकारचा कोणताच बदल पॅथॉलॉजी रिपोर्टमध्ये झालेला नव्हता. कदाचित डॉ. मराठेंनी विचार केला असेल की, एवढ्या मोठ्या हॉस्पिटलमधले जुने रिपोर्ट्स कोण कशाला चेक करून पाहातंय? आपण फेरफार केलेला रिपोर्ट खोटा आहे, असं

कोण म्हणणार? पण डॉक्टर मराठेंना आपल्या स्मरणशक्तीची चांगलीच जाणीव आहे. त्यावरून ते आपली तारीफही करत असतात. मग काय कारण असेल बरं कंपनीला 'हवा तसा' रिपोर्ट बनवण्याचं. पैसा? प्रचंड रक्कम?

डॉक्टर गायकवाड यांनी सारा वृत्तान्त विस्ताराने कथन केला. अतुलने दोघांसाठी लार्ज पेग बनवले.

त्याला डॉक्टर गायकवाड यांच्या प्रामाणिकपणाबद्दल क्षणभर आदर वाटला. पण लगेच त्याच्यातला बिझनेसमन जागा झाला. तीन पेगनंतर इतकं मुद्देसूद आणि स्पष्ट बोलणाऱ्या माणसापासून सावधच राहायला हवं. शिवाय त्याच्या तल्लख स्मरणशक्तीचा प्रत्ययही आला आहे.

अतुल अगदी लक्षपूर्वक ऐकू लागला. या डॉक्टरला *मॅनेज* करणं वाटत होतं, तेवढं सोपं नाही.

"या औषधाच्या परिणामांविषयी समजल्यावर तुम्ही काय केलं?" अतुलने थेट प्रश्न टाकला.

"खरं तर, एरवी मी ही गोष्ट लक्षात येऊनही काहीच केलं नसतं. पण या वेळची परिस्थिती निराळी होती."

"म्हणजे... डॉक्टर मराठेंशी तुमचं काही..."

"बिलकूल नाही. ते चांगले मित्र आहेत माझे."

"मग हा रहस्यभेद करण्याचं का ठरवलंत तुम्ही?"

डॉक्टर गायकवाड क्षणभर गप्प झाले.

"बोला डॉक्टरसाहेब, मोकळेपणाने बोला... व्हॉट इज द प्रॉब्लेम."

"मनी.. पैसा. त्या वेळी मला पैशांची खूप गरज होती."

अतुल ऐकत राहिला.

"पत्नीच्या अकाली निधनानंतर मी एकाकी झालो. टाइमपास म्हणून एका शेअरदलाल मित्रामार्फत शेअरबाजारात गुंतवणूक करायला सुरुवात केली... भरपूर पैसा हाती येऊ लागला. आयुष्यात एक वेगळाच रस वाटू लागला. इतका पैसा मी कधीच पाहिला नव्हता. अनुभवला नव्हता."

अतुलची उत्सुकता वाढत होती. डॉक्टर सांगत होते.

"रोज सकाळपासून पॅथॉलॉजी लॅबमधलं काम म्हणजे रुग्णांच्या स्लाइड्स पाहाणं, रोगाचं कारण शोधणं, औषधोपचार सुचवणं...हे सगळं रुटिन वर्क होतं. कोणतंही काम सतत करावं लागलं, की थोडा कंटाळा येतोच. अर्थात, मी माझ्या कामात कधी हयगय केली नाही. पण त्यापेक्षा जीवनात काही वेगळं असावं, असंही

वाटू लागलं. आणि अचानक डॉक्टर मराठेंनी मला मदत केली.

"ती कशी?"

"तुमच्या एच. स्टेटीनचा रिपोर्ट सादर करून! एका मोठ्या औषध कंपनीच्या औषधातील रिसर्चमधला घोटाळा अनायासे माझ्या हाती लागला होता!"

"मग काय केलंत तुम्ही."

"सांगतो ना, सगळं सांगतो. मी सरळ डॉक्टर मराठेंकडे गेलो आणि..."

अतुलला बंगल्यावर येऊन अर्धा तास झाला, तरी किशोर चावरेच्या फोनचा पत्ता नव्हता. कदाचित लाइन्स व्यस्त असतील. बऱ्याचदा त्या व्यस्तच असतात म्हणा! पण स्वत:हून फोन करण्याची त्याची पद्धत नव्हती. आपल्या सबडिस्ट्रिब्यूटर्सना त्याने तशी सवय लावली नव्हती. काय करतोय हा चावरे? त्या डॉक्टर सावेची माहिती कळवायला एवढा वेळ कशाला? अतुल अस्वस्थ होत होता. त्याच वेळी त्याला डॉ. गायकवाड यांनी निर्माण केलेली समस्या चित्रपटासारखी नजरेपुढे दिसत होती.

तेवढ्यात फोन किणकिणला.

"बोल चावरे, एवढा वेळ का लागला रे?"

"सॉरी! त्या डॉक्टरची माहिती जरा विचित्र वाटली म्हणून तपासून घेतली दोघा-तिघांकडून."

"विचित्र? म्हणजे इंटरेस्टिंग!"

"काही म्हणालात सर?"

"काही नाही. तू सांग."

नंतरची पंधरा मिनिटं किशोर बोलत होता आणि अतुल बारकाईने ऐकत होता.

डॉ. उदय सावे आणि त्यांची डॉक्टर पत्नी लीना यांचं पटत नव्हतं. दोघांची प्रॅक्टिस चांगली चालायची. लव्ह मॅरेज होतं दोघांचं. पण हळूहळू एकमेकांच्या स्वभावाचे कंगोरे टोचायला लागले. लीना हायफाय वातावरण आवडणारी, फॅशनेबल, खर्चिक, पेज-थ्री सोसायटीत रमणारी. तिची ही लाइफस्टाइल उदयच्या पचनी पडत नसे. मध्यमवर्गीय वातावरणातून आलेला ते सीधासाधा सदा होता. त्यावरून दोघांचे खटके उडत. या दाम्पत्याला सायली नावाची गोड मुलगीही होती. सध्या उदय आणि लीना वेगवेगळं राहत होते. सायली लीनाकडे होती. तिचीच काळजी उदयला सतावायची. तीन वर्षांच्या सायलीकडे लीनाने कधीच नीट लक्ष दिलं नव्हतं. आता ती तिला कसं सांभाळत असेल. सायलीची आठवण झाली की, उदयचे डोळे भरून यायचे, त्याला विलक्षण अस्वस्थ वाटायचं.

अतुलने सगळं ऐकलं, सेलफोन बंद केला आणि मनात एक निष्कर्ष गिरवला... डॉक्टर उदय सावेचा वीकपॉइंट एकच. त्याची लाडकी मुलगी सायली!

दोन डॉक्टरांच्या दोन तऱ्हा... अतुलला पुन्हा डॉ. सुधीर गायकवाड आठवले.

डॉक्टर गायकवाड यांनी अतुलला सांगितलं ते खरं नव्हतं. ते लगेच डॉक्टर मराठेंच्या भेटीला गेले नव्हते.

त्यांनी कॉम्प्युटरवरून मूळ रिपोर्टची प्रिंटआऊट घेतली. नंतर डॉक्टर मराठेंनी केलेले फेरबदल लाल पेनने अधोरेखित केले. तेवढं झाल्यावर ते डॉक्टर मराठेंना भेटायला निघाले.

पण सात वाजलेत संध्याकाळचे. एव्हाना डॉक्टर घरीही गेले असतील. जाऊन तर पाहू या. कदाचित असतील जास्त वेळ... इंटरकॉम करणं सर्वांत सोपं.

डॉ. मराठे रुग्णालयात होते. पाच मिनिटांतच डॉक्टर गायकवाड त्यांच्या केबिनमध्ये पोहोचले.

"या डॉक्टर. काय विशेष काम? की सहज? बाय द वे माझं लेक्चर कसं वाटलं?" डॉ. मराठे खुशीत होते.

'एक धक्का देणार आहे मी तुला डॉक्टर' गायकवाड मनात म्हणाले, पण वरकरणी बोलले,

"सर, नव्या औषधाबद्दलचे तुमचे निष्कर्ष फारच इम्प्रेसिव्ह आहेत."

"मग! आहेतच!"

"पण,"

"पण काय?" मराठेंच्या मनात शंकेची पाल चुकचुकली.

डॉक्टर गायकवाड यांनी रिपोर्टच्या दोन्ही प्रती डॉक्टर मराठेंसमोर ठेवल्या. त्यातली लाल रेषांनी रंगलेली कॉपी पाहात डॉक्टर मराठेंनी विचारलं,

"हे काय आहे?"

"तेच तर मला तुम्हांला विचारायचंय, डॉक्टर!" डॉ. गायकवाड थंडपणे बोलले.

"वेल... मी... म्हणजे... यू नो... त्याचं काय आहे की...."

"काय आहे ते मला माहितेय... पण सर, असं का केलं तुम्ही?"

"वेल... काय झालं की.."

"किती पैसे दिले त्या कंपनीने, या खोट्या रिपोर्टसाठी?" डॉक्टर गायकवाड यांनी थेटच प्रश्न टाकला.

‘‘पैसे? कसले पैसे? अजून हा रिपोर्ट मेडिकल जर्नलमध्ये यायचाय. मग ते औषध मार्केटमध्ये येईल... मग...’’

‘‘ठीक आहे. तुम्ही पैशाची वाट पाहा... तोपर्यंत मी हे रिपोर्ट्स डीनसाहेबांना दाखवतो.’’

‘‘प्लीज... डॉक्टर गायकवाड, प्लीज असं करू नका... सगळं करियर बरबाद होईल माझं... डॉक्टर मराठे काकुळतीने विनवू लागले.’’

‘‘ऑल राइट, मग माझा हिस्सा मला कधी मिळेल? मी फार वाट पाहू शकत नाही.. मला लगेच हवा माझा शेअर.’’

डॉक्टर मराठे डोळे विस्फारून पाहात राहिले. त्यांचा सीनियर कलिग त्यांना चक्क ब्लॅकमेल करत होता... पण ते काहीच बोलू शकत नव्हते. कारण त्यांनीही ब्लॅक – डीड केलंच होतं!

‘‘डॉक्टर... मला... मला थोडा वेळ द्या.’’

‘‘किती वेळ देणार... जास्तीत जास्त अठ्ठेचाळीस तास. दोन दिवसांत माझा वाटा मला मिळाला नाही, तर...’’

शेअर बाजारात आलेली लाखोंची खोट भरून काढण्यासाठी एक नामी संधी डॉक्टर गायकवाड यांच्यासमोर आयतीच चालून आली होती. नाइलाजाने का होईना पैसे मिळवण्याचा वाममार्ग त्यांना दिसला होता. आयुष्यात कधी अप्रामाणिकपणा न करणारे डॉक्टर गायकवाड पैशाच्या खेळात अलगद ओढले जात होते.

‘‘बरंय, डॉक्टर, येतो मी.’’ म्हणत डॉक्टर गायकवाड मराठेंच्या केबिनमधून बाहेर पडले.

एरवी हा मराठे टणाटण उडत असतो पैशाच्या जोरावर. त्याला काय कमी आहे. पण या क्षणी कसा हेलपाटलाय. डॉ. गायकवाड यांनी मराठेंना हसून गुडनाइट म्हटलं.

डॉ. मराठेंची अख्खी रात्र विलक्षण मानसिक तणावाखाली जाणार होती. एवढी बॅडनाइट त्यांनी कधीच अनुभवली नव्हती.

दॅट्स ऑल! संपली आमची कहाणी. बाकीचं तुम्हांला ठाऊकच आहे. व्हिस्कीचा ग्लास खाली ठेवत डॉ. गायकवाड बोलले.

‘‘ठीक आहे. प्रश्न आहे खरा. पण फार गंभीर नाही. बोला तुम्हांला किती हवेत?’’ अतुलने डॉ. गायकवाड यांच्या नजरेला नजर देत ऑफर दिली. त्यांनी सांगितलेली कहाणी त्याला आधीच माहीत होती. पण त्याने तसं दाखवलं नव्हतं.

त्याला डॉ. गायकवाड यांच्या तोंडूनच सारं ऐकण्यात जास्त इंटरेस्ट होता.

डॉक्टर गायकवाड यांच्या मागणीने हादरलेल्या डॉ. मराठेंनी सरळ स्मिथ फार्माच्या ॲन्थनी डिसूझाला फोन केला होता. त्याने लगेच दिल्लीला अतुलला सर्व कळवलं होतं.

कारण या अचानक उपटलेल्या समस्येचं निराकरण अतुललाच करायचं होतं. स्मिथ फार्मा करार करण्याच्या धुंदीत फक्त रूपलची साथसंगत त्याला मोहून टाकत होती. करारातल्या बारीकसारीक तपशिलाची फिकीर त्याने केली नव्हती. डिपॉझिट ही रुटीन गोष्ट होती. पण डॉ. गायकवाडपायी तेच गमावण्याची पाळी येऊन ठेपली होती. दोन-पाच हजार नव्हे, चांगले तीस कोटी बुडणार होते... आणि वर बेसुमार बदनामी!...छे! या डॉक्टरचं तोंड बंद केलंच पाहिजे.

"बोला किती हवेत तुम्हाला?"

डॉक्टर गायकवाड यांनी असा सौदा कधी केला नव्हता. किती लाच मागावी यासाठी लागणारा बनचुकेपणा त्यांच्याकडे नव्हता. आर्थिक मजबुरीतून त्याचं पाऊल वाकडं पडत होतं... म्हणूनच अडखळत होतं.

"वेल, साधारण.."

अतुल हसला.

"डॉक्टर कोणताही आकडा साधारण नसतो. तो पक्का असतो. भावविहीन. मागा! किती हवेत."

"पंधरा... पंधरा लाख" डॉक्टर संकोचून बोलले.

"दिले!"

अतुल सहज बोलून गेला, नि डॉक्टरांना वाटलं वीस तरी मागायला हवे होते.

"कधी? आता मिळतील?"

"डॉक्टरसाहेब, एवढ्या नोटा पोत्यात भरून मी फिरत नसतो. उद्या दुपारी तीनपर्यंत पंधरा लाख तुमच्या बँकेत जमा होतील. चेक चालेल की कॅश पाठवू?"

"नको. नको बँकेत कशाला? रोखच द्या."

"येस... रोख आणि चोख व्यवहार करायला मलाही आवडतं. तुमची किंमत तुम्हांला मिळेल. निश्चिंत मनाने घरी जा. गुड नाइट!"

परतीच्या वाटेवर असताना डॉ. गायकवाड यांना राहून राहून वाटत होतं... आणखी थोडे मागितले असते, तरी चाललं असतं. पण जीभ अडखळली. एनी वे... पुन्हा मागू या की! शेवटच्या विचाराने त्यांच्या डोक्यात लख्ख प्रकाश पडला. पंधरा लाख घेतले, तरी रिपोर्ट्स आपल्याकडेच राहणार आहेत. कॉम्प्युटरमध्ये सुरक्षित. तेच

पुन्हा पुन्हा पैसा मिळवून देतील.

गायकवाड खुशीत घरी परतले, त्याच वेळी अतुल दिल्लीला जाणाऱ्या फ्लाइटमध्ये विचार करत होता.

एवढे पैसे देऊनही हा डॉक्टर पुन्हा ब्लॅकमेल करू लागला तर? शक्यता नाकारता येत नाही. मग त्याचं टेक ऑफ करावं लागेल.

'लॅण्डिंग' हॉटेलमधून घरी जाताना डॉ. गायकवाड यांच्या मनात पुन्हा पुन्हा विचार येत होता, अगरवाल ही भलीभक्कम पार्टी आहे. त्याच्याकडे आणखी पाच-दहा लाख रुपये मागितले असते, तरी त्याने सहज दिले असते. आणखी पैसे मिळाले असते, तर शेअरबाजारात झालेलं नुकसान ताबडबोब भरून निघालं असतं. हरकत नाही. अतुल अगरवाल ही सोन्याचं अंडं देणारी कोंबडी आहे. शेवटी ते खरे रिपोर्टस् आपल्याच हाती आहेत... अतुल पैसे देतच राहणार. डॉक्टर गायकवाड मनोराज्यात रमले. खूप दिवसांनी त्यांना निवांत झोप लागली.

पण त्यांना कल्पनाही नव्हती की, अतुल अगरवाल यानंतर त्यांना कधीच भेटणार नव्हता. तो कबूल केल्याप्रमाणे एकदाच पैसे देणार होता. साम-दामपैकी दाम मोजून कोणाला गप्प करता येत असेल, तर ती त्याच्यासाठी सर्वांत सोपी गोष्ट होती. पण पुन्हा त्याच कारणासाठी हा डॉक्टर ब्लॅकमेल करू लागला तर?. दिल्लीला जाणाऱ्या विमानात बसून विचार करताकरता अतुलचा विचार पक्का झाला. या डॉक्टरला ही पहिली नि शेवटची संधी. ती त्याला पुरेशी वाटत नसेल, तर सरळ शेवटच! त्याची पुन्हा पैशाची मागणी त्याचं डेथ वॉरंट बनेल.

घरी पोहोचल्यावर अतुलने शांतपणे विचार केला. अशा काही अडचणी येतच राहाणार. त्यातून मार्ग काढतच बिझनेस वाढवायचाय. एच. स्टेटीन मार्केटमध्ये आणण्याचं कामही सबुरीने करायला हवं. आपण या कंपनीशी जरा घाईगडबडीतच करार केला. तीस कोटी रुपये गुंतवूनही बसलो. पण खरोखरच ही कंपनी वाटते तेवढी यशस्वी आहे का? न्यू जर्सीच्या दौऱ्यात त्यांनी आपल्याला फुलासारखं जपलं. पण बिझनेसबाबत थांगपत्ता लागू दिला नाही. बाई-बाटलीची ऑफर देत आपल्याला करार करायला लावणारा निक स्टोन चतुर खराच. पण आपणही काही कच्चे खेळाडू नव्हे. मग त्याच्या भुलावणीला कसे भाळलो? एक ना दोन, शंभर विचार त्याच्या मनात थैमान घालू लागले. छे! चुकलंच आपलं. इतका बेसावध व्यवहार केला तर, कोणताही मोठा मासा आपल्याला गिळून टाकेल. यापुढे सतत सावध राहायला हवं. देशातल्या आणि विदेशातल्याही बिझनेस पार्टनर्सपासून, कॉम्पिटिटर्सपासून... अजूनही उशीर झालेला

नाही. या स्मिथ फार्माचा लेखाजोखा सांगणारा माणूस आहेच की! आर. राघवन...
आर. राघवन!

सात-आठ वर्षांपूर्वी तो अतुलला भेटला होता. दिल्लीत ड्रग इन्स्पेक्टरची नोकरी करणारा राघवन अतुलची फॅक्टरी तपासायला आला होता. त्याची अत्यंत काटेकोर तपासणी आणि पाकीट घ्यायला नकार म्हणजे अतुलसाठी डोकेदुखीच होती. शेवटी त्याने निराळाच डाव टाकला. एकदा फॅक्टरीवर आलेल्या राघवनला त्याने सरळ विचारलं, ''मला तुमच्यासारख्या धडाडीच्या माणसाची फार गरज आहे. मी तुम्हांला तुमच्या सध्याच्या टेक होम सॅलरीच्या पाचपट पगाराची ऑफर देतो...''

आणि एक क्षण अतुलकडे पाहात राघवन म्हणाला,
''येस!''

अतुलचं काम एका फटक्यात झालं होतं. त्याने खूश होऊन म्हटलं, ''डोंट वरी, पर्क्स निराळेच असतील.'' त्याला फक्त आश्चर्य वाटत होतं, ते राघवन पटकन हो कसा म्हणाला याचं.

ड्रग डिपार्टमेंटमध्ये राघवनची दोन प्रकरणात चौकशी चालली होती. गुणवत्ता नसलेली काही औषधं ओके असल्याचा खोटा रिपोर्ट त्याने दिल्याचा आरोप त्याच्यावर होता.

राघवन कामावर रुजू झाला. त्याच्या कामात तो कमालीचा हुशार होता. कंपनीपुढच्या अनेक समस्या तो सहज सोडवायचा. थोड्याच दिवसांत तो अतुलचा अत्यंत विश्वासू सहकारी बनला. असा माणूस घरातच असताना चिंतेचं काय कारण?

दुसऱ्या दिवशी सकाळी अतुलने राघवनला सारं काही समजावून सांगितलं. स्मिथ फार्माशी करार करण्यात थोडी घाई होतेय, असं राघवन एकदा म्हणाला होता. पण त्या वेळी निकने अतुलवर पुरतं गारुड केलं होतं. अतुलचं म्हणणं ऐकताच राघवन हसला. पण त्याने मनात पुढचा प्लॅन बनवायला सुरुवात केली.

दिल्ली, मुंबई आणि भारताच्या आणखी दोन-चार महानगरांचा दौरा करून आल्यावर त्याने न्यू जर्सीला जायचं ठरवलं.

एका आघाडीवर बऱ्यापैकी काम झाल्याचा निःश्वास टाकत अतुल बिझनेसची कामं झपाट्याने करू लागला. मुंबईच्या डॉक्टर गायकवाड यांना त्याने शब्द दिल्यानुसार पंधरा लाख रुपये डिसूझामार्फत त्यांच्याकडे रवाना केले होते. मात्र या डॉक्टरचे आणखी लाड करायचे नाहीत, ही गोष्ट अतुल स्वतःला बजावत होता.

डॉक्टरने तसं साहस केलंच, तर त्याचे परिणाम त्याला भोगावे लागतील.

ती वेळ लवकरच आली. चार महिन्यांनी एच. स्टेटीन मार्केटमध्ये आणण्याची

वेळ येऊन ठेपली आणि ती संधी साधून डॉक्टर गायकवाड यांनी अगरवालकडे आणखी पस्तीस लाखांची मागणी केली.

"करतो व्यवस्था... उद्याच मी मुंबईत येतोय." एवढं तुटक बोलून अतुलने संतापाच्या भरात फोन कट केला. या डॉक्टरची अवस्था आता आदमखोर वाघासारखी झालीय. त्यावर एकच उपाय- शिकार!

दुसऱ्या दिवशी अतुल मुंबईत आला. पण या वेळी डॉ. गायकवाडांना भेटण्याचा प्रश्नच नव्हता. त्याने सरळ एक्स्पोर्टचे व्यापारी रंगराव यांची भेट घेतली. रंगराव कोणालाही त्याच्या घरीच भेटत असे. पण अतुलबरोबरची त्याची भेट ठरली ती एका ढाब्यावर. हा ढाबा कम बार ही काही फारशी सोयीची जागा नव्हती. पण अतुल अगरवाल ही दिल्लीची मोठी पार्टी आहे, एवढं रंगरावला कळत होतं. शिवाय तो एका वजनदार व्यक्तीच्या ओळखीने आला होता.

"या वेळी, या इथे फक्त लस्सी..." रंगराव त्याचे मोठे डोळे अतुलवर रोखत काहीशा जरबेच्या स्वरात बोलला.

"ओके! मला काहीच प्रॉब्लेम नाही. आम्ही दिल्लीवाले लस्सी आवडीने पितो." अतुल हसून बोलला. रंगरावच्या चेहऱ्यावरची रेषाही हलली नाही. कामाशिवाय एका शब्दानेही कोणाशी सलगी वाढवणं त्याला मान्य नव्हतं.

"काम काय आहे?" त्याने लस्सीचे दोन घोट घेतल्यावर प्रश्न केला.

"एक डॉक्टर आहे."

"जवळच पाठवायचं की एक्स्पोर्ट?"

"एक्स्पोर्ट?" अतुलला त्याची कोड - लँग्वेज लगेच समजली.

"हं"

"किती घेणार?"

"ते कोणाला, कसं एक्स्पोर्ट करायचं, त्यावर अवलंबून असतंय."

अतुलने क्षणभर रंगरावकडे पाहिलं... किती उलट्या काळजाचा माणूस आहे हा. थंडपणे एखाद्याला संपवण्याचा विचार करू शकतो. सुपारी घेऊन... पण आपण तरी वेगळे कुठे आहोत?... अतुल मनात थरथरला.

"एका प्रसिद्ध रुग्णालयातला सीनियर डॉक्टर आहे."

"ठीक आहे. आणखी काही डिटेल्स?"

अतुलने रंगरावला आवश्यक ती सारी माहिती थोडक्यात सांगितली.

"हं... दहा लाख..." रंगराव बोलला.

"ओके! पण काम चोख व्हायला हवं. त्याच्या नावामागे कैलासवासी कधी

लागलं हे त्यालाही कळता कामा नये.''

"हॅ हॅ हॅ...''रंगराव एकदम विकट हसला नि बॅटरी संपलेल्या खेळण्यासारखा गप्प झाला. अतुलने डॉक्टर गायकवाड यांची संपूर्ण माहिती असलेला लिफाफा रंगरावाच्या हाती सरकवला. रंगरावाने तो न पाहाताच टेबलावर मधोमध ठेवला आणि तो अतुलकडे आरपार नजरेने पाहू लागला.

"ओह्... सॉरी... फी कधी द्यायची?''

रंगरावच्या चेहऱ्यावर स्मित झळकलं.

"सौदा पक्का असेल, तर आत्ता... ताबडतोब... सगळी!''

"पण काम होईल ना?''

"शंका असेल, तर पुन्हा माझ्याशी बोलायचं नाही.'' रंगरावाने प्रत्येक शब्द असा काही उच्चारला, की अतुल हादरला.

"शंका नाही पण...''

"हं. काम झालं नाही, तर डबल पैसे देईन मी...''

"पण कधी?''

"माझ्याकडून ते वसूल करण्याची जबाबदारी तुमची... हॅ हॅ हॅ...''

रंगरावशी जास्त चर्चा करण्यात अर्थ नाही, हे अतुलला समजलं. दहा लाखांवर पाणी सोडण्याच्या मानसिक तयारीनेच तो गप्प झाला.

"काम कुठे करायचं?'' रंगरावने विचारलं.

"मुंबईबाहेर. सहज कोणाला पत्ता लागणार नाही अशा पद्धतीने.''

"एऽ पद्धती आपलीच असती... काय समजलं?'' रंगराव गरजला.

"अं... हो हो'' अतुलला घाम फुटायची वेळ आली होती. ढाब्यावरचे लोक आपापल्या नादात मश्गूल होते म्हणून बरं. नाहीतर...

....ढाब्यावरून बाहेर पडताना रंगरावच्या हाती दहा लाखांची रोकड होती. डॉक्टरला काही कारणाने मुंबईबाहेर काढायचं काम मात्र अतुलने करायचं होतं.

चार महिन्यांपूर्वी ज्या प्रकारे डॉ. गायकवाड यांनी आपल्याला ब्लॅकमेल करण्याचा प्रयत्न केला, ते डॉ. मराठे विसरले नव्हते. त्यांनी सारा प्रकार लगेच अॅन्थनी डिसूझाच्या कानावर घातला आणि डॉ. गायकवाड एकदम थंडावल्यासारखे वाटू लागले... हल्ली हा डॉक्टर आपल्याशी अगदी सौम्यतेने बोलतो... काय केलं असेल काय डिसूझाने? दिल्लीहून पैशाची व्यवस्था झालेली दिसते. शेवटी गायकवाडही आपल्याच पार्टीचे झाले. डॉ. मराठेंना बरं वाटलं. त्यांचा रिसर्च पूर्वीच्याच उत्साहाने सुरू झाला.

त्यांनी एच. स्टेटीनचं केलेलं परीक्षण आता विविध मेडिकल जर्नल्समध्ये

यायला लागलं होतं. ड्रग डिपार्टमेंटची परवानगी मिळवण्यासाठीची कायदेशीर तयारी पूर्ण झाली होती.

अतुलच्या दृष्टीने एच. स्टेटीनचं मार्केटिंग करण्याची वेळ जवळ येत होती. डॉ. मराठेंची धावपळही वाढली होती. आता पुन्हा डॉक्टर गायकवाड काहीतरी मागणी करणार, याचा अतुलला अंदाज होता. पहिल्या फेरीत त्याला माघार घ्यावी लागली होती. पण आता समोर कोण आहे, याची निश्चित कल्पना होती. तो काय करणार, हेही ठाऊक होतं. त्यामुळे डावपेच टाकणं अतुलसाठी सोपं झालं होतं.

डॉ. मराठेंच्या दृष्टीनेही डॉ. गायकवाड हा एक मोठाच अडथळा होता. आधी ते अगदी बेसावध सापडले होते. पण आता विचारपूर्वक पावलं उचलायला हवी होती. डॉ. गायकवाड यांच्याकडे असलेलं पुराव्याचं शस्त्रच नष्ट करणं भाग होतं... पण कसं?

त्या संध्याकाळी ते जास्त वेळ हॉस्पिटलमध्ये थांबले. डॉ. गायकवाड, त्यांची असिस्टंट डॉ. शेफाली आणि पॅथॉलॉजी विभागाचा स्टाफ बाहेर पडताना त्यांना केबिनमधूनच दिसला. आता फक्त लॅब टेक्निशियन असेल तिथे. त्यांनी विचार केला.

डॉ. मराठे पॅथॉलॉजी विभागात पोहोचले, तेव्हा त्यांच्या अपेक्षेप्रमाणे ज्युनियर डॉक्टर शुभम तिथे होता.

"गुड इव्हिनिंग, सर" डॉ. शुभम उभा राहत म्हणाला.

"अरे, तू एकटाच? डॉ. गायकवाड, डॉ. शेफाली गेले वाटतं?"

"आत्ताच गेले, सर."

"अं... ठीक आहे. मला थोडी माहिती हवी होती. पण उद्या येईन." म्हणत डॉ. मराठे तिथेच घोटाळले.

"मी काही करू शकतो का सर?" एवढ्या मोठ्या डॉक्टरला इम्प्रेस करण्याची आयतीच संधी शुभमला मिळत होती.

"ओह्... यू स्मार्ट गाय! मला सांग, रोज साधारण किती रिपोर्ट्स बनवता तुम्ही?"

"सरासरी आठशे ते हजार."

"रुग्णांना रिपोर्ट्स दिल्यावर त्याचा काही बॅकअप ठेवता की नाही?"

"सर, सगळे रिपोर्ट्स कॉम्प्युटरमध्ये असतातच. कारण केव्हाही त्यांची गरज भासू शकते."

"दॅट्स फाइन! रिपोर्ट्स निदान काही महिने तरी स्टोअर करायलाच हवेत."

"काही महिने का सर? डॉ. गायकवाडसर म्हणतात की, सर्वच रिपोर्ट्स कायमचे आपल्याकडे हवेत. आता फायलिंगही करावं लागत नाही. कॉम्प्युटरमध्ये

भरपूर मटेरियल राहतं. आमच्याकडे गेल्या तीन-चार वर्षांचे रिपोर्ट्स असतील, सर...''

''तोच तर प्रॉब्लेम आहे.'' डॉ. मराठे पुटपुटले.

''काही म्हणालात, सर?''

''नाही. पण ते हवे, तेव्हा पाहायलाही येतात ना? नाही तर रिपोर्ट शोधायलाच चार दिवस लागायचे.''

''छे! छे! कॉम्प्युटराइज्ड डेटा पाहायला एवढा वेळ कशाला? पेशंटचा ओपीडी नंबर आणि इनडोअर नंबर फीड केला, की लगेच रिपोर्ट हजर...'' डॉ. शुभम हसून बोलला. 'या सीनियर्सना अजून कॉम्प्युटर फोबिया आहे'तो मनात म्हणाला.

''यू आर राइट, यंग मॅन! आम्हांला कॉम्प्युटरची ओळख उशिरा झाली. त्यामुळे असले प्रश्न पडतात.'' डॉ. मराठे शुभमच्या पाठीवर थाप मारत म्हणाले. यांना कळलं की काय आपलं बोलणं? शुभम चपापला.

''नाही सर, तसं नाही. आता आमचे गायकवाडसर नाही का अगदी स्विफ्टली कॉम्प्युटर हाताळतात. त्यांनीच हा प्रोग्रॅम बनवायला सांगितलं.''

''गुड! शुभम तुझे सर खरंच जिनियस आहेत. असा डेटा प्रत्येक डिपार्टमेंटकडे असायला हवा. आम्हांलाही हे सगळं शिकून घ्यायला हवं.''

''व्हाय नॉट? सोप्पं आहे.''

''मला दाखवशील ही पद्धत.''

''व्हाय नॉट? बसा ना सर'' डॉ. शुभम उत्साहाने कॉम्प्युटरसमोर बसला. डॉ. मराठे त्याच्या शेजारी खुर्चीवर किंचित मागे रेलून बसले. शुभमने टेबलावरचं रजिस्टर उघडत म्हटलं ''समजा पेशंटचं नाव आहे साधना गावंड...तर तिचा इनडोअर नंबर ५०४६७. तारीख १३ जून... ओके? आता पाच मिनिटांत सगळा रिपोर्ट समजेल.''

डॉ. मराठे उत्सुकतेने आणि अधीरपणे पाहात होते.

''ही आमची सर्व डेटा असलेली स्टोअर-रूम.'' डॉ. शुभम सांगत होता. आत तिथे कोणत्या खणात कोणाच्या माहितीची सीडी आहे, हेही यावरून समजतं. आता या पेशंटची सीडी मी आणतो.''

''फॅन्टॅस्टिक डेटा कलेक्शन अॅण्ड प्रिझर्व्हेशन. मला डेटा-रूममध्ये येता येईल?''

''व्हाय नॉट, सर? तुम्ही या हॉस्पिटलमधले खूप सीनियर डॉक्टर आहात. यू आर ऑलवेज वेलकम!''

आत एका मोठ्या कपाटात अनेक सीडीज् ठेवल्या होत्या. कपाटाला कुलूप नव्हतं. नंबरनुसार सीडी सहज हाती लागत होती. ती सीडी घेऊन दोघे पुन्हा केबिनमध्ये आले. कॉम्प्युटरमध्ये सीडी घालताच साधना गावंडचा ''रिपोर्ट'' स्क्रीनवर दिसू लागला.

"आता याची प्रिंटआऊट घेतली, की दुसरी कॉपी तयार!" डॉ. शुभम स्वतःच्या कर्तृत्वावर खूश होता."

"फार उत्तम काम आहे तुमचं. सध्या मी मलेरिया आणि ॲनिमियावर विशेष संशोधन करतोय. तुमच्याकडचा डेटा मला फारच उपयोगी पडेल."

"शुअर सर! आमचा कॉम्प्युटर चोवीस तास सुरू असतो. तुम्ही इंटरकॉमवरून एखाद्या पेशंटचा तपशील मागवला, की दहा मिनिटांत तुम्हांला प्रिंटआऊट मिळेल."

"पण एखाद्या पेशंटच्या रिपोर्टमध्ये काही चूक राहिली, तर ती सुधारता येते की, नाही?"

"नो सर! त्यासाठी खास पासवर्डची गरज आहे. आमच्या डिपार्टमेंटचा पासवर्ड फक्त डॉ. गायकवाड आणि डीनसाहेबांकडेच आहे."

ब्लडी हेल! म्हणजे इतका वेळ दवडला, तो फुकटच! डॉ. मराठे स्वतःवरच वैतागले.

"मला... काही म्हणालात, सर?"

"नाही... थँक्स! मला कधी गरज भासली, तर मी येईन पुन्हा. बाकीचं डॉक्टर गायकवाड किंवा डॉ. शेफालीशी बोलतो. वन्स अगेन थँक्स, डॉक्टर शुभम."

एवढ्या मोठ्या सीनियर डॉक्टरने आपल्याला सन्मानपूर्वक डॉक्टर म्हणावं याचंच शुभमला अप्रूप वाटलं.

रिपोर्टमध्ये फेरफार करणं शक्य नाही म्हणजे मूळ रिपोर्टच्या सीडी मिळवायला हव्यात पण कशा? डॉ. मराठे घरी जाताना कारमध्ये बसल्या-बसल्या विचार करत होते.

काय करावं. याच डॉक्टर शुभमला थोडे पैसे दिले तर? पण करियर करायला आलेला हा तरुण पोरगा बिथरला तर? त्याला फारसा पोच नाही. अगदीच नवखा आहे. त्यापेक्षा... येस डॉक्टर शेफाली मांजरेकर! ती नक्कीच मदत करेल.

डॉ. मराठे स्वतःवरच खूश झाले.

कुठल्या तरी दुय्यम-तिय्यम टेक्निशियनच्या मदतीपेक्षा डॉ. शेफाली मांजरेकरच आपल्याला मदत करू शकेल. हे आपल्याला आधीच कसं लक्षात आलं नाही, असा प्रश्न त्यांना पडला.

डॉ. शेफाली गोखले हॉस्पिटलमध्येच असली, तरी डॉ. मराठेंना क्वचितच भेटायची. एक तर दोघांची डिपार्टमेंट्स वेगळी होती आणि आपल्या कामाव्यतिरिक्त हॉस्पिटलमधल्या इतर पॉलिटिक्समध्ये शेफालीला रस नव्हता. तिच्या दृष्टीने महत्त्वाचं

होतं तिचं– करियर! उत्तम पॅथॉलॉजिस्ट होऊन नाव कमवायचं, हे तिने सुरुवातीपासूनच मनाशी पक्कं केलं होतं.

पॅथॉलॉजी विभागाच्या प्रत्येक गोष्टीची खडान् खडा माहिती शेफालीला असणार, हे डॉक्टर मराठे जाणून होते. एरवी एखाद्या अंतर्गत कॉन्फरन्सच्याच वेळी भेटणाऱ्या शेफालीकडे हे काम सोपवावं असं मराठेंनी ठरवलं.

पण डॉ. गायकवाड यांची शिष्या असलेली शेफाली सहजासहजी या गोष्टीला तयार होईल? त्यांच्याकडचे रुग्णांचे रिपोर्ट्स इतक्या लवकर आपल्या हाती देईल? एखाद्या लॅब असिस्टंटला चार पैसे देऊन भुलवता आलं असतं. पण शेफाली त्यातली नव्हती. डॉक्टर म्हणून असलेली प्रतिष्ठा फुटकळ रकमेसाठी पणाला लावण्याइतकी ती मूर्ख खचितच नव्हती. तिला सांगण्यात काही गफलत झाली, तर सगळा प्रकार डॉ. गायकवाड यांना कळेल आणि आपला डाव बूमरँगसारखा आपल्यावरच उलटेल.

डॉ. मराठेंनी बराच विचार करून एक निर्णय घेतला.

काही दिवस डॉ. शेफालीवर नुसती नजर ठेवायची. तिच्याशी परिचय वाढवायचा. गप्पा गोष्टी करायच्या. वडीलकीच्या नात्याने उगाचच तिची चौकशी करायची. अर्थातच हे सर्व डॉ. गायकवाडांच्या अनुपस्थितीत... आणि ओळखीचं रूपांतर मैत्रीत झालं, की सहजतेने त्या सीडीचा विषय काढायचा.

रंगरावने व्हिस्कीचा घोट घेऊन ग्लास टीपॉयवर आदळला. क्षणभर तारवटलेल्या नजरेने इकडे-तिकडे पाहिलं आणि मग अलगदपणे बाजूची ब्रीफकेस उघडली.

त्याच्या माहीमच्या प्रशस्त फ्लॅटमध्ये त्याच्यासोबत आणखी दोन व्यक्ती होत्याच. राजू आणि हनीफ. भाईचा कोणताही शब्द झेलण्यासाठी – पेलण्यासाठी तत्पर असलेले दोन गुलाम. रंगराव त्यांचा तारक – मारक सर्व काही होता. केल्या कामाचे पैसे त्यांना वेळेवर मिळत होते. छोटी चूक झाली, तर रंगराव सांभाळून घेत होता. पण त्याचं टकुरं कधी फिरेल, याचा नेम नसायचा.

"पंटर लोक, काम काय ते चांगलं समजावलंय मी तुम्हांला. एकदम परफेक्ट झालं पायजे, लोच्या नाय पायजे.'' रंगराव जरबेत बोलला.

रंगरावला आपल्या या दोन विश्वासू माणसांबद्दल पुरेपूर खात्री होती. त्यांपैकी राजू जुना-जाणता होता. एखादं काम सांगितलं की, त्यातले बारकावे त्याच्या ताबडतोब लक्षात येत. हनीफ नवा होता, पण सच्च्या दिलाचा होता. जिवाला जीव देणारा होता. राजू सांगेल, ते काम जिवावर उदार होऊन करायची त्याची तयारी होती. रंगरावला आपल्या या पंटरचं कौतुक होतं. पण तसं दाखवणं ना त्याच्या स्वभावात बसत होतं ना

बिझनेसमध्ये!

हनीफला खास उत्तर प्रदेशातून आणण्यात रंगरावचा काही हेतू होता. उत्तर भारतातल्या कारवायांमध्ये तो उपयोगी ठरणार, हा त्याचा होरा चुकीचा नव्हता. अतुल अगरवालसारख्यांशी सफाईदार उर्दूमिश्रित हिंदीत हनीफ बोलू शकत होता.

"डॉ. सुधीर गायकवाड..." रंगरावने बोटातल्या अंगठीने व्हिस्कीच्या ग्लासवर आवाज करायला सुरुवात केली. भाईच्या डोक्यात आता काही तरी फंडा प्लॅन तयार होतोय, हे राजू-हनीफनी ओळखलं. गायकवाडना मुंबईबाहेर नेण्याचं काम अगरवाल करणार होता. त्यांचा गेम करण्याची जबाबदारी मात्र रंगरावची होती. त्यासाठीच तर एवढे गठ्ठा पैसे त्याला अगरवालकडून मिळाले होते.

रंगरावने अतुलला सगळा प्लॅन व्यवस्थित समजावून दिला होता. अतुलने डॉ. गायकवाडना फोन करून सांगायचं की, तुमच्या मागणीनुसार पैशाचा दुसरा हप्ता तयार आहे. पण त्यासाठी तुम्ही पंचमढीला या. नागपूरपर्यंत विमानाचा खर्च वगैरे सर्व मिळेल. मध्य प्रदेशातल्या या थंड हवेच्या ठिकाणी जरा बिझनेसच्या गोष्टी ठरवता येतील. तुम्हांलाही तेवढंच आऊटिंग होईल. तो डॉक्टर अगदी आनंदाने पंचमढीला येईल. पण अतुलने तिथे त्याला भेटायचंच नाही. एक दिवस आरामात राहू द्यायचं आणि मग अतुलच्या माणसाने सांगायचं की, साहेबांना अर्जंट काम निघालं म्हणून ते दिल्लीत अडकलेत... पण आज खास तुमच्यासाठी प्लेनने नागपूरला येतायत... डॉक्टरला नागपूरला नेल्यावर काय करायचं ते राजू-हनीफला ठाऊकच होतं. गुन्हा उघडकीस आला, तर महाराष्ट्र आणि मध्य प्रदेशचे पोलीस गोंधळून जातील. मामला आंतरराज्य होईल आणि मध्ये भरपूर वेळ जाईल.

अतुल स्तिमित होऊन रंगरावच्या कल्पनाशक्तीला दाद देत होता. या माठ दिसणाऱ्या माणसाच्या डोक्यात एवढी बुद्धी भरली असेल, असं त्याला खरोखरच वाटलं नव्हतं. अर्थात म्हणूनच रंगरावची दिल्लीपर्यंत वट आहे हे अतुलला पटलं. कितीही पैसा खर्च झाला तरी, हा माणूस बारकाईने प्लॅन करून मगच कारवाई करणार, याबद्दल अतुलची खात्री पटली. त्यालाही उगाच घिसाडघाई नको होती.

आणि पंधरवड्याभरात अतुलच्या मनासारखं झालं. पण राजू आणि हनीफची एक छोटीशी चूक आता मोठा गोंधळ घालू पाहात होती. पंकज मोंडकर नावाने नागपूरमधील एका मेडिकल कॉलेजला दिलेल्या डॉ. गायकवाड यांच्या मृतदेहातून डिसेक्शनच्या वेळी एका विद्यार्थिनीला चक्क पिस्तुलाची गोळी सापडली होती. त्यामुळे कॉलेज हादरलं होतं. पोलीस दल खडबडून जागं झालं होतं आणि गोखले हॉस्पिटलवर दुःखाची छाया पसरली होती.

ठरवल्यानुसार, डॉ. मराठेंनी काम सुरू केलं. अधूनमधून ते डॉ. शेफालीला

फोन करून काही रुग्णांच्या पॅथॉलॉजिकल रिपोर्ट्सची उगाचच चौकशी करू लागले. पॅथॉलॉजिस्ट म्हणून तिचं मत विचारात घेऊ लागले. पूर्वी ते असं मत डॉ. गायकवाड यांच्याकडून मागवत. एकदा तर शेफाली त्यांना तसं म्हणालीसुद्धा की, ''तुम्ही सरांकडून एक्स्पर्ट ओपिनियन घेतलं, तर बरं होईल.'' त्या वाक्याने गडबडलेले मराठे लगेच सावरत बोलले, ''आता तूही एक्स्पिरियन्स्ड आहेस आणि छोट्या-मोठ्या कामासाठी तुझ्या सरांना कशाला त्रास द्यायचा!'' शेफालीला वाटलं होतं किती काइंड-हार्टेड आहेत डॉ. मराठे! ती त्यांना हवी ती माहिती वेळोवेळी देऊ लागली.

शेफालीची भेट झाल्यावर आता डॉ. मराठे तिच्याशी काही केसेसबाबत चर्चा करू लागले होते. एवढा मोठा डॉक्टर आपला सल्ला महत्त्वाचा मानतो, याचं शेफालीला अप्रूप वाटत होतं. वैद्यकीय व्यवसायातली आपली, वाटचाल चांगली चाललीय, याविषयी तिची खात्री पटली होती.

एकीकडे डॉ. शेफालीशी मैत्री वाढवत असतानाच डॉ. मराठे एच. स्टेटीनच्या परीक्षणात गुंतले होते. स्मिथ फार्माच्या या क्रांतिकारी औषधाबद्दलचे फायनल रिपोर्ट्स लगेच तयार करायचे होते. स्मिथ फार्माच्या भारतीय वितरकाकडून अल्टिमेटम मिळालं होतं-''पंधरवड्याभरात एच. स्टेटीन मुंबईच्या मार्केटमध्ये आणायचं आहे, हरी अप!'' त्यामुळे डॉक्टर मराठे थोडे टेन्शनमध्ये होते. अतुल अगरवालने डॉ. गायकवाडचं तोंड बंद केल्यामुळे त्या बाजूने काळजी नव्हती पण औषध मार्केटमध्ये येण्याच्या सुमारास पुन्हा डॉ. गायकवाड यांनी काही प्रॉब्लेम निर्माण केला तर? हा विचार मनात येताच मराठे हादरले.

याच विचारात असताना एक दिवस शेफाली त्यांना लिफ्टमध्ये भेटली.

''बऱ्याच दिवसांनी दिसतेयस? फार बिझी आहेस वाटतं?''

''हं. कामाचं प्रेशर वाढतंय ना, सर!''

''का बरं? काही विशेष?''

''आमचे सर सध्या आठवडाभराच्या रजेवर आहेत ना?''

''कोण? डॉक्टर गायकवाड? ते तर कधी रजेवर गेल्याचं मी ऐकलेलं नाही.'' डॉ. मराठेंना खरंच आश्चर्य वाटत होतं.

''हो. ते आणि त्यांचे काही जुने मित्र पंचमढीला भेटणार आहेत, असं म्हणत होते सर... कुणाच्या तरी लग्नाची पार्टी आहे तिथे.''

''अच्छा!'' विचार करता करता डॉ. मराठेंच्या डोक्यात लख्ख प्रकाश पडला. हा सगळा अतुल अगरवालचाच बनाव असणार याबद्दल त्यांना शंका उरली नाही. त्यांना एकदम हायसं वाटलं. तप्त वाळवंटातून तहानेने व्याकूळ होऊन वणवणत असताना

अचानक पाण्याचा झरा दिसावा, तसं त्यांना झालं. पण अतुलचा डाव किती कुटिल आहे, याची कल्पना त्यांना नव्हती. त्यांना वाटत होतं, आठ-पंधरा दिवसांत डॉ. गायकवाड मुंबईला परततील. पण तोपर्यंत गाजावाजा करून एच.स्टेटीनचं लॉन्चिंग झालेलं असेल आणि शेफालीकडून त्याविरुद्धचा पुरावाही आपण हस्तगत केलेला असेल.

परंतु, नंतरच्या दोन-चार दिवसांत शेफालीकडून ते रिपोर्ट्स त्यांना मिळवता आले नाहीत. ती फारच बिझी होती. दोन-तीन वेळा असंच झाल्याने डॉ. मराठे थोडे निराश झाले.

दरम्यान ओबेरॉय हॉटेलमधल्या पार्टीची कार्डेही छापून झाली. सर्व नामांकित रुग्णालयांचे डॉक्टर्स तिथे येणार होते. स्मिथ फार्माचा डिसूझा जाम उत्साहात होता. पार्टीच्या तयारीसाठी डॉ. मराठेंनाही हजर राहणं भाग होतं. पण प्रत्येक क्षणी त्यांच्या मनात एकच धाकधूक होती. डॉ. गायकवाडांकडे असलेली ती माहिती अचानक कोणी बाहेर आणली तर? म्हणूनच पार्टीमध्येसुद्धा डॉ. मराठे अगदी गप्प गप्प होते. एका अनामिक भीतीने त्यांना ग्रासलं होतं. डॉ. गायकवाड पार्टीत नव्हते. पण त्यांचं अदृश्य अस्तित्व त्यांना जाणवत होतं. त्यातच त्या उदय सावेने घालायचा तो घोळ घातलाच. डिसूझाला त्याने सरळच सांगितलं की, एच. स्टेटीनच्या परिणामांबद्दल त्याला शंका वाटतेय.

त्या पार्टीला गोखले हॉस्पिटलमधले डॉ. शेफाली, डॉ. नीरजही आले होते. पण एकूणच गडबडीत त्यांच्याशी चार शब्द बोलायलाही डॉक्टर मराठेंना वेळ मिळाला नव्हता.

पार्टीचं वातावरण निवळू लागल्यावर थोडी उसंत मिळताच त्यांना एका कोपऱ्यात शेफाली कोणाशी तरी बोलताना दिसली. एक तरुण डॉक्टर तिच्याशी गप्पा मारत होता. जरा निरखून पाहाताच त्यांच्या लक्षात आलं की, हा तर डॉ. नीरज शास्त्री. आपल्याच रुग्णालयातला देखणा पोरगा. तो शेफालीबरोबर गप्पात रंगणं स्वाभाविक होतं. डॉ. मराठेंना हसू आलं... तारुण्याचा कैफ काही औरच असतो. या दोघांचं सूत तर जमत नाही ना? जमलं तरी चांगलंच! पण हॉस्पिटलमध्ये तर कधी जाणवलं नव्हतं. प्रेमाची गोष्ट अशीच गुप्त असते म्हणा.

आत्ताच शेफालीशी त्या पॅथॉलॉजिकल रिपोर्ट्सच्या सीडीविषयी बोलावं का? नको उगाच कोणीतरी मध्ये चोंबडेपणा केला, तर गडबड व्हायची. त्या नीरजला नेमकं काय माहीत असेल यातलं? लीव्ह इट... पार्टी संपली. डॉ. सावेंच्या नापसंतीसह.

पार्टीनंतरचे दोन-चार दिवस नेहमीसारखेच गेले आणि एका सकाळी अचानक

ती हादरवणारी बातमी आली. पंकज मोंडकर या नावाने ज्या व्यक्तीची नागपुरात हत्या झाली होती, त्याच्या पेपरात आलेल्या फोटोवरून तो मोंडकर नसून ते डॉक्टर सुधीर गायकवाड आहेत, हे सिद्ध होत होतं!

हे सगळंच भयंकर, भीषण होतं. याचे परिणाम पुढे काय होणार? याची कुणालाच कल्पना नव्हती. कशातून झाली असेल डॉ. गायकवाड यांची हत्या? एका आंतरराष्ट्रीय कंपनीच्या षडयंत्राचा एक भाग म्हणून? मग आपणही त्यात...? डॉ. मराठे अंतर्बाह्य थरथरले. पण कदाचित या गोष्टीचा आणि डॉ. गायकवाड यांच्या हत्येचा काहीच संबंध नसेल. त्यांच्याच काही प्रकरणातून कोणीतरी परस्पर त्यांचा काटा काढला असेल. ते पंचमढीला मित्राकडे गेले होते, असं म्हणाली शेफाली. म्हणजे त्यांचं मुंबईबाहेर जाणं त्याच्या इच्छेनुसारच घडलं होतं. डॉ. मराठे विचारांच्या भोवऱ्यात गटांगळ्या खाऊ लागले.

स्मिथ फार्माच्या एच. स्टेटीनचे रिझल्ट्स पॉझिटिव्ह आहेत, हे सिद्ध करण्यासाठी डॉ. मराठेंना तगडी रक्कम मिळाली होती. तीस लाख रुपये बंगलोरच्या एका बेनामी अकाऊंटवर त्यांनी जमाही केले होते. पैसे मिळाले. औषध मार्केटमध्ये येण्याचा मार्ग मोकळा झाला, तेव्हा सगळं संपलं, असं डॉ. मराठेंना वाटलं होतं. पण तिथेच तर खरी कहाणी सुरू होत होती!

एच. स्टेटीनच्या परीक्षणातली गडबड एकट्या डॉ. गायकवाडनाच ठाऊक होती. ते या जगात नसले, तरी त्यांनी नोंदलेले निष्कर्ष गोखले हॉस्पिटलच्या कॉम्प्युटरमधल्या हार्ड डिस्कवर आणि सीडीवरही होतेच. हा प्रकार अस्तनीतल्या निखाऱ्यासारखा होता. कधी भस्मसात करेल, सांगता यायचं नाही.

डॉ. गायकवाड यांच्या धक्कादायक मृत्यूनंतर गोखले हॉस्पिटलमध्ये शोकसभा झाली. चार-आठ दिवसांतच पॅथॉलॉजी विभागाची हंगामी प्रमुख म्हणून डॉ. शेफालीची नेमणूकही झाली. डॉ. गायकवाड यांच्यासारख्या सौम्य, सुस्वभावी, मितभाषी डॉक्टरची आठवण प्रत्येकालाच पदोपदी येत होती. पण हळूहळू सर्व जण रोजच्या व्यवहाराला लागले. जन पळभर म्हणतील हाय हाय हेच खरं. गोखले हॉस्पिटलचं रुटिन पूर्ववत झालं.

कधी एकदा ती सीडी डॉ. शेफालीकडून मिळतेय, असं डॉ. मराठेंना झालं होतं. शिवाय तिच्या कॉम्प्युटरवरून मूळ रिपोर्टही पुसून टाकणं भाग होतं. त्यासाठीचा पासवर्ड आता तिच्याकडे होता. काम फारसं कठीण नव्हतं. पण जेव्हा पाहावं, तेव्हा डॉ. नीरज शेफालीबरोबर असायचा. डॉ. मराठेंना त्याचा अकारण संताप यायला लागला.

काही वेगळा विचार करायला हवा होता. त्यांनी पॅथॉलॉजी विभागाच्या त्या ज्युनियर डॉक्टरला-शुभमला निरोप पाठवला. तो येताच डॉ. मराठे म्हणाले, ''मी मध्यंतरी तुला काही रुग्णांच्या पॅथॉलॉजिकल रिपोर्ट्सबद्दल विचारलं होतं, आठवतंय?''

''होय सर.''

''त्यातल्या काही रिपोर्ट्सचा मला जरा पुन्हा अभ्यास करावासा वाटतोय. थोडा कम्पॅरिटिव्ह केस-स्टडी करायचाय...''

डॉ. मराठे सर इतकं विस्तारपूर्वक आपल्याला सारं का सांगतायत, ते शुभमला कळेना. त्यांनी एक फोन केला असता, तरी रिपोर्ट्स त्यांच्याकडे धाडले असते आपण... पण त्या दिवशी आपण खूप मदत केल्यामुळे सरांना कदाचित आपल्याबद्दल आत्मीयता वाटत असेल. शुभम मनातून सुखावला.

''मला त्या रिपोर्ट्सची सीडी मिळेल?''

''सॉरी सर! मी हव्या त्या पेशंटचा डेटा प्रिंट करून देतो, पण सीडी देणं.''

''शक्य आहे! तू मनात आणलंस तर!''

''म्हणजे सर?''

''सगळं स्पष्ट आहे. ती सीडी तू मला द्यायची. त्याची किंमत मी तुला देईन. बोल किती घेणार? ३० हजार? ३५ हजार?''

अवाक झालेला शुभम पाहातच राहिला. मराठे सरांकडून त्याने अशी अपेक्षा कधीच केली नव्हती. हॉस्पिटलमधला एक सीनियर डॉक्टर तिथल्याच एका ज्युनियरला कॉन्फिडेन्शिअल रिपोर्ट फोडण्यासाठी सरळ सरळ लाच देऊ पाहात होता!

''कसला विचार करतोयस मित्रा? अरे इट्स अ पार्ट ऑफ गेम! आयुष्यात काही क्षण असे येतातच. मीही हे सगळं नाइलाजानेच करतोय. अदरवाइज यू नो... मी किती प्रिन्सिपल्ड माणूस आहे ते. पण काही गुंते असे असतात की, ते सोडवता आले नाहीत, तर तोडावे लागतात.''

डॉ. मराठे काय बोलतायत ते शुभमला नीटसं कळत नव्हतं. तो अजूनही मनाच्या बधिर अवस्थेत होता.

''तू माझं एवढंसं काम केलंस, तर मी कायम तुझ्या पाठीशी उभा राहीन. तरुण माणसा, खूप काही पाहायचंय, कमवायचंय तुला आयुष्यात! तुझं करियर, तुझं प्रमोशन... सगळं स्मूदली व्हायला हवं, असं नाही वाटत?''

''येस सर!'' तो खाली मान घालून बोलला.

''दॅट्स लाइक अ गुड बॉय! मला आवडला तुझा प्रॅक्टिकल ॲप्रोच. चांगले ५० हजार मिळतील तुला. फक्त ती सीडी मला मिळाली पाहिजे.''

“पण सर मी यात कुठे सापडलो तर... माझ्यासारख्या ज्युनियरचा फुकट बळी जायचा.” तो चाचरत बोलला.

“डोन्ट वरी! मी आहे ना.”

“पण सर, त्यातल्या माहितीचा वापर काही गैर प्रकारासाठी तर होणार नाही ना?”

“नॉट ॲट ऑल! अरे, माझ्यासारखा प्रतिष्ठित डॉक्टर असल्या गोष्टी करेल का? तसं केलं तर आयुष्यभराची प्रतिष्ठा क्षणात धुळीला नाही का मिळणार?”

“मग सर, सीडीच कशासाठी?”

“माझ्या नव्या रिसर्चसाठी तो डेटा फक्त माझ्याकडेच असावा, असं वाटतं म्हणून. आपल्या सरकारी खात्यात अर्ज-विनंत्या करूनही मला ती सीडी रीतसर मिळवता येईल. पण तोपर्यंत माझं संशोधन रखडेल आणि ते मला परवडणारं नाही म्हणून हा थोडा आडमार्गाचा सौदा.”

शुभमला बरं वाटलं. सरांच्या रिसर्चबद्दल त्याला आदर होता. त्यांच्या नावाचा वैद्यकीय जगतातला दबदबा त्याला ठाऊक होता. एवढ्या मोठ्या माणसाला केवळ नाइलाजाने असं काही करावं लागतंय, हेही त्याला पटलं.

“ठीक आहे सर. मिळेल तुम्हांला सीडीचा सेट.”

“कधी? उद्या?”

“नाही. परवा.”

“अं... ठीक आहे. पण नक्की.”

“हंड्रेड ॲण्ड वन पर्सेंट!” तो हसत हसत बाहेर गेला. डॉ. मराठे निवांतपणे खुर्चीत रेलले. एक मोठ्ठं काम झालं होतं.

डॉ. गायकवाड यांच्या हत्येला आता पंधरा-वीस दिवस उलटले होते. नागपूर ते मुंबई आणि पंचमढीतही तपास सुरू होता. नागपूरचे पोलीस इन्स्पेक्टर अजय चौहान आणि मुंबईचे इन्स्पेक्टर मुकुंद सावंत सतत एकमेकांच्या संपर्कात होते.

मुंबईच्या प्रसिद्ध गोखले रुग्णालयातले नामवंत डॉक्टर सुधीर गायकवाड, पंचमढीला काय जातात, मग नागपुरात त्यांची हत्या काय होते... पंकज मोंडकर म्हणून त्यांची बॉडी एका मेडिकल कॉलेजला काय देण्यात येते नि तिथून ती गायब कशी होते...सारीच रहस्यकथा! त्यातच मेडिकल कॉलेजचा वॉर्डबॉय गफूर याचं बेपत्ता होणं! पोलीस चक्रावले होते. पण वृत्तपत्र आणि टीव्ही चॅनलवाल्यांना नवंच खाद्य मिळालं होतं. वाटेल त्या ब्रेकिंग न्यूज आणि बाइट्स गोंधळात भर घालत होत्या.

डॉ. शेफाली मांजरेकर इन्स्पेक्टर सावंतांना वारंवार भेटून डॉ. गायकवाडांविषयी सर्व माहिती देत होती. ते शेअरबाजारात पैसे गुंतवायचे, हे समजल्यावर इन्स्पेक्टरनाही थोडं आश्चर्यच वाटलं होतं. पण नव्या माहितीच्या दिशेनेही तपास करणं जरुरीचं होतं.

तपासात त्यांना असं आढळलं की, डॉ. गायकवाड यांची दोन बँक अकाऊंट्स होती. एक पत्नीसोबत जॉइंट आणि एक स्वत:चं. पत्नीचा सहभाग असलेलं अकाऊंट त्यांनी तिच्या मृत्यूनंतर चार वर्षांत ऑपरेट केलंच नव्हतं. मुळात त्या खात्यावर जेमतेम सहा-सात हजार रुपये होते.

दुसऱ्या खात्यावरची रक्कम मात्र खूपच जास्त होती. त्यात दर वेळी मोठ्या रकमेची भरही पडत होती. त्या खात्यावरची आर्थिक उलाढाल मोठी होती. शेवटच्या ट्रॅन्झॅक्शननुसार डॉ. गायकवाड यांनी त्या खात्यावरून रोख सहा लाख रुपये काढले होते. कदाचित त्या शेअरदलालाला देण्यासाठी ते असतील. पण डॉक्टर बेपत्ता झाल्यापासून मात्र त्यांच्या खात्यावर फक्त बावीसशे रुपयेच होते.

नागपुरात इन्स्पेक्टर अजय चौहानही कामाला लागले होते. त्यांनी मेडिकल कॉलेजचा डेडबॉडी स्वीकारणारा क्लार्क कमलाकर पाटील याला बोलावून घेतलं होतं आणि केबिनबाहेर तीन तास बसवून ठेवलं होतं. हा पोलिसी खाक्याचा एक भाग होता. संशयिताला नुसतं तासन्‌तास बसवून ठेवलं, तरी तो रेस्टलेस होतो. त्याची मानसिक शांतता भंग पावते आणि मग तो गुन्हा लवकर कबूल करतो. अर्थात, निर्ढावलेले गुन्हेगार याला अपवादही असू शकतात.

कमलाकर बसून बसून कंटाळला होता. इन्स्पेक्टर चौहान यांच्याकडे माणसांची सारखी वर्दळ सुरू होती. त्याच्यानंतर आलेल्या अनेकांना इन्स्पेक्टर आत बोलावत होते. कुणी पासपोर्टच्या कामासाठी, कुणी चोरीची नोंद करायला, कुणी नुसताच भेटायला. इन्स्पेक्टर प्रत्येकाशी हसून बोलत होते. अनेकदा बाहेर येत होते. पण त्यांनी पाटीलकडे ढुंकूनही पाहिलं नव्हतं. शेवटी अगदी संध्याकाळी एक हवालदार बोलला, ''सायबांनी बोलावलंय.'' तोपर्यंत पाटील भुकेने अर्धमेला झाला होता.

''पाटील... तुला कशासाठी बोलावलंय ते तुला चांगलंच माहितेय.''

''कशासाठी साहेब? मला तर काहीच कळून नाही राहिलं!''

''कळेल ना बे, आता समजेल. येडा बनून पेडा खातो काय?'' तुझ्यासारख्यानले सरळ कसं करायचं, ते मले कळतं ना, भौ.''

अजयने सज्जड दम देताच पाटील रडकुंडीला आला.

''सायेब, मी तर भल्ला मानूस... मले...''

''घ्या रे याले आत,''

"नको सायेब, सांगतो."

"मग बोल ना बे... मुहूर्ताची वाट बघते काय?" इन्स्पेक्टर चौहानच्या रुद्रावताराने थरथराट सुटलेला पाटील पोपटासारखा बोलू लागला. अजयकडे सर्व गोष्टींची नोंद होत होती,

पाटील सांगू लागला "त्या रात्री, म्हणजे मध्यरात्री दोन माणसं आली साहेब. ती बोल्ली का पंकज मोंडकरची बॉडी हॉस्पिटलला डोनेट करायची."

"माणसं कशी होती?"

"साधारण साहेब... म्हणजे मध्यम उंचीची. त्यातल्या मुख्य माणसाने काळी पॅन्ट आणि बहुतेक ग्रे कलरचा टी-शर्ट घातला होता. दुसऱ्याने पॅन्ट-शर्ट घातला होता...पण कलर नाही आठवत... दोघं सावळ्या रंगाचे होते. एक जरा उजळ होता... हा साहेब आणि त्यातल्या म्होरक्याला डाव्या हाताने उजव्या कानाची पाळी खाजवायची सवय होती बघा... तेवढं पक्कं ध्यानात राहिलं."

"हुशार आहात.... पुढे बोला... पण उगाच मिर्चमसाला टाकून खोटंनाटं सांगून आमची दिशाभूल कराल, तर याद राख."

"देवाशप्पथ सायेब... मी काय येडा आहे. का तुम्हांला खोटं सांगाले?"

कमलाकरचं सगळं बोलणं इन्स्पेक्टर चौहान यांनी, मुंबईला इन्स्पेक्टर सावंतांना तपशीलवार कळवलं.

सगळी नोंद ड्रॉवरमध्ये ठेवली आणि मुठीवर हनुवटी ठेवून विचार करता करता त्यांना एकदम स्ट्राइक झालं. "येस.. डाव्या हाताने उजव्या कानाची पाळी खाजवण्याची सवय असलेला माणूस माहितेय! येस!"

असा कोण असेल? इन्स्पेक्टर सावंत यांनी त्यांना माहीत असलेल्या अनेक गुन्हेगारांचा चित्रपट नजरेसमोर आणण्याचा प्रयत्न केला आणि त्यांना आठवलं की, कुठेतरी या माणसाशी पाला पडलाय... हो! नक्कीच तो! त्याला ताबडतोब पकडून कोठडीत टाकावं, असं सावंतना वाटलं पण केवळ मनात. कारण सबळ पुराव्याविना कोणालाही उगाच अटक करता येत नव्हती. तपासाचं बारीक जाळं विणणं महत्त्वाचं होतं. त्यात तो गुन्हेगार सापडणार, याची त्यांना खात्री होती.

'त्या' कान खाजवणाऱ्याला पकडण्यात एक मोठी अडचण होती. तो अशा व्यक्तीसाठी काम करत होता, ज्याची वट मुंबईपासून दिल्लीपर्यंत सर्वत्र होती. अनेक राजकारण्यांशी, अधिकाऱ्यांशी त्या व्यक्तीचे जवळचे संबंध होते. त्याच्या छुप्या कारवाया काळ्या असल्या, तरी उजळ माथ्याने वावरण्याइतकी पत-प्रतिष्ठा त्याने

मिळवली होती. थोडक्यात, रंगरावाच्या माणसाला हात लावणं सोपं नव्हतं. त्याचा बिझनेस करोडो-अब्जावधी रुपयांचा होता. देश-विदेशात त्याच्या 'कार्या'चा पसारा पसरला होता. अशा माणसाच्या कॉलरला हात लावण्यापूर्वी एखाद्या इन्स्पेक्टरला पन्नास वेळा विचार करावा लागणार होता, एवढं सावंतांना चांगलंच समजत होतं.

पण एक चान्स घ्यायला काय हरकत आहे? अशी व्यक्ती आपल्याला माहीत आहे नि तिला शिताफीने अटक केली, तर मीडिया आपल्याला डोक्यावर घेईल. हा एक जॅकपॉटच ठरेल. सावंतांना हसू आलं. त्यांनी फोन फिरवायला सुरुवात केली आणि ते थबकले.

नको, इतक्या घाईघाईने नागपूरच्या अजय चौहानला सगळं सांगण्यात अर्थ नाही. आणखी काही कच्चे दुवे मिळतात का? ते परस्परांशी जुळतात का? हे पाहू आणि मगच काय ते ठरवू. क्षणभर विचार करून ते आणखी एक नंबर डायल करू लागले.

अरे! ही गोष्ट सावंताना सांगायची राहिलीच. असा विचार मनात येताच नागपूरहून अजय चौहान मुंबईचा नंबर डायल करण्याचा प्रयत्न नेटाने करत होते. पण सावंतांचा नंबर सतत एंगेज येत होता. साहजिकच आहे, पोलीस स्टेशनचा नंबर चोवीस तास बिझी असणारच. पुन्हा एकदा प्रयत्न करून चौहान विचारात गढले.

नागपूरच्या मेडिकल कॉलेजला देहदान म्हणून मिळालेला पंकज मोंडकर म्हणजेच डॉ. गायकवाड यांचा मृतदेह नंतर अचानक गायब झाला होता. कमलाकर पाटीलने दिलेल्या माहितीनुसार, ॲनॅटॉमी रूममधून 'बॉडी' पोस्टमॉर्टेमसाठी नेण्याची कामगिरी नेहमीच गफूर नावाचा वॉर्डबॉय करायचा. डॉ. गायकवाड यांचा मृतदेह गायब झाल्या क्षणापासून गफूरही कुठेतरी बेपत्ता झाला होता. पाटीलच्या सांगण्यानुसार, गफूरला सतत दारू ढोसायची सवय होती. हाती चार पैसे आले की, तो पिऊन तर्र व्हायचा आणि कामावर दांडी मारून मौसमकडे जायचा. मौसम ही त्याची माशूका आहे, एवढंच पाटीलला ठाऊक होतं, तेही गफूरने सांगितल्यामुळेच. एरवी ती कुठे राहते? काय करते? याविषयी त्याला काहीच कल्पना नव्हती.

हा गफूर हाती लागला की, कोडं सुटणार होतं. कसंही करून त्याला पकडायला हवं. इन्स्पेक्टर अजय चौहान यांच्या मनात एकच विचार घुमत होता, तो मिळाला की, पंकज मोंडकर नावाने मेडिकल कॉलेजात आलेला डॉ. गायकवाड यांचा मृतदेह कुठे गेला? हे आपोआप समजलं असतं. त्यासाठी आधी मौसमपर्यंत पोहोचलं पाहिजे. ती कोणी रेडलाइट एरियातली आहे, की गफूरची प्रेयसी आहे, याबद्दल काहीच माहिती नव्हती. सर्व दिशांनी तपास करणं भाग होतं. आशिक माशूकांचे व्यावहारिक संबंध

बहुधा आशिक किती मालदार आहे त्यावर टिकतात. सगळा रोकडा व्यवहार असतो. तसं असेल, तर गफूर-मौसम यांचं नातंही तसंच असेल. पण ती खरोखरच त्याची प्रेयसी असेल, तर कोणत्याही परिस्थितीत त्याला साथ देईल. अजय चौहान यांनी काही खबऱ्यांना सूचना दिल्या आणि मौसमचा ठावठिकाणा शोधायला सांगितलं.

पाच-सात दिवसांत एका खबऱ्याने मौसमची माहिती आणली. आता गफूरला पकडायला वेळ लागणार नव्हता. अजय चौहान स्वत:वरच खूश झाले. काही वेळापूर्वी मुंबईला इन्स्पेक्टर सावंतांना केसचा सगळा तपशील सांगताना ते मौसम प्रकरण विसरले होते. म्हणूनच वारंवार फोन ट्राय करत होते, पण सावंतांना फोन लागत नव्हता.

शेवटी अजय चौहान यांनी विचार केला. सावंतांना आताच सगळी माहिती सांगण्याची घाई कशाला? तपास आणखी थोडा पुढे जाऊ दे, मग बघू. आणि त्यांनी ठरवलं की, संध्याकाळी मौसमची भेट घ्यायची.

''मौसम किती रोमँटिक आहे नाही?''

मायक्रोस्क्रोपखाली स्लाइड चेक करणाऱ्या शेफालीच्या अगदी जवळ जात नीरज मोठ्याने बोलला आणि ती दचकली.

''एऽ काय हे! मी कामात आहे, दिसत नाही?''

''दिसतं ना. त्यासाठी मला मायक्रोस्कोपची गरज नाही.''

''कळलं!''

''तर मी काय म्हणत होतो की, बाहेर मस्त पाऊस आहे...हवा थंड आहे... मौसम है आशिकाना...''

''तुला आजच वेळ मिळाला वाटतं? काल दुपारपासून कुठे होतास? मी कॉफीसाठी वाट पाहात होते...''

''मग आज दोन मागव! सो सिम्पल!''

''कुठे होतास ते सांग.''

''तुझ्या मनात, विशेषत: काल रात्री.''

शेफाली लाजली.

''समजलं... डॉक्टर, हे हॉस्पिटल आहे. चौपाटी नव्हे. कॉफी घेणार?''

''अर्थातच. एऽ आज संध्याकाळी जुहू बीचवर जायचं ठरवलंय.''

''कोणी?''

''कोणी म्हणजे? मी.''

''मग जा ना... मी कुठे काय म्हणतेय?''

"यूऽऽ नॉटी..."

"बरं. पण जुहूलाच का?"

"मी सांगतो म्हणून... आणि हो तू एकटीच ये तिथे."

"नाहीतर काय मी सगळा गोतावळा घेऊन फिरते."

"कम ऑन! माझा अंत नको पाहूस. आज संध्याकाळी तू मला जुहू बीचवर हवी आहेस... एकटीच-दॅट्स ऑल!"

"हा आदेश आहे की विनंती?"

"नम्र विनंती आहे सेवकाची... महाराणी."

"हं, गुड!"

"येताना एक गोष्ट मात्र नक्की आण."

"कोणती?"

"तुझं हृदय... प्रेमाने भरलेलं... भारलेलं. आणखी एक, प्लीज ती पिंक शिफॉन साडीच नेसून ये."

"व्वा! डॉक्टर आज फारच रोमँटिक मूडमध्ये दिसताय. पिंक शिफॉन साडी काय... हृदय काय... हार्ट सर्जरी करायचा विचार आहे वाटतं."

"येस. ओपन हार्ट सर्जरी नव्हे, पण हृदय मोकळं करणारी सर्जनशीलता पोहोचवायचीय तुझ्या हृदयापर्यंत."

"छान आहे तुमचं मेडिकल काव्य! भेटू या आपण डॉक्टर कविराज."

संध्याकाळपर्यंत शेफाली नीरजचाच विचार करत होती. याला कधी कळलं आपल्याकडे गुलाबी रंगाची शिफॉनची साडी असल्याचं? आपणच कधीतरी बेसावधपणे बोललो असणार. एनी वे... तिने आरशासमोर उभं राहात माफक मेकअप केला. भडक, गॉडी मेकअप तिला कधीच आवडत नसे. मेकअपने सौंदर्य फुललं पाहिजे, कोमेजता कामा नये हे तिच्या ब्युटिशियनचं वाक्य तिला आठवलं.

ती तयार होत असताना फोन वाजला.

'मैंया मैंया'

"बोल."

"झालीस तयार?"

"हो रे, बाबा."

"मी म्हटलं तीच पिंक साडी..."

"होऽऽय.. आणखी काही?"

"एऽऽ तू कशी दिसतेयस?"

''ते मला कसं कळेल?''

''पण माझ्या सवत्याला कळेल ना...''

''व्हॉट डू यू मीन?''

''अगं आरसा गं. माझ्या आधी त्याने तुझं रूप त्याच्यात साठवलं असेलच ना?''

''ओह्... पुरुषी जेलसी काही कमी नसते. येस! आय रियली लव्ह माय मिरर. त्याने मी सुंदर असल्याचं कधीच सांगितलंय.''

फोन संपताच शेफाली पुन्हा फुलसाइज आरशापुढे उभी राहिली. तिचा तिलाच हेवा वाटला.

''यू लूक क्यूट बेबी...''

कोण बोललं? आरसा? वॉव्! तिने हसून स्वत: भोवती एक गिरकी घेतली... मौसम खरंच छान होता.

निघता निघता तिने पुन्हा आरशात डोकावलं आणि तिला अचानक गायकवाड सरांची तीव्रतेने आठवण आली. कारण ती पिन्क शिफॉन साडी त्यांनीच तिला एका वाढदिवशी दिली होती.

नेहमी जीन्स आणि टी-शर्ट अशा वेशात येणाऱ्या शेफालीला ते एकदा म्हणाले होते.

''शेफाली, तुला काही ड्रेस सेन्स आहे की नाही?''

''का? काय झालं सर?''

''अगं, रोज एकाच प्रकारचे बोअरिंग कपडे का घालतेस? आम्हा पुरुषांचं ठीक आहे. फारशी फॅशन करायला वावच नसतो. पण तुम्ही मुलींसाठी ड्रेसेसची केवढी व्हरायटी असते. अगं, तुझ्या वयाच्या मुलीने असा ड्रेस घालायला हवा की, कोणीही तरुण फिदा व्हावा...''

''सऽऽर!''

''तुझ्याएवढी माझी मुलगी असती, तर मी तिच्यासाठी किती प्रकारचे कपडे आणले असते.''

शेफालीच्या डोळ्यात टचकन् पाणी तरळलं. डॉक्टर गायकवाड यांनी तेव्हा तो विषय आवरता घेतला. पण शेफालीच्या वाढदिवसाची तारीख मात्र डायरीत नोंदवून ठेवली. आणि त्याआधी चार दिवसांच्या तारखेपुढे लिहिलं, शेफालीसाठी सुंदर साडी विकत घेणे.

आणि तिच्या वाढदिवसाला त्यांनी तिला एक मोठ्ठं चॉकलेट भेट देत म्हटलं,

"हे शेफाली नावाच्या छोट्या मुलीसाठी..."

"काय हे सर... मी आता लहान आहे का?"

"नाही ना? मग हे मोठ्या झालेल्या शेफालीसाठी" असं म्हणत त्यांनी शिफॉन साडीचा बॉक्स तिच्या हाती ठेवला.

शेफालीने त्यांना वाकून नमस्कार केला. खरंच पितृत्वाच्या भावनेने सरांनी तिला ही भेट दिली होती.

"आता बघ या साडीत तू ब्यूटी क्वीन ठरतेस की नाही ते"

नीरजने दुरून हा सोहळा पाहिला होता. म्हणूनच शेफालीकडे असलेल्या त्या साडीबद्दल त्याला ठाऊक होतं.

आज रोमँटिक मूडमध्ये तीच साडी नेसून जाताना तिला पुन:पुन्हा सरांचे शब्द आठवत होते. नीरज तिच्यावर फिदा झालाच होता.

जुहू बीचवर नीरज तिची वाट पाहातच होता. "ब्यूटिफुल...सिम्पली ब्यूटिफुल!" शेफालीकडे अनिमिष नजरेने पाहात नीरज उद्गारला. ती मोहरली. तो आणखी जवळ आला. त्याच्याही हृदयाची धडधड वाढत होती. त्याने भावविवश होऊन एकदम पुढे होत तिचे हात हाती घेतले.

दोघं खूप जवळ आली होती. एकमेकांचे उष्ण श्वास परस्परांना जाणवत होते.

"चल" नीरज शेफालीचा हात हाती घेऊन हळूवारपणे बीचकडे नेऊ लागला. दोघांच्याही तनमनात वीज सळसळत होती. एरवी भरभरून बोलणाऱ्या दोघांचेही शब्द मूक झाले होते. स्पर्शाची भाषा शब्दांहून अधिक प्रभावी होती. शब्दांच्या पलीकडचं बरंच काही सांगत होती.

गर्दी टाळून दोघांनी एक निवांत कोपरा निवडला. शेफाली उगाचच वाळूत रेघोट्या मारू लागली. नीरज समुद्राची गाज ऐकत काही क्षण गप्प होता. मग एकदम कंठ फुटल्यागत बोलू लागला,

"माझं नाव नीरज शास्त्री. मी व्यवसायाने डॉक्टर आहे. मुंबईत गोखले हॉस्पिटलमध्ये काम करतो. मुंबईत बराच काळ असलो तरी या जागी क्वचितच आलोय. मुंबईत मी एकटाच असतो. घरचं जवळचं असं कोणी नाही मला. आता मात्र तो एकाकीपणा दूर होईल अशी खात्री वाटतेय. मला वाटतं तुम्ही डॉक्टर शेफाली मांजरेकर. गोखले हॉस्पिटलमध्येच आहात. खूप सुंदर दिसता तुम्ही. तुमच्या घरची थोडीफार माहिती आहे मला... तर डॉक्टर शेफाली, आपण दोघं मिळून एक नवं घरकुल सजवू या?"

एका दमात एवढं बोलून तो खो-खो हसू लागला. शेफालीलाही हसू आवरेना.

पण मग दोघंही एकाएकी गंभीर झाली.

"नीरज... तू काय म्हणतोयस, कळतंय का?"

"हो. तू माझी मैत्रीण होशील?"

"ती आत्ताही आहेच की..."

"तसं नव्हे... माझी सहचारिणी होशील? माझ्या जीवनात येशील? लग्न करशील माझ्याशी?"

प्रश्न अपेक्षित असला, तरी शेफालीच्या ह्रदयाची धडधड वाढली. एका होकारात किंवा नकारात आयुष्याचं परिमाण बदलणार होतं. आत्तापर्यंतचं स्वत:चं स्वत:पुरतं जीवन दोघांचं... मग तिघांचं होणार होतं. बरंच सुख आणि जबाबदारी येणार होती..... आई काय म्हणेल? काही नाही. नीरज तिला जावई म्हणून नक्कीच आवडेल... पण याला लगेच होकार तरी कसा द्यायचा? समोरच्या समुद्राची खळबळ पूर्णपणे तिच्या मनात उतरली होती. भावभावनांच्या लाटा उसळत होत्या.

"नीरज आपण नुसतं मित्र म्हणूनच राहिलो तर?" तिने अचानक विचारलं. तो नर्व्हस झाला.

"नुसती मैत्री? का? मी पसंत नाही तुला?"

"तसं नव्हे. माझ्यासारख्या स्वतंत्र विचाराच्या मुलीशी आयुष्यभर जमवून घेता येईल तुला? आत्तापर्यंत एका विशिष्ट अंतरावरून आपण परस्परांना ओळखतो. आपली जगं वेगळी आहेत. स्वतंत्र आहेत. ती एकरूप होताना दोघांनाही तडजोड करावी लागेल. आपापले रंग विसरून मीलनाचा एकरूप झालेला रंग निर्माण करावा लागेल. अशा वेळी अनेकदा पुरुषी शॉव्हिनिझम, अहंकार आड येतो हे मी अनेक मैत्रिणींबाबत पाहिलंय. मला तसं नाही आवडणार. दोघांनी समानतेने, सहचर व्हायचं असेल, तर माझी हरकत नाही. तू विचार कर."

"बाप रे! केवढं भाषण दिलंस! हुश्श! सुटलो एकदाचा, अगं, मीही तुझ्याइतकाच व्यक्तिस्वातंत्र्यवादी आहे. काही काळजी करू नकोस. आपली व्यक्तिमत्त्वं परस्परांच्या सहवासात अधिक फुलतील."

"मग मीही तयार आहे."

नीरज पुन्हा गंभीर झाला.

"काय झालं?" तिने नजरेनेच विचारलं.

"शेफाली तुला आठवतं? आपण सगळ्यांनीच लहानपणी एक गोष्ट ऐकलेली असते. एका राजपुत्राची आणि राजकन्येची... ती त्याची वाट पाहात रम्य उपवनात उभी असते... आणि तो शुभ्र घोड्यावरून दौडत वेगाने येतो आणि तिला घेऊन जातो.

शेफाली खुदकन् हसली. बालपण मागे पडल्यानंतर पहिल्यांदाच हे असं हसू आल्याचं तिला जाणवलं. भाबड्या स्वप्नांची दुनिया आठवली. आई- बाबा सगळ्यांचीच खूप आठवण आली. आई म्हणायची... कोणीही राजकुमार फिदा होईल माझ्या पोरीच्या सौंदर्यावर... आई-बाबा... आज तो राजकुमार भेटलाय!

"शेफाली हात पुढे कर...."

" ... "

नीरजने खिशातून एक सुबक डबी काढली. त्यात हिऱ्याची चमचमती अंगठी होती. तिची नजर झुकली. त्याने तिचा हात हाती घेत अंगठी घालताच तिच्या मनात एक वेगळीच अनुभूती निर्माण झाली.

"काय, खूश आहे ना राजकुमारी?"

"येस... मिस्टर राजकुमार... पण?"

"आता पण कशाला? मी तो कधीच जिंकलाय."

"पण..."

"पुन्हा तेच."

"अरे, तू एवढी छान अंगठी आणलीस, पण मी काहीच नाही आणलं तुझ्यासाठी. आजच हे असं काही इतकं गोड घडेल, याची कल्पना नव्हती मला."

"माझ्यासाठी तू आलीस, एवढंच पुरेसं आहे."

नीरज तिला घट्ट जवळ घेत बोलला.

"खरं आहे तुझं. मी मलाच आणलंय तुझ्यासाठी." असं म्हणून तिने अनपेक्षितपणे नीरजच्या ओठांवर ओठ टेकवले. नीरज अंतर्बाह्य थरारला. प्रेमाचा असा उत्कट क्षण त्याने पहिल्यांदाच अनुभवला होता. स्वर्गसुखाची ही सुरुवात होती. दोघांची मनं पिसासारखी हलकी-फुलकी झाली होती, पण तनं जडावली होती, तिथून उठूच नये, असं वाटत होतं. पण आपण सार्वजनिक जागी एका चौपाटीवर बसल्याचं भान दोघांनाही आलं.

"चल, जवळच्या हॉटेलात जाऊ या." तो म्हणाला.

ती मूकपणे उठली. हातात हात गुंफले गेले. ओल्या पुळणीच्या वाळूवर त्यांच्या साहचर्याची पावलं उमटू लागली. जेवून तृप्त झाल्यावर शेफालीने नीरजला त्याच्या फ्लॅटपाशी सोडलं. कारमधून उतरताना तो म्हणाला, "चल, वर येतेस माझ्या घरी?"

"आता रात्रीचे अकरा वाजलेत, डॉक्टर घरी तुम्ही एकटेच असता. अशा वेळी एका सुसंस्कृत तरुणीला एकांतात बोलावताय.काय इरादा आहे तुमचा?" शेफालीने ताडकन् विचारलं.

हॉस्पिटलला जाण्याच्या तयारीत असलेल्या शेफालीच्या मनात कालची गोड

संध्याकाळ रुंजी घालत होती. रात्री घरी आल्यावरही बराच वेळ तिला झोप लागली नव्हती. आयुष्यातला एक महत्त्वाचा निर्णय अचानक घेतला गेला होता. घरच्यांनाही कल्पना नव्हती. डॉ. नीरजचं विवाहाचं प्रपोजल तिने आनंदाने स्वीकारलं होतं. जुहूच्या किनाऱ्यावर सागराच्या साक्षीने नीरजने दिलेली हिऱ्याची अंगठी तिच्या बोटात चमकत होती. उद्याच्या सहजीवनाचं तेज तिला त्यात दिसत होतं.

घरी परतताना नीरजने वाटेत माझ्या घरी येतेस का? असं सहज विचारल्यावर तिची शार्प रिॲक्शन होती, ''डॉक्टर, एका तरुणीला एकांतात बोलावताय. काय विचार आहे तुमचा?'' त्यावर नीरज वरमला होता. 'छे! उगाच आपण असं बोललो. काही वेळा विनोदही जिव्हारी लागतो. नीरज दुखावला तर गेला नसेल? नसेल! आपण आकस्मिकपणे घेतलेलं त्याचं चुंबन त्याला आपल्यापासून कधीच दूर करणार नाही.' शेफालीचं मन पुन्हा नुसत्या त्या आठवणीने मोहरलं. पुरुषाचा इतका निकट असा पहिलाच स्पर्श... सारं जग विसरायला लावणारा...

पण मॅडम जगाला विसरून चालणार नाही. याच जगात वावरायचंय आयुष्यभर. तिथली कर्तव्यं पार पाडायलाच हवीत. चला. लवकर तयार व्हा आणि हॉस्पिटलकडे पळा. आरशासमोर उभी राहताना पुन्हा तिला आपल्या सौंदर्याचा सार्थ अभिमान वाटला. फिट ॲण्ड स्लिम...! एखाद्या विश्वसुंदरीसारखी.

आज रस्त्यावर कसं कोण जाणे, पण ट्रॅफिक बेताचं होतं. सफाईदारपणे कार चालवत शेफाली रुग्णालयात पोहोचली. आज पोस्टमॉर्टेम रूममध्ये काम होतं.

गोखले हॉस्पिटलची पोस्टमॉर्टेम रूम इतर रुग्णालयांपेक्षा मोठी होती. त्या एअरकंडिशन्ड दालनात सर्व सोयीसुविधा होत्या. राज्य सरकारने विशेष लक्ष देऊन हॉस्पिटलमध्ये सर्व आवश्यक गोष्टी अद्ययावत स्वरुपात असतील, याची काळजी घेतली होती. अमेरिका-युरोपातील हॉस्पिटल्समध्ये पोस्टमॉर्टेमच्या वेळी होणाऱ्या ऑटोप्सीचं ऑडिओ रेकॉर्डिंग्ज करण्याची प्रथा आहे. मृतदेहविच्छेदनाच्या वेळी डॉक्टर करत असलेलं निरीक्षण त्यांच्याच आवाजात रेकॉर्ड होत असतं, ते पुन्हा ऐकलं जातं. त्यात काही सुधारणा करायच्या असतील, तर केल्या जातात. फायनल रेकॉर्डिंग रुग्णालयाच्या कॉम्प्युटरमध्ये सेव्ह केलं जातं. त्यानंतर त्यात कोणतीही फेरफार करणं शक्य नसतं.

परदेशातल्या अद्ययावत रुग्णालयातली सोय गोखले हॉस्पिटलमध्येही होती. एखादा रुग्ण रुग्णालयात दाखल झाल्यावर योग्य निदान होण्यापूर्वीच, चोवीस तासांच्या आत त्याचा मृत्यू झाला आणि डॉक्टरांना काही शंका असेल, तर त्या रुग्णाचं पोस्टमॉर्टेम करावं लागतं.

पोस्टमॉर्टेम रूममध्ये आल्यावर शेफालीने ॲप्रन चढवला. ग्लव्हज हातात घातले आणि स्ट्रेचरवरच्या मृतदेहावरून नजर फिरवली.

"पवार, याची हिस्ट्री काय?" तिने विचारलं.

"त्याचं नाव विनोद नायक आहे. वय ५१ वर्षं, गेली काही वर्षं त्याला डायबिटिस होतं. काल कोमात गेल्यावर त्याला इथे ॲडमिट करण्यात आलं होतं. शुगरचं प्रमाण एकदम कमी होतं, पण अखेर तो गेला. मृत्यूचं इतर काही कारण न सापडल्याने डॉक्टर नीरजच्या युनिटने त्याचं रुटीन पोस्टमॉर्टेम करायला सांगितलंय."

मृतदेह ठेवलेल्या स्ट्रेचरच्या बरोबर वरच्या बाजूला सिलिंगपासून खाली लटकलेला माइक होता. शेफालीने इशारा करताच तो ऑन करण्यात आला.

शेफाली सफाईदारपणे मृतदेहाची चिरफाड करू लागली. आतल्या अवयवांचं निरीक्षण करता-करता ती बोलत होती. ते सारं रेकॉर्ड होत होतं... पंधरा-वीस मिनिटांत ऑटॉप्सी आटोपली.

"पवार, याच्या मेंदू, हार्ट, लिव्हरच्या स्लाइड्स बनवा. मी त्या चेक करते. प्रथमदर्शनी तरी मृत्यूचं इतर काही कारण दिसत नाहीये. शुगर खूपच कमी झाल्याने ब्रेन डॅमेज होऊन तो त्यातून रिकव्हर होऊ शकला नाही, असं दिसतंय."

चार-पाच दिवसांनी सकाळची कॉफी घेताना शेफालीने नीरजला विचारलं, "चार दिवसांपूर्वी तू एक डेडबॉडी पोस्टमॉर्टेम करायला पाठवली होतीस, आठवतंय? विनोद नायक नाव होतं त्याचं. वय ५१ वर्षं. डायबिटिसचा पेशंट होता."

"हो. आठवतंय ना... पण त्याचं काय?"

"त्याच्या स्लाइड्स काल मी टेस्ट करत होते. बाकी सगळं रुटीनच होतं, पण त्याच्या लिव्हर-सेल्स खूप खराब झालेल्या आढळल्या, त्याचं काय कारण असावं ते समजलं नाही. तुझ्याकडे त्या पेशंटची आणखी काही माहिती आहे का?"

"अगं, तो माझा पेशंट नव्हता. डॉ. मराठे सरांचा होता, सर रजेवर असल्याने मी त्याला तपासलं इतकंच. औषधात थोडा फेरफार केला, पण रिस्पॉन्स मिळाला नाही त्याच्याकडून."

"ओके! मराठे सर आले की, मी बोलते त्यांच्याशी."

मग इकडच्या-तिकडच्या थोड्या गप्पा झाल्या आणि नीरज म्हणाला, "डॉक्टर, चला... कामाला लागू या. संध्याकाळी जरा लवकर जायचंय आपल्याला."

"आपल्याला?"

"येस! एका इंग्लिश चित्रपटाची तिकिटं काढलीयत. सिनेमा संपला, की ताज लॅण्ड्स एण्डमध्ये जायचं. तिथे एका फार्मा कंपनीतर्फे डिनर आहे."

“आज? सॉरी डियर... मला आज डिपार्टमेंटल मीटिंग आहे.”

“एऽऽ कम ऑन... प्रेमजीवनाच्या दुसऱ्याच संध्याकाळी ऑफिसचं काम काय काढलंस... माझा मूड घालवू नकोस प्लीज”

“नीरज, समजून घे जरा. आता मी लॅबची प्रमुख आहे. डॉक्टर गायकवाडांच्या पश्चात माझ्यावर केवढी जबाबदारी पडलीय याची कल्पना आहे ना तुला? सर असताना काम पेंडिंग ठेवूनही मी निघू शकत होते. आता तसं नाही. मीच बेफिकिरीने वागले, तर असिस्टंट कसे वागतील?”

नीरज नाराज झाला.

“एऽ, एवढा काय निराश होतोस? उद्या नक्की जाऊ या कुठेतरी, मी कामं आटोपून तशी व्यवस्था करते.”

“आय डोंट नो. कदाचित उद्या मी बिझी असू शकतो...” नीरज तुटकपणे बोलला. प्रेमातला पहिला रुसवा! दोघंही थोडा वेळ बसून निघून गेली. नंतरचा आठवडाभर नीरजने संध्याकाळी एकत्र जाण्याची गोष्ट काढली नाही.

पण ही औटघटकेची नाराजी फार काळ कशी टिकणार? एका सकाळी नीरज उत्साही मूडमध्ये बोलला, “शेफाली... चिअर्स!”

“चिअर्स!” शेफालीही म्हणाली. पण कशाबद्दल? आणि अचानक तिची नजर त्याच्या डाव्या मनगटाकडे गेली.

“ओह, नाइस वॉच... रॅडो वाटतं? कधी घेतलंस?”

“घेतलं नाही. मिळालं!”

“म्हणजे?”

“एका फार्मास्युटिकल कंपनीकडून मिळालेलं गिफ्ट आहे हे.” शेफाली काहीच बोलली नाही. नंतर चार-पाच दिवसांतच नीरजच्या शर्टाच्या खिशात *मों-ब्लां* पेन तिला दिसलं. इतकं महागडं पेन... म्हणजे पुन्हा फार्मा पार्टी, पुन्हा गिफ्ट.

“हनी, आजकाल तू थोड्या ग्लूमी मूडमध्ये का असतेस? आपले हे दिवस ब्लूम होण्याचे आहेत, ग्लूम होण्याचे नाहीत. दिवस तुझे फुलायचे... झोपाळ्यावाचून झुलायचे.” नीरज भलत्याच मादक मूडमध्ये दिसत होता.

“काही नाही. मी अगदी नेहमीसारखीच आहे. बोल.”

“आज संध्याकाळचा एक प्रोग्रॅम मी ठरवलाय. त्यात तू मोडता घालायचा नाहीस...”

“काय ते सांगशील तर खरं.”

“आज संध्याकाळी आपण तुझ्या फ्लॅटवर जायचं.”

‘‘माझ्या घरी? कशाला?’’

‘‘का? मी तुझ्या घरी यावंसं वाटत नाही तुला? अगं, तुझ्या घराच्या दहाव्या मजल्यावरच्या बाल्कनीतून दिसणारा अथांग समुद्र पाहायचाय मला.’’

शेफालीने नाक मुरडलं.

‘‘ओके! हा प्लॅन नकोय. मग दुसरा रेडी आहे. आपण तुझ्या घरी जाऊ. तू फ्रेश हो, मीही फ्रेश होईन. मग आपण दोघं सरळ तुझ्या बेडरूममध्ये जायचं.’’

‘‘व्हॉऽऽट?’’ शेफाली किंचाळली, ‘‘डोकं फिरलंय तुझं?’’

नीरज गडगडाटी हसला, ‘‘ओके, मॅडम! ही हॉट आयडियाही तुम्हांला पसंत नाही ना. अगं, गंमत केली. आज आपण ताज इंटरकॉन्टिनेंटमध्ये मस्त डिनर घेऊ या. मग तर झालं?’’

‘‘नीरज, एक विचारू?’’

‘‘अर्थात... आता यापुढे मॅडमनी विचारायचं आणि या गरीब बिचाऱ्या विद्यार्थ्याने उत्तरं द्यायची.’’

‘‘असं! आणि उत्तर चुकलं तर?’’

‘‘मॅडम देतील, ती सजा भोगायला बंदा तयार आहे.’’

‘‘ओके! नो जोक्स... पण नीरज, ही फाइव्हस्टार चैन आपल्याला परवडते का?’’

‘‘परवडते ना. अगं, एका मोठ्या हॉस्पिटलच्या एका विभागाचा प्रमुख आहे मी. त्यामुळे औषध कंपन्या फेवर करतातच.’’

‘‘उगाचच?’’

‘‘उगाचच कशा करतील? त्यांची औषधं मी प्रिस्क्राइब करतो, म्हणूनच त्या एवढा भाव देतात. काही उपकार नाही करत...इट्स व्हेरी सिम्पल, मॅम.’’

‘‘इज दॅट व्हेरी सिम्पल? इतकं सरळ-साधं आहे हे सगळं?’’ शेफालीने जरा तीव्रपणे विचारलं.

नीरज एकदम गप्प झाला. शेफाली म्हणाली,

‘‘नीरज, एक तर या कंपन्यांना त्यांच्या औषधांची विक्री वाढवायची असते. काही वेळा त्याच त्यांच्या औषधाच्या गुणवत्तेबद्दल साशंक असतात. मग अशा फेव्हरिझममधून मार्केट कॅप्चर केलं जातं. त्याला काही डॉक्टर बळी पडतात.’’

‘‘तुला काय म्हणायचंय? म्हणजे मी...’’

‘‘ऐक. आपलं रुग्णालय सरकारी आहे. फाइव्हस्टार नव्हे. तिथले रुग्णही सामान्य परिस्थितीतले असतात. त्यांना ही महागडी औषधं परवडतात?’’

"तुझं म्हणणं तत्त्वत: खरं आहे, पण व्यवहारात असंच चालतं. मी एकटा हे थांबवू शकत नाही. बरेच डॉक्टर असे आहेत की..."

"असतील पण म्हणून आपणही तसंच वागायला हवं, असा तर काही नियम नाही?" शेफालीच्या स्वरात चीड होती.

"अगं, पण एवढं काय मनाला लावून घेतेस?"

"नीरज, तू हे सगळं तुझ्यापुरतं थांबवू शकशील?"

"पण का? तुला काय प्रॉब्लेम आहे?"

"प्रॉब्लेम असा की, हे सगळं माझ्या स्वभावाच्या, तत्त्वांच्या विरुद्ध आहे आणि यापुढे आपण सहजीवनाचा स्वीकार केलाय. नीरज, माझ्याकडे मोठा फ्लॅट आहे. कार आहे. आपल्या दोघांनाही चांगला पगार आहे. आपण तेवढ्या पैशात सुखात राहू शकतो."

"सुख? कसलं सुख? दरवर्षी फॉरिन टूर परवडेल आपल्याला, या तुटपुंज्या पगारात? महागडी कार घेता येईल? मुलांना इंटरनॅशनल स्कूलमध्ये घालता येईल? बँकेत सत्तर-ऐंशी लाख रुपये नेहमी असतील?... प्रायव्हेट प्रॅक्टिस करणाऱ्या कित्येक डॉक्टरांची लाइफस्टाइल माहितेय कशी असते ती?"

"हं आलं लक्षात" दीर्घ श्वास घेत शेफाली बोलली, "मग नीरज, तू का नाही प्रायव्हेट प्रॅक्टिस करत?"

"शेफाली, या विषयावर आपण पूर्वीही बोललोय, असं मला वाटतं," नीरजच्या स्वरात कडवटपणा होता. "तुला चांगलंच माहितेय की, मोक्याच्या जागी डिस्पेन्सरी सुरू करण्याएवढे पैसे माझ्याकडे नाहीत? जागा खरेदी कशी करायची? कुठून आणू लाखो रुपये? दुसरी गोष्ट म्हणजे, तितके पैसे मला इथे बसूनच मिळत असतील, तर वेडं साहस कशाला?"

शेफाली त्याच्याकडे एकटक पाहात होती त्याच्या नजरेत तिला फक्त पैसा दिसू लागला. बुब्बुळांच्या जागी रुपयांची नाणी!

"जाऊ दे नीरज. फर्गेट इट! यावर चर्चा नको. मला हे सगळं आवडत नाही, हे मात्र खरं."

थोडा वेळ थांबून काहीच न बोलता नीरज एकदम 'जातो' म्हणाला, शेफालीने नुसती मान हलवली.

तो गेल्या दिशेला ती पाहात राहिली... आयुष्यभर कसं जमायचं या माणसाशी?... हा एकच विचार तिचा मेंदू पोखरू लागला.

डॉ. मराठेही रात्रभर विचार करत होते. पॅथॉलॉजी विभागाच्या ज्युनियर डॉक्टरला

पन्नास हजाराची ऑफर देऊन हव्या त्या नोंदीची सीडी मागवली खरी... पण तो शब्दाचा पक्का असेल का? की भीतीपोटी भलतंच काही करेल? डुप्लिकेट सीडी तर देणार नाही? की आपलं म्हणणं शिताफीने टाळेल?... एक ना दोन हजार शंकांनी त्यांच्या मनात गर्दी केली. रात्रीच्या नीरव अंधारात ते शंकासूर अधिकच भेसूर वाटत होते.

ज्युनियर डॉक्टर शुभमशी बोलून तीन दिवस झाले होते. हॉस्पिटलच्या इंटरकॉमवरून त्याच्याशी संपर्क करणं डॉ. मराठे टाळत होते. त्यांनी त्या डॉक्टरशी सेलफोनवर बोलणं करून रात्री आठ वाजता वांद्रे स्टेशनवर बुकस्टॉलजवळ भेटायचं ठरवलं.

ठरल्यानुसार तो आला. गर्दीने भरलेल्या प्लॅटफॉर्मवर त्यांच्याकडे कुणाचं लक्ष असणार? त्याने डॉ. मराठेंच्या हाती एक प्लॅस्टिक बॅग दिली. ''सर, यात गेल्या वर्षभरातल्या ११ सीडी आहेत...''

''थँक्स!'' म्हणत त्यांनीही एक पिशवी त्याला दिली. ''आपण ठरवले त्यापेक्षा पाच हजार जास्त आहेत,'' डॉ. मराठे बोलले. तरुण डॉक्टरचा चेहरा खुशीने फुलला.

''थँक यू व्हेरी मच सर! पुन्हा कधी काही काम असेल, तर सांगा.''

''पण एक सांग? स्टोअरमधून या सीडी हरवल्याचं कुणाच्या लक्षात आलं तर?''

''नाही होणार तसं.''

''ते कसं?''

''कारण मी डुप्लिकेट सीडी तिथे ठेवल्या आहेत!''

डॉ. मराठेंचा श्वास क्षणभर थांबला... या मूर्ख माणसाने नको तेच केलं होतं. पंचावन्न हजार पाण्यात गेले होते.

''म्हणजे? हा डेटा तिथे तसाच आहे तर?'' डॉ. मराठेंनी घामाघूम होत चिडून विचारलं.

''नो सर. इतका मूर्ख नाही मी. त्या डमी सीडी 'करप्टेड' आहेत. त्या कोणी पाहू लागलं, तर कॉम्प्युटरच्या स्क्रीनवर अर्थहीन गार्बेज उमटेल. मग आपोआपच त्या सीडी भंगारात जातील. तुम्ही निश्चिंत राहा.''

ओह् गॉड! डॉ. मराठे मनाशी म्हणाले, 'बरीच अक्कल दिसते याला... उपयोगाचा माणूस आहे...'

''ठीक आहे. निघ तू.''

तो पुन्हा थँक्स म्हणत निघाला. जाताजाता सूचक हसला.

आता घरी गेल्यावर या सीडी नष्ट करायला हव्यात. एच. स्टेटीन परीक्षणातला निगेटिव्ह पुरावा पुन्हा कधी जगाला दिसता कामा नये. डॉ. मराठेंचं विचारचक्र सुरू झालं.

कार चालवता चालवता त्यांना शुभमचा चेहरा आठवला. शेवटी तो मिष्कीलपणे हसला कशासाठी? हॉस्पिटलमध्ये करप्टेड सीडी ठेवणाऱ्या या माणसाने ओरिजिनल सीडीच्या डुप्लिकेट स्वतःकडे तर ठेवल्या नसतील?

पुन्हा एक झोप उडवणारा विचार. डॉ. मराठे विलक्षण अस्वस्थ झाले. एका चक्रव्यूहातून बाहेर पडून दुसऱ्यात अलगद अडकावं तसे.

मौसम!

खबऱ्याने दिलेल्या पत्त्यावर मौसमचा ठावठिकाणा शोधण्यासाठी इन्स्पेक्टर अजय चौहान निघाले. शहरातल्या रेडलाइट एरियातच ती सापडणार असा त्यांचा कयास होता. खबऱ्याने सांगितलं होतं की, मौसम गेले सहा-सात महिने त्या भागात एक छोटंसं घर भाड्याने घेऊन दोन मैत्रिणींसह राहत होती. सर्वांचा धंदा एकच होता. देहविक्रय! खबऱ्याने असंही सांगितलं होतं की, गेले काही दिवस मौसम जागा बदलण्याच्या विचारात होती.

अजय सिव्हिल ड्रेसमध्ये होता. उगाच पोलिसी गणवेश पाहून आसपासचे लोक बिचकायला नकोत. एका झोपडवस्तीत मौसम राहत असल्याचा अंदाज होता. ती सगळी वस्ती गरीब मजुरांची होती. शहरातल्या विविध व्यवसायात मोलमजुरी करणारी हातावर पोट असणारी ही माणसं परिस्थितीशी झुंजत आपलं अस्तित्व टिकवण्याची आटोकाट धडपड करत होती. त्या वस्तीत सोयीसुविधा कुठल्या असायला? वाहत्या गटारांना चिकटूनच झोपड्या उभ्या होत्या. वीज नाही, पाणी नाही आणि अठराविश्व दारिद्र्य.

तपासाच्या निमित्ताने अजय अशा वस्त्यांमधून अनेकदा फिरला होता. कोणाला काय विचारायचं? हे त्याला चांगलंच ठाऊक होतं. थोड्याच वेळात त्याला मौसमच्या घराचा पत्ता सापडला. झोपडीचं तुटकं दार ठोठावताच, कणकेने हात भरलेल्या एका तरुणीने ते उघडलं.

''कोण?'' तिच्या नजरेत प्रश्न होता. त्यावर अजयने विचारलं,

''मौसम?''

ती मानेनंच हो म्हणाली आणि अजय आत शिरला. आपलं कार्ड दाखवत त्याने म्हटलं, ''मी, इन्स्पेक्टर अजय चौहान...''

नागपूरमधल्या एका झोपडवस्तीत इन्स्पेक्टर अजय मौसम नावाच्या एका सेक्सवर्करची मुलाखत घेत असताना, तिकडे अमेरिकेत भल्या सकाळी न्यू जर्सीतल्या एडिसन स्मिथ फार्माच्या हेडक्वार्टरमध्ये उच्चपदस्थांची मीटिंग सुरू झाली होती. स्मिथ फार्माचे अध्यक्ष ॲन्ड्रयू स्मिथ शांतपणे बोलत होते –

''मित्रहो, तुम्हांला एक चांगली बातमी देण्यासाठी ही तातडीची बैठक बोलावली आहे. आपलं एच. स्टेटीन हे औषध आता भारतातही मोठ्या प्रमाणावर वितरित होऊ लागेल. मुंबईच्या मार्केटमध्ये त्याचं लॉन्चिंग झालं असून टप्प्याटप्प्याने दिल्ली, कोलकाता, चेन्नई, चंदीगढ या ठिकाणी ते इन्ट्रोड्यूस केलं जाईल. दिल्लीचे अतुल अगरवाल आपले प्रमुख वितरक आहेत, हे तुम्हांला माहीत आहेच.''

क्षणभर थांबून स्मिथ यांनी पॉवरपॉइंट प्रेझेंटेशन सुरू केलं. पडद्यावर विविध प्रकारची माहिती दिसू लागली. स्मिथ बोलत होते,

''गुड कॉलेस्टेरॉल वाढवणाऱ्या आपल्या एच. स्टेटीन औषधाला आत्तापर्यंत युरोप आणि रशियात चांगलं मार्केट मिळालंय. आता आशियाई देशांत आपल्या बिझनेसचा विस्तार होण्याच्या दृष्टीने आपण प्रयत्नशील आहोत. त्यामानाने आपल्या अमेरिकेतच या औषधाचं मार्केट कमी आहे. अमेरिकेत स्टेटीन ग्रुपचा टर्नओव्हर पाच बिल्यन डॉलर्स इतका आहे. त्यात एच. स्टेटीनचा वाटा अजून तरी केवळ एक बिल्यनचाच आहे. म्हणूनच परदेशातील मार्केट काबीज करण्याची वर्ल्डवाइड योजना आपण आखलीय. भारतात एच. स्टेटीनचा खप वाढला, तर पाकिस्तान, बांगलादेश, श्रीलंका या देशांमध्ये आपोआप त्याचा प्रसार होईल.''

एका डिरेक्टरने हात उंचावला,

''येस?''

''भारतात किती विक्री होईल या औषधाची?''

''वेल...'' लॅपटॉपच्या की-पॅडवर बोट फिरवत स्मिथ उत्तरले,

''इंडियातलं आत्ताचं फार्मा मार्केट वीस हजार कोटी रुपयांचं आहे. त्यात स्टेटीनचा हिस्सा पाच टक्के असून त्यात वाढ व्हावी, यासाठी आपण प्रयत्नांची पराकाष्ठा करत आहोत.''

''आज जगातला एकूण औषध व्यापार २५० बिल्यन डॉलर्सचा आहे, हे आपल्याला माहीत आहेच. अर्थात, त्यापैकी ४० ते ५० टक्के व्यापार अमेरिकेतच होतो. इंडियात आपला व्यवसाय-विस्तार करायचा, तर संशोधनावर ३२० कोटी रुपये खर्च येतो, तर २० हजार कोटींचा बिझनेस आवाक्यात येतो.'' ॲन्ड्रयू आत्मविश्वासपूर्वक म्हणाले.

''गुड स्टडी... गुड होमवर्क अॅन्ड्रयू.'' एक वयस्क डिरेक्टर कौतुकाने बोलले.

''थँक यू सर... होमवर्क केल्याशिवाय परदेशीच काय, ही देशी मार्केटमध्येही, पाऊल ठेवणं धोक्याचं ठरतं. भारत आणि चीन या उद्याच्या महासत्ता आहेत. तेव्हा या देशांवर जास्त कॉन्सन्ट्रेट करायला हवं, असं आम्हांला वाटलं.''

''येस. दॅट्स लॉजिकल'' एक डिरेक्टर बोलले.

''अॅण्ड बेनिफिशिअल टू.'' दुसऱ्याने कॉमेंट करताच हशा पिकला.

''अमेरिका, युरोपमधल्या संशोधनाला भारतात बराच मान मिळतो. त्याचा फायदा आपण घ्यायला हवा. दॅट्स ऑल फ्रेंड्स!''

अॅन्ड्रयू स्मिथ यांनी प्रेझेंटेशन संपवलं. कॉफी ब्रेकमध्ये सर्व डिरेक्टर्स आपापली मतं मांडू लागले. चर्चा सुरू असतानाच संधी पाहून एक डिरेक्टर निक स्टोन याने अॅन्ड्रयू स्मिथ यांना जरा बाजूला येण्याची खूण केली.

''काय झालं?'' अॅन्ड्रयूनी थोड्या काळजीच्या सुरात विचारलं, ''एनी प्रॉब्लेम?''

''हं! इंडियात एच. स्टेटीनच्या वितरणात अडथळे येतायत.''

''म्हणजे?''

''आपल्या औषधाचा अनुकूल रिपोर्ट मिळवून ते लॉन्च करण्याची तयारी पूर्ण होत असतानाच एका डॉक्टरने औषधातल्या त्रुटी दाखवून दिल्या. अर्थात, त्या डॉक्टरचा बंदोबस्त आपला इंडियन एजंट अतुल अगरवाल याने केलाच, पण...''

''पण काय?''

''मुंबईतला आणखी एक डॉक्टर आता आपल्या औषधांच्या विरोधात बोलायला लागलाय. अर्थात, अतुल त्याला मॅनेज करेलच म्हणा. पण...''

''आता कसला पण?''

''आपल्या एच. स्टेटीनविषयी एकूणच आशियातले रिपोर्ट्स चांगले नाहीत.''

''असं कोण म्हणतं?''

''दिल्लीचा अतुल अगरवाल.''

''पण त्याला ते कसं समजलं?''

''सर, अतुलच्या कंपनीचा राघवन नावाचा माणूस मध्यंतरी इथे न्यू जर्सीला येऊन गेला, ते आठवतंय ना?''

''त्याचं काय?''

''तो अतुलचा उजवा हात आहे. दोघेही मोठे पाताळयंत्री आहेत. त्यांच्यापासून सावध राहायला हवं.''

अॅन्ड्रयू विचारात पडला.

अजयने आपण पोलीस इन्स्पेक्टर असल्याचं सांगताच मौसम जराशी चपापली, पण लगेच सावरली. तिला या गोष्टींची सवय असावी किंवा तिचा स्वतःवर भरवसा असावा. अजयने मौसमला एका क्षणात न्याहाळलं. सत्तावीस-अठ्ठावीस वर्षांची मौसम एखाद्या अस्मानी परीसारखी देखणी नव्हती. पण तिच्या सावळ्या रूपात दिलखेचक असं निश्चित काहीतरी होतं. तिचा तरतरीत चेहरा आणि काळजाचा ठाव घेणारी नजर. कोणाही पुरुषाला भुलवणारी.

अजयकडे रोखून पाहातापाहाता मौसम खळाळून हसली. म्हणाली,

"क्या साब! बाकीचे पुलिसवाले वर्दीत येतात, तुम्ही मात्र…"

तिच्या बोलण्याकडे साफ दुर्लक्ष करत अजयने रोकडा सवाल केला,

"गफूर कहाँ है?"

क्षणभर गप्प राहून मौसम सहजतेने बोलली,

"आत्ता तरी इथे नाही!"

"म्हणजे हल्ली तो इथेच असतो, पण या क्षणी नाही… असंच ना?" अजयने तिला शब्दांत पकडण्याचा प्रयत्न केला.

"साहेब… खुर्चीवर बसा तर खरं. काय घेणार? कोल्ड ड्रिंक?" तिने पुढे केलेल्या खुर्चीवर अजय बसला. हा इन्स्पेक्टर सहजासहजी आलेला नाही हे मौसमने ओळखलं. त्याला माठातलं थंड पाणी देत ती बोलली.

"साब, गफूरने काही लफडं तर केलं नाही ना?"

"ते नंतर कळेलच. तू फक्त मला तो कुठे आहे ते सांग."

"तो लुबना आंटीच्या अड्ड्यावर गेलाय, प्यायला."

"कधी येईल?"

"काय माहीत? खिशातले पैसे संपेपर्यंत दारू ढोसत राहील आणि कफल्लक झाला, की येईल झोकांड्या खात."

"बरं… तुझं पूर्ण नाव?"

"म्हणजे सरनेम? क्या साब! आमच्यासारख्यांना फक्त नावच असतं. तेही बदनामीचं… आईबापाचा ठिकाणा नाही, तर आडनाव कुठलं?" ती केविलवाणं हसत बोलली. तिचं बोलणं सहज वाटलं, तरी भेदक होतं. गणिकेच्या जीवनाचं सार त्यात सामावलं होतं.

अजयने तिला अनेक प्रश्न विचारले. उत्तरं देताना ती काही लपवायचा प्रयत्न करतेय, असं अजयला वाटलं नाही. बोलता-बोलता अजयला समजलं की, मौसम ही मुंबईची एक बारबाला. महाराष्ट्र सरकारने डान्स बारच्या धंद्यावर बंदी आणल्यावर ती

बेकार झाली आणि तिने मुंबई सोडून नागपूरचा रस्ता धरला. इथे तिच्या परिचयाची माणसं होती.

''साब, तो धंदा छान चालायचा. महिन्याकाठी वीस-पंचवीस हजार रुपये आरामात मिळायचे... पण आता काहीच नाही.''

अजय तिला न थांबवता ऐकत राहिला.

''तशी मी दहावीपर्यंत शिकलेय. आई कोठेवाली होती पण तो धंदा मला आवडत नव्हता. खूप शिकावं, नोकरी करावी असं सारखं वाटायचं. पण त्याच काळात आई टीबीने गेली. शिक्षण सोडावं लागलं. लगेच नोकरी कोण देणार? मग बारगर्ल झाले.''

मौसमने मात्र थोडे पैसे साठवले होते.

''साब, आमचा सगळा पैसा आमच्या नखऱ्यात जातो. धंद्यासाठी नखरा करावाच लागतो. नाहीतर गिऱ्हाईकांचं लक्ष कसं जाणार? अपना थोबडा हमेशा अच्छा लगना चाहिये... तोही जादा टिप मिलती है'' मौसम बोलत होती. अजयचे कान टवकारले होते.

''दोन-चार वेळा कस्टमरबरोबर गेले. पण आपल्याला ते नाही जमलं. पैसे फेकून रात्र साजरी करणारे किती वेगवेगळ्या प्रकारचे लोक येतात. प्रत्येकाची वासनेने भरलेली नजर अनेकदा किळसवाणी वाटायची. दोघं-तिघं चिकने भेटले. मी फक्त त्यांच्याबरोबरच जायची.''

मौसमच्या बोलण्यातून अजयला समजलं की, धंदा बंद झाल्यावर मौसम नागपूरला आली. बरोबर तिच्या दोन मैत्रिणीही होत्या. महाराष्ट्रात नव्हे, पण काही वेळा मध्य प्रदेश, गुजरातमधून 'पार्टी'साठी आमंत्रणं यायची. खासगी जलशात काम मिळायचं. मिळाला, तर धो-धो पैसा मिळायचा; नाहीतर आर्थिक दुष्काळ नेहमीचाच.

''तुला गफूर कुठे भेटला?'' अजयने थेट विचारलं.

''लुबना आंटी के अड्डेपे! मुंबईला असताना काही कस्टमर्सना ड्रिंक्स घेताना कंपनी द्यावी लागायची. त्यामुळे पिण्याची थोडी सवय होती. व्यसन नव्हतं. पण गरज पडली, तर घ्यायला काही वाटायचं नाही. खूप उदास वाटलं, तर दारूचा आधार वाटायचा. अशीच एक दिवस आंटीकडे गेले नि गफूरची ओळख झाली. तो माझ्याबरोबर आला. तेव्हापासूनचा आमचा दोस्ताना.'' मौसम म्हणाली.

नंतर दोघांचं मेतकूट छान जमलं. गफूर तिच्याकडे वारंवार येऊ लागला. गफूर तिला थोडे पैसे द्यायचा. रोजच्या खर्चाला ते पैसे पुरायचे. पण गफूरशी असलेले संबंध मौसमने फारसे गांभीर्याने घेतले नव्हते. अशी कितीतरी लहरी माणसं तिच्या आयुष्यात

येऊन गेली होती.

गफूरला मात्र मौसम वेगळी वाटत होती. रेडलाइट एरियात तो अनेकदा गेला होता. पण मौसमशी ओळख झाल्यावर तो हळूहळू तिच्यात गुंतत गेला. तीही फक्त त्याला घरी बोलवायची.

गफूर मेडिकल कॉलेजात वॉर्डबॉय होता. त्याला पगारही चांगला होता. शिवाय अधूनमधून वरकमाईसुद्धा व्हायची. एकूण गफूर स्वतःच्या आयुष्यावर खूश होता. मौसमशी ओळख झाल्यावर त्याने तिला एका कुरिअर कंपनीत नोकरीही मिळवून दिली. थोडं शिकलेली आणि स्मार्ट दिसणारी मौसम डिस्पॅच क्लर्क म्हणून चांगलं काम करायची. ती मेहनती होती. अडीच हजार रुपये पगाराचं तिला विशेष काही वाटत नव्हतं. पण ज्या ठिकाणी ती राहत होती, तिथल्या वस्तीत ती नेमकं काय करते? ते तिला कळायला नको होतं. त्यासाठी नोकरीचं नाटक करणं भाग होतं.

गफूरची आणि तिची मैत्री वाढली. तो बऱ्याचदा रात्र साजरी करण्यासाठी तिच्याकडे यायचा आणि सकाळी तिला ठरलेले पैसे देऊन निघून जायचा. तो मौसमला सांगायचा, ''हे बघ, पोस्टमार्टेम करणं हा माझा व्यवसाय आहे. कितीतरी मृत नग्न देह मी पाहिलेत. त्यांचं विच्छेदन करून पुन्हा टाके घातलेत. शरीराचा मोह मनातून पार नष्ट झालाय. पण मौसम तुझ्यात काही विशेष आहे. माझं मन गुंतवणारं.''

मौसम अजयला गफूरची माहिती देत होती. ''साब, एका रात्री तो चिक्कार पिऊन आला होता. चालताना पावलं नि बोलताना जीभ अडखळत होती त्याची. आल्या आल्या त्याने माझ्या हातात प्लॅस्टिकची पिशवी ठेवत म्हटलं, हे घे. दहा हजार आहेत. पावसाळ्यात उपयोगी पडतील... त्याने एवढे पैसे कुठून आणले असतील? या विचाराने मी आश्चर्यचकित झाले.''

क्षणभर थांबून मौसम सांगू लागली,

रात्रभर माझ्या डोक्यात एकच विचार घोळत होता. सकाळी तो शुद्धीवर असताना त्याला विचारलं, ''कुठून आणलेस एवढे पैसे?'' त्यावर तो बेफिकिरीने बोलला, एक बडा काम किया है. त्याचे पैसे आहेत. त्यापेक्षा जास्त काही सांगायला तो तयार नव्हता. दुसऱ्या दिवशीही मला पाच हजार रुपये देत म्हणाला - ठेव, असू देत.''

अजय मौसमची कैफियत ऐकत होता. ती प्रामाणिक असावी असं त्याला वाटलं. ती बोलतच होती.

''खरं सांगू साहेब, मला एवढे पैसे बघून भीती वाटली. गफूर रोज एवढे पैसे आणतो कुठून? काहीतरी भानगड असल्याशिवाय त्याच्यासारख्या फाटक्या माणसाला कोण इतके पैसे देणार? त्या रात्रीपासून हे असंच चाललंय. दिवसभर गप्प पडलेला

असतो आणि रात्री दारू ढोसून येतो. भरपूर पैसे देतो.''

''खरं सांगतेयस सगळं?'' अजयन थोडं जरबेने विचारलं.

''शप्पत... साहेब! मला भीती वाटतेय की, माझा गफूर कुठल्या लफड्यात तर अडकला नसेल ना?''

अजय काहीच बोलला नाही. मौसमकडे येऊन दोन तास झाले होते. या तरुणीची कहाणी करुण आहे असं त्याला वाटलं. गफूर अजून आला नव्हता. अजय निघाला.

''साब, काय केलंय नेमकं गफूरने?''

मौसमने अजयला काकुळतीने विचारलं.

''तेच तर आम्हांलाही शोधून काढायचंय. त्यासाठी तुझं सहकार्य हवंय.''

''एनी टाइम सर! पण गफूरला त्रास होणार नाही, असं पाहा.'' मौसम म्हणाली.

''गफूर आला की, त्याला उद्या सकाळी दहा वाजता पोलीस स्टेशनला यायला सांग.''

''पक्का साब! मीच त्याला घेऊन येईन.''

मौसमने शब्द पाळला. दुसऱ्या दिवशी सकाळी दहाच्या ठोक्याला ती गफूरसह पोलीस स्टेशनात हजर झाली. अजय, दारुड्या गफूरला न्याहाळू लागला.

शेफालीचा तो दिवस आणि रात्र कमालीची बेचैनीत गेली. त्या दिवशी कॉफी घेता-घेता, ताजमध्ये ड्रिंक्स-डिनरला जाण्याची गोष्ट निघाली आणि फार्मा कंपन्यांच्या फेवरमध्ये काही डॉक्टर मंडळी कशी भराभर औषधं लिहून देतात, यावरून दोघांमध्ये चांगलीच तणातणी झाली. डॉक्टर नीरजच्या मते; यात गैर काहीच नव्हतं.

''काय बिघडलं त्यात? कितीतरी डॉक्टर या ना त्या प्रकारे फार्मा कंपन्यांची मदत घेतातच. लाभ होत असेल तर कोण सोडणार?''

डॉक्टर शेफालीचं म्हणणं वेगळं होतं.

''मेडिकल एथिक्स, वैद्यकीय नीतिमत्तेच्या दृष्टीने हे अयोग्य असून काही जण करतात, म्हणून आपणही तोच चुकीचा मार्ग स्वीकारावा, हे मला बिलकूल पटत नाही.'' काही केल्या तिचं म्हणणं नीरजला पटत नव्हतं. तो एक वेडा आदर्शवाद आहे, असं त्याला वाटत होतं. जगाच्या रीतीनुसारच वागावं लागतं असं तो सारखं सुचवत होता. पण शेफालीच्या मते अंतर्मनाचा कौल महत्त्वाचा होता. कोणतीही अनएथिकल गोष्ट करायला तिचं मन तयार नव्हतं.

यावरूनच खूप बोलाचाली झाली. दोघंही आपला मुद्दा सोडायला राजी नव्हती.

शेवटी डॉ. नीरज काहीसा वैतागून निघून गेला. मग शेफाली दिवसभर याच घटनेचा विचार करत राहिली. नीरज तिला खूप आवडत होता हे खरं. पण त्याच्या स्वभावाचे वेगवेगळे कंगोरे जाणवू लागल्यावर ती अस्वस्थ झाली. मूलभूत विचारच वेगळे असतील, तर आयुष्य एकत्र कसं काढायचं? प्रथमदर्शनी वाटला, तितका हा माणूस साधाभोळा दिसत नाही. बदलत्या जगाचं वारं त्याच्यातही संचारलं होतं. त्याबद्दलही शेफालीची काही तक्रार नव्हती. पण काही सिद्धान्त चिरंतन असतात. त्यांच्याशी तडजोड करून मिळालेलं सुख फोलपटासारखं असतं, असं तिचं ठाम मत होतं.

तिचं दुसरं मन म्हणत होतं – एवढ्यातच त्याच्या स्वभावाविषयी अंदाज का बांधतेस? काल-परवा तर ओळख झालीय तुमची! एखाद्या घटनेवरून माणसांचं सगळं व्यक्तिमत्त्व नाही ठरवता येत. कदाचित ही त्याची क्षणिक भावनाही असू शकते आणि त्याचं मत बदलण्याची ताकद आपल्यातही नाही, असं का समजायचं? कुठल्याही निष्कर्षाला पोहोचण्याची घाई कशाला?

घाईचा प्रश्न येतो कुठे? पण नीरजला आयुष्यातली सगळी सुखं झटपट हवी आहेत, त्याचं काय? आणि उतावीळ झालेला माणूस काहीही करू शकतो. प्रत्येक बाबतीत शॉर्टकट शोधतो. जीवनात कुठे ना कुठे तडजोड करावी लागतेच, हे तिलाही मान्य होतं. पण त्यालाही काही तारतम्य असावं, अशा मताची ती होती.

डॉ. शेफालीच्या मनातलं द्वंद्व वाढत चाललं. प्रॅक्टिकल लाइफ म्हणत रोजच्या रोज तत्त्वांना मुरड घालून मिळणारं सुख तिला नको होतं. नीरजला मात्र असली बंधनं जरुरीची वाटत नव्हती. बी प्रॅक्टिकल! वाहत्या गंगेत हात धुऊन घ्यावे, असा त्याचा ॲप्रोच नसला, तरी वारा वाहतोय तशी पाठ फिरवावी एवढं त्याला कळत होतं. नेमकी हीच गोष्ट शेफालीच्या मनात धास्ती निर्माण करत होती. त्या वादविवादानंतरचा आठवडा नेहमीसारखाच गेला.

कधीतरी डिनर, सिनेमा पाहायला जाणं हे होत होतं. पण ज्या विषयावरून मतभेद झाले होते, त्याचा उल्लेखही न करणं हेच दोघांना काट्यासारखं सलत होतं. एके दिवशी नीरज अगदी मस्त मूडमध्ये होता. तो हसत हसत बोलला, "डियर, तुला ती ओबेरॉयमधली स्मिथ-फार्माची पार्टी आठवते?"

"न आठवायला काय झालं?"

"त्या वेळी परतताना सिंगापूरची ट्रिप आणि स्टार हॉटेलमध्ये राहण्याचं कूपन मिळालं होतं ना..."

"त्याचं काय?"

"ते आता नक्की झालंय. टूर कन्फर्म झाल्याची गुड न्यूज द्यायलाच मी आलोय.

चल, तयारीला लाग. नेक्स्ट वीक आपण सिंगापुरात घालवणार आहोत.''

...आणि त्याने डोळे भरून मोठ्या अपेक्षेने तिच्याकडे पाहिलं. ''सॉरी नीरज! मी त्या ट्रिपला नाही येऊ शकत.''

''व्हॉट? नाही येऊ शकत म्हणजे? असं काय महत्त्वाचं काम आहे तुझं इथे? अगं, आपण दोघं एकत्र जाणार. मौजमजा करणार. शिवाय खर्चही इतर कुणी करतंय. यासारखी सुवर्णसंधी वारंवार थोडीच मिळते?''

''नीरज, याला तू सुवर्णसंधी म्हणतोस? मी ही डागाळलेली घटना मानते.'' डॉ. शेफाली तीव्रतेने उद्गारली.

''अगं, पण...''

''या पद्धतीने आपण सिंगापूर नाही पाहिलं, तरी काही बिघडत नाही. मौजमजा आपल्याच खर्चाने मुंबईतही करता येईल!''

''या पद्धतीने म्हणजे? तुझं कशाला ऑब्जेक्शन आहे?''

''हेच की, कोणा फार्मा कंपनीच्या मेहेरबानीवर आपण मजा करावी, असं मला वाटत नाही.''

''मग ओबेरॉयच्या पार्टीला कशी आलीस?'' आता नीरजचा स्वरही चिडका झाला होता.

''एकदाच. फक्त एकदाच आले. त्याचं दुसरं आमंत्रण मी नाकारलं, हे माहितेय तुला. तू आग्रह करूनही मी आले नव्हते. मला असला व्यवहार आवडत नाही.''

क्षणभर पॉझ घेऊन ती बोलली,

''आणि नीरज या फंदात तूही पडू नयेस, असं मला वाटतं. गेल्या आठवड्यात आपलं खूप आर्ग्युमेंट झालंय यावर. कशाला कुणाच्या फेवरचं मिंधं व्हायचं आपण?'' नीरज काहीच बोलला नाही. पण त्याने अशा प्रकारे खांदे उडवले की, त्यातून ध्वनित होत होतं – हू केअर्स!

''नीरज, तू एक बातमी वाचलीस?''

''कोणती?''

''बडोद्याला बालचिकित्सकांची एक कॉन्फरन्स झाली. तिथे सर्व तज्ज्ञ पिडीॲट्रिशिअन्सनी निश्चय केला की, यापुढे अशा कॉन्फरन्ससाठी कोणत्याही ड्रग कंपनीकडून अर्थसाहाय्य घ्यायचं नाही. खरं सांगू नीरज, ते वाचल्यावर आपल्या व्यवसायाबद्दल व्यावसायिकांबद्दल, मला खूप अभिमान वाटला.''

नीरज उपहासाने हसला नि म्हणाला, ''तुला हेही ठाऊक असेल की, बऱ्याच राज्यस्तरीय किंवा राष्ट्रीय मेडिकल कॉन्फरन्सेस विविध फार्मा कंपन्यांच्या खर्चातून

होतात.''

''हो. पण हे योग्य नाही हेसुद्धा मला माहीत आहे.'' शेफाली नीरजकडे रोखून पाहात म्हणाली.

''अगं पण, हा आपल्याकडचाच नव्हे; तर जगभरचा अलिखित शिरस्ता आहे.''

''असेल, पण या शिरस्त्याच्या रस्त्यानेच प्रत्येकाने जावं असं नाही, डॉक्टर नीरज शास्त्री, मला हा मार्ग मंजूर नाही म्हणजे नाही...दॅट्स ऑल!'' शेफालीचा स्वर तापला होता. नीरज थोडासा नरमला. तरीही लौकिक फायदे देणारी टूर त्याला खुणावत होती. तो शेफालीची समजूत घालण्याचा प्रयत्न करू लागला.

''अगं, वैद्य आणि औषधविक्रेते यांच्यातलं हे नातं फार प्राचीन आहे. आधुनिक औषधं नव्हती, तेव्हा वैद्य मंडळी नैसर्गिक औषधोपचार करत. औषधं स्वत:च बनवत, पण नंतर रुग्णांची संख्या वाढल्यावर औषधांची मागणीही वाढली आणि औषध कंपन्या आल्या. दोघांचाही व्यवसाय परस्परांना पूरक नाही का?'' शेफाली ऐकत होती.

''असं बघ... डॉक्टरांनी औषधं प्रिस्क्राइब केली, तरच औषध कंपन्या चालणार आणि कंपन्यांनी नवी औषधं बनवली, तरच डॉक्टर मंडळी रुग्णांना बरं करू शकणार... आता तू याला साटंलोटं म्हणत असशील, तर म्हण. पण हा व्यवहार आहे. तो कोणाला चुकलाय?''

''कट् इट शॉर्ट, नीरज! मला समजतंय तुला काय म्हणायचंय ते, मला प्राचीन परंपरेतल्या चांगल्या गोष्टीही ठाऊक आहेत. एका पैशाचाही मोबदला न घेता अनेक वैद्य रुग्णांवर उपचार करत. सेवाभावी वृत्तीने रुग्णसेवा करणाऱ्या आधुनिक डॉक्टरांची संख्याही कमी नाही. आपल्या फायद्यासाठी आपण रुग्णांचं औषध नव्हे, तर उपचारच आणखी कडू का करायचे?''

''तू उगाच डॉक्टरांना दोष देऊ नकोस, शेफाली, आपणही त्याच व्यवसायात आहोत!''

''मी सर्वच डॉक्टरांना दोष देत नाहीय. अनेक चांगल्या डॉक्टरांबद्दल मला आदर आहे, हेच मला सांगायचंय. आपणही त्यांच्यापैकीच नको का व्हायला?''

''फार आदर्शवादी बोलणं आहे तुझं.''

''थँक गॉड! पॅथॉलॉजिस्ट असल्याने मला औषधं प्रिस्क्राइब करावी लागत नाहीत.''

नीरज पुन्हा हसला. त्यात छद्मीपणाची छटा असल्यासारखं शेफालीला वाटलं.

''मॅम! तुम्ही परीक्षणासाठी जी केमिकल्स मागवता, त्यात कोणाला कमिशन

मिळतच नाही, असं म्हणायचंय का तुम्हांला? काही वेळा रिएजंट्स हलक्या प्रतीचे नसतात? त्यामुळे तुमच्या रिझल्ट्सवर परिणाम नाही होत?

शेफाली आता ऐकायला तयार नव्हती.

''डॉ. नीरज, निष्कर्ष आधीच तयार ठेवून आर्ग्युमेंटची मांडणी करायला लागलं की, असंच होणार. अप्रत्यक्षपणे घडणाऱ्या काही गोष्टी आपल्या हाती नसतात. मात्र म्हणून त्याच नियमासारख्या स्वीकारून त्यात प्रत्यक्षपणे सामील होणं, हे मी अनएथिकल मानते. आणखी एक, माझ्या लॅबमध्ये सबस्टँडर्ड, कमी दर्जाची रसायनं कधीच नसतात. काही लोक कमिशन घेतही असतील. पण मी त्यातली नव्हे! मला अशा देवाण-घेवाणीतून सिंगापुरी मौज करण्याचाही शौक नाही.''

तिच्या उसळत्या संतापामुळे नीरज गप्प झाला. ती पुढे म्हणाली, ''मेडिकल एथिक्सला मी सर्वाधिक महत्त्व देते.''

''म्हणजे मी देत नाही, असंच ना?'' नीरज चिडला.

''याचं उत्तर मी कशाला देऊ? ते तू स्वत:शी द्यायला हवंस, डॉक्टर नीरज.''

आजची चर्चा फारच गंभीर वळणावर गेल्याचं दोघांच्याही लक्षात आलं. काही काळ दोघंही स्तब्ध झाली, तरी त्यांच्या मनातलं वादळ घोंघावतच होतं. थोड्या वेळाने शेफाली नीरजला म्हणाली, ''ओके! या वेळी तू जाऊन ये सिंगापूरला. पण मला एक वचन दे. यापुढे तू कोणत्याही कंपनीचं असं फेवर, मेहरबानी स्वीकारणार नाहीस. कोणाला अकारण फेवर करणारही नाहीस.''

यावर काय बोलावं तेच नीरजला कळेना.

''बोल ना काहीतरी. नीरज, माझं म्हणणं तुला पटतंय की नाही?'' तरीही तो गप्पच राहिला. थोडा वेळ टेबलावरच्या पेपरवेटशी चाळा करत त्याने म्हटलं, ''लूक शेफाली! मी असं वचन द्यायला बांधील नाही. हे सगळं त्या-त्या वेळच्या परिस्थितीवर अवलंबून असतं. इतकं साधं कसं समजत नाही तुला?''

''नीरज, मी हे सगळं इतकं साधं नाही मानत!''

''दॅट्स युवर प्रॉब्लेम,'' म्हणत नीरज अचानक उभा राहिला आणि म्हणाला, ''बाय, मी चलतो!''

त्याच्या पाठमोऱ्या आकृतीकडे पाहाताना शेफालीच्या मनात विचार येत होता. याला जीवनसाथी निवडण्यात आपली गफलत तर झाली नाही ना? या विचारासरशी तिचे डोळे भरून आले. गालावरून आसवं ओघळू लागली.

प्रेमाचा गुलकंद शिजत असतानाच त्यात मिठाचा खडा पडला होता.

वॉशबेसिनवर तोंड धुताना नीरजला एकदम शेफालीची आठवण आली. एरवी

तिचं नुसतं स्मरणही त्याला मोहरून टाकणारं वाटायचं. आज तिच्या आठवणीने त्याला त्रास होत होता. फालतू चर्चा करून डोकं खाल्लं माझं. तुला नसेल यायचं, तर नको येऊ ना. मला कशाला लेक्चर देतेस. मी सिंगापूरला जाणारच!

त्या रात्री नीरज एअरपोर्टवर लवकरच पोचला. पहिल्यांदाच परदेशी जात असल्याने थोडासा नर्व्हसही होता. पुणे-नागपूर इथलेही काही डॉक्टर्स आले होते. अर्थात, सर्वांची काळजी घ्यायला स्मिथ फार्माचा टूर कोऑर्डिनेटर होताच.

नीरजने सगळीकडे नजर फिरवली. एकही परिचित चेहरा दिसत नव्हता. तसं गोखले हॉस्पिटलच्या बऱ्याच डॉक्टरांना आमंत्रण होतं. पण सगळे वेगवेगळ्या ग्रुपमधून जाणार होते. चेक इन, इमिग्रेशन वगैरेला अजून थोडा वेळ होता. नीरज लाऊन्जमधल्या एका सीटवर निवांत बसला. शेफाली आली असती सोबत, तर काय मजा आली असती! असं एकाकीपण जाणवलं नसतं. एका वेगळ्याच धुंदीत वावरलो असतो आपण. पण ती फारच हट्टी मुलगी आहे. वाटलं नव्हतं, तिची मतं इतकी ठाम असतील असं.

त्या हॉट डिस्कशननंतर नीरजने एक-दोनदा शेफालीच्या डिपार्टमेंटमध्ये जाऊन कॉफीची ऑफर दिली होती. पण दर वेळी काही ना काही कारण सांगून तिने त्याला टाळलं होतं. मग त्यानेही पुढचे दोन दिवस तिची भेट घेतली नाही. एका ओझरत्या भेटीत फक्त सांगितलं की, ''मी शुक्रवारी सिंगापूरला जातोय.'' शेफालीने त्यावर 'हॅपी जर्नी' एवढंच म्हटलं होतं. मॅडम हल्ली डिपार्टमेंटमध्ये उशिरापर्यंत काम करत असतात, असं त्याला ज्युनियर डॉक्टर शुभमकडून समजलं होतं,

हं... शेफालीच्या या नाराजीला आपणच कारणीभूत आहोत... नीरजचं मन खंतावू लागलं. ''काय बिघडलं असतं तिला प्रॉमिस दिलं असतं तर? पुढचं पुढे बघता आलं असतं. पण मी तुला प्रॉमिस द्यायला बांधील नाही म्हटल्याने ती फार दुखावली असणार. ठीक आहे. मी असं बोललो. पण तिने तरी हा विषय किती ताणून धरायचा? प्रत्येक वेळी मीच का पड खायची? उद्या सहजीवनात हे असंच चालणार की काय? तिने तरी या गोष्टीचा इतका बाऊ का करावा? छ्या! सगळा मूड घालवला तिने. शेफाली जिद्दी आहे हे कळतंय ना? मग तू का नाही नमतं घेतलंस? या एका घटनेमुळे तिच्या मनात तुझ्याबद्दल काय प्रतिमा निर्माण झाली असेल? की, तू लोभी-लालची आहेस. तुला रातोरात श्रीमंत व्हायचंय. वाट्टेल ते करून!''

पण नीरज, खरंच असं आहे का? नाही. हे खरं नाही. इतका काही मी गयागुजरा नाही. लाऊन्जमध्ये बसल्याबसल्या नीरजच्या मनात विचारांची उलटसुलट आवर्तनं चालली होती. त्याने सेलफोन काढला. आत्ताच शेफालीला सॉरी म्हणतो...

नको! आत्ता तिने योग्य प्रतिसाद दिला नाही, तर पुढचा आठवडा खराब जाईल. सगळ्या पिकनिकचं खोबरं होईल. त्यापेक्षा सिंगापूरहून परतल्यावरच या प्रकरणाचा विचार करावा. या क्षणी विचार फक्त टूरचा. सिंगापूरला एक मात्र करायचं, शेफालीसाठी खास काही आणायचं.

"हाय हँडसम... तू इकडे?" अचानक कानी पडलेल्या आवाजाने नीरज तंद्रीतून जागा झाला.

समोर डॉ. माधवी कामथ उभी होती.

लो-वेस्ट जीन्स, क्रीम कलरचा तंग टॉप अशा वेशात ती आकर्षक दिसत होती.

"तुम्ही?" म्हणत नीरज एकदम उभा राहिला.

"सिंगापूरला चाललेय... तू?"

"मीसुद्धा!"

"दॅट्स इंटरेस्टिंग! मजा येईल. चल चेक इन करू या." माधवीने एकदम नीरजचा हात धरला आणि ती त्याला चेक इन काऊंटरकडे घेऊन जाऊ लागली. डॉ. माधवी एक प्रथितयश डॉक्टर होती, सीनियर असली, तरी तरुण डॉक्टरांशी तिचे मैत्रीचे संबंध होते. त्यातच माधवी नीरजला अरे-तुरे करत होती. ते त्याला खूपच आवडलं.

नीरजने माधवीच्या यशाबद्दल बरंच ऐकलं होतं. अशी फेमस डॉक्टर आपल्याला एवढा मान देतेय हे पाहून तो सुखावला. माधवीच्या वागण्या बोलण्यात कमालीची सहजता होती. आपण इंटरनॅशनल कीर्तीच्या कार्डिऑलॉजिस्ट असल्याचा आव त्यात कुठेच जाणवत नव्हता. डॉक्टरी व्यवसायातलं रूप वेगळं आणि मित्रमंडळींतला चेहरा वेगळा, हे माधवीला चांगलंच समजत होतं. नीरजची आणि तिची भेट फार्मा कंपन्यांच्या कॉकटेल पार्ट्यांमधूनच व्हायची. आता आठ दिवस तिचा सहवास लाभणार होता. पहिल्याच फॉरिन टूरमध्ये एवढी छान कंपनी मिळेल, अशी कल्पनाही नीरजने केली नव्हती. विमानाने आकाशात झेप घेतली. वेलकम ड्रिंक्स सर्व्ह करत एअरहोस्टेस सर्वांचं हसतमुखाने स्वागत करत होती. माधवी आणि नीरज शेजारी बसले होते.

ड्रिंक्स घेता घेता डॉक्टरी व्यवसाय, व्यक्तिगत जीवन, आवडी निवडी यांवर मनमोकळ्या गप्पा सुरू झाल्या. बऱ्याच वर्षांनी मित्रमैत्रिणींची भेट व्हावी, असं नीरजला वाटलं.

वाइननंतर माधवीने व्होडकाचा लार्ज पेग मागवला. नीरजचेही तीन पेग्ज झाले होते. व्हिस्कीची नशा अंगात भिनली होती. त्यातच माधवीचा नकळत स्पर्श होत होता. तिच्या परफ्युमच्या सुगंधाने नीरज मोहरत होता.

अचानक त्याला शेफालीची आठवण आली, आणि त्याने व्हिस्कीचा मोठा घोट घेत ती आठवण त्याबरोबर गिळून टाकली. आता तो वेगळ्याच वातावरणात अक्षरश: तरंगत होता!

सिंगापूरला उतरल्यापासून टूरचं शेड्यूल तयार होतं. माधवी अमेरिकन उच्चारानुसार स्केड्यूल म्हणायची. दहा दिवस मजेत जाणार हे स्पष्टच होतं.

''आठवडाभर धमाल येणार. त्या आधी जरा आराम करून फ्रेश होऊ या'' माधवी म्हणाली. विमानातून येताना नीरज सारखा माधवीचाच विचार करत होता. किती अनपेक्षितपणे गाठ पडली माधवी मॅडमची. वयाने मोठ्या असूनही एकदम जॉली आहेत.

माधवी मात्र वेगळाच विचार करत होती. स्मिथ फार्माच्या या स्पॉन्सर्ड टूरवर यावं की नाही, असा प्रश्न तिला आधी पडला होता. सिंगापूर तिला नवीन नव्हतं. कमीत कमी दहा-बारा वेळा तिनं हे छोटं सिटीस्टेट पाहिलं होतं. त्यामुळेच पुन्हा केवळ फिरण्यासाठी सिंगापूरला येण्याची तिची मानसिक तयारी नव्हती.

त्याच वेळी तिला हायटेक मेडिकल्सचा प्रतिनिधी भेटायला आला होता. त्या कंपनीची स्टेन्ट माधवी ॲन्जिओप्लास्टीसाठी वापरायची.

''मॅडम, थँक्स फॉर युजिंग अवर स्टेन्ट्स. तुमचं कमिशन वाढवावं, असं कंपनीला वाटतंय.''

''गुड!'' माधवी जास्त बोलली नाही.

''मॅम... सिंगापूरला जाण्याचा प्रोग्रॅम आहे. एवढ्यात?''

''का?'' माधवीने त्याच्याकडे रोखून पाहात विचारलं.

''नाही, कंपनीने विचारलंय. कंपनी तुम्हांला एक वेगळं प्रपोजल देऊ इच्छिते. पण ते फोनवर सांगण्यासारखं नाही. त्यासाठी तुम्हांला आमच्या कंपनीचं हेडक्वॉर्टर आहे तिथे जावं लागेल... सिंगापूरला.''

जावं लागेल? एवढा उद्धटपणा? माधवीच्या चेहऱ्यावरची नाराजी हायटेक मेडिकल्सवाल्याला लगेच जाणवली.

''म्हणजे आपण तिथे आलात, तर कंपनीला आनंद होईल, असं म्हणायचंय मला.'' तो नरमाईने म्हणाला.

''हं'' माधवी हसली,

''बघते. उद्या फोन करा.''

''ओके मॅम.'' त्याचं काम झालं होतं.

माधवीच्या हातात स्मिथ फार्माचं तिकीट होतंच. त्यांच्या पैशावर तिकडे जाता येईल. तिथे एखादा प्रोग्रॅम स्किप करून हायटेकची भेट घेऊ.

सिंगापूरला उतल्यावरही तिच्या डोक्यात हायटेकची संभाव्य ऑफरच घोळत होती.

फ्रेश झाल्यावर माधवीने स्वत:च्या सेलफोनवरून हायटेकला फोन केला आणि आपण कुठे उतरलोय ते कळवलं.

डॉ. शेफाली हॉस्पिटलला जायची तयारी करू लागली. शेवटी आपलं न ऐकता नीरज सिंगापूरला गेलाच. एरवी आरशात पाहाताना ती स्वत:च्या रूपावरच खूश असायची. आज पहिल्यांदाच तिने स्वत:च्या प्रतिबिंबाला वेगळा प्रश्न विचारला... 'अशा परिस्थितीत जमेल या माणसाबरोबर आयुष्यभर?'

पण तिने तो विचार झटकला. सफाईदार ड्रायव्हिंग करत ती अगदी वेळेवर गोखले हॉस्पिटलला पोचली. पोस्टमॉर्टेम विभागात सगळे तिचीच वाट पाहात होते.

ग्लव्हज हातावर चढवून शेफालीने विचारलं.

''शुभम.. याचं काय?''

शुभम त्या माणसाची हिस्टरी सांगू लागला.

''मॅम याचं नाव महेश शुक्ल. वय तीस वर्षं. काल संध्याकाळी छातीत दुखतं म्हणून आयसीयूत ॲडमिट केलं होतं. हार्ट ॲटॅक आल्याचं निदान झालं. खूप प्रयत्न केले, पण तासाभरातच तो गेला... चोवीस तासांच्या आत पेशंटचा मृत्यू झाल्यामुळे नियमानुसार...'' शुभमला हाताच्या इशाऱ्याने थांबवत शेफाली त्या तरुणाच्या मृतदेहाचं पोस्टमॉर्टेम करू लागली. वर मायक्रोफोन लावला होता. शेफाली बोलू लागली.

''क्लिनिकल डेथचं कारण हार्ट ॲटॅक असल्याने मेंदू तपासायची जरूर वाटत नाही. फक्त छाती ओपन करून तपासत आहोत.'' त्याच्या छातीचा छेद घेताच, तिला त्याचं मृत हृदय दिसलं आणि ती बोलून गेली, ''ओह्‌ गॉड! याला किती कॉरनरी ब्लॉक आहेत! हा जगणं शक्यच नव्हतं!''

शेफालीने उसासा टाकला, गेल्या महिन्याभरातली ही तिसरी केस. हृदयातील आर्ट्रीजमध्ये अनेक ब्लॉकेजिस आणि मॅसिव्ह हार्ट ॲटॅक! एवढ्या लहान वयात हा माणूस हे जग सोडून गेला. शेफाली विचारात पडली. हल्लीचं टेन्शनचं जीवन, खाण्यापिण्यातली अनियमितता, व्यायामाचा अभाव, जंक फूड. पण काहीतरी होतंय याचा संदेश मेंदू आधी देतोच. या तरुणाने शरीराची हाक ऐकली नसणार. पण डॉक्टरनाही हे समजलं नाही. असेल! काही वेळा निसर्ग इतक्या झटपट सारं घडवतो की, कोणालाच

विचार करायची फुरसत मिळत नाही.

विचार करतच ती पोस्टमॉर्टेम रूमबाहेर पडली. जास्त विचार करणं योग्य नव्हतं. हे रोजचंच होतं. प्रत्येक पेशंटमध्ये अशी मानसिक इन्व्हॉल्व्हमेंट आपल्याला महागात पडेल. तिने स्वत:ला बजावलं.

नित्याची इतर कामं आटोपून तिला नवलोक हॉस्पिटलमध्ये पोहोचायचं होतं. तिथे जाण्यापूर्वी तिला स्लाइड्स तयार करून त्याची नोंदही करायची होती.

शेफाली एकाग्रतेने कामाला लागली.

नागपूरच्या मेडिकल कॉलेजमध्ये अघटित घटना घडल्यापासून अजय अस्वस्थ होता. मुंबईच्या गोखले रुग्णालयातील पॅथॉलॉजी विभागाचे प्रमुख डॉक्टर सुधीर गायकवाड यांची नागपुरात ''पंकज मोंडकर'' या खोट्या नावाने रहस्यमय हत्या झाली होती. नंतर मध्यरात्री कोणीतरी त्याचं देहदान केलं आणि त्यानंतर त्यांच्या बॉडीतून डिसेक्शनच्या वेळी गोळी सापडल्यावर मेडिकल कॉलेजात एकच खळबळ उडाली होती. त्याहीपेक्षा चकित करणारी गोष्ट म्हणजे, नंतर त्यांची बॉडी हॉस्पिटलमधून एकाएकी गायब झाली! यामागे वॉर्डबॉय गफूरचा हात असावा, असा सर्वांचा दाट संशय होता.

ही मौसम आपल्याला चकवा तर देत नाही? नाहीतर गफूरला सावध करण्याचंच काम करेल ती. शेवटी यार आहे तो तिचा... अशा विचारांत अजय गढलेला असतानाच, मौसम गफूरला घेऊन पोलीस स्टेशनात प्रवेशली. त्याने रात्री जास्तच ढोसली असावी हे त्याच्या चेहऱ्यावरून स्पष्ट दिसत होतं. युनिफॉर्मची खाकी पँट आणि त्यावर निळा हाफशर्ट घालून गफूर आला होता. अजयला पाहाताच तो पुढे होत दोन्ही हात जोडून म्हणाला,

''साऽब.''

त्याच्या आवाजात शरणागतीचे सूर होते.

अजयने त्याला खुर्चीवर बसायला सांगितलं आणि त्याची प्राथमिक चौकशी केली. मध्येच त्याच्यासाठी चहा मागवला.

''चाय नको साब.''

''घे. अजून बरंच बोलायचंय.''

गफूर प्रत्येक प्रश्नाचं सरळ उत्तर देऊ लागला. निदान तसा आभास तरी त्याने निर्माण केला. मौसमने त्याला पटवलं असावं असं वाटत होतं.

अडीच तासांत दोनदा चहा–बिस्किटांचा खुराक देऊन अजयने मोठ्या कौशल्याने गफूरकडून बरीच माहिती वदवून घेतली. बऱ्याच वेळानं पंकज मोंडकर म्हणजेच डॉ.

गायकवाड यांच्या हत्येचं चित्र काहीसं स्पष्ट होऊ लागलं.

सिंगापूरच्या ऑर्किड रोडवर डॉ. माधवीसह डॉ. नीरज मजेत फिरत होता. तिचं शॉपिंग चाललं होतं. त्याच वेळी भारतात दुपारच्या वेळी डॉ. शेफाली नवलोक रुग्णालयातील पॅथॉलॉजी विभागाच्या ऑडिटोरियममध्ये होती.

दर महिन्याला मुंबईतल्या वेगवेगळ्या रुग्णालयांत खासगी आणि सरकारी रुग्णालयातले काही पॅथॉलॉजिस्ट भेटायचे आणि एकमेकांकडच्या स्लाइड्स दाखवून केस स्टडी आणि चर्चा व्हायची. वेगवेगळ्या रुग्णालयांत काय कामकाज चाललंय यावरही बोलणं व्हायचं. परस्परांकडून काही शिकायला मिळायचं. या मन्थली मीटसाठी पॅथॉलॉजीचे पोस्ट ग्रॅज्युएट विद्यार्थीही यायचे. कधी कधी इतर डॉक्टरही यायचे. एखाद्या औषधाचा रुग्णांवर कसा परिणाम होतो किंवा काही रुग्णांच्या मृत्यूनंतर निघणारे निष्कर्ष यांवर त्यांना औषधांची उपयुक्तता ठरवता यायची. औषधांच्या प्रभावाची किंवा मर्यादांची जाणीव व्हायची. ज्यांना पॅथॉलॉजी किंवा डायग्नोसिस फिल्डमध्ये पुढे जायचंय, असे पॅथॉलॉजिस्ट डॉक्टर हमखास या मीटला हजर असायचे.

मुंबईतल्या एका नामांकित रुग्णालयाचे डॉ. मुल्ला यांनी काही दिवसांपूर्वी एक इंटरेस्टिंग केस मांडली होती. स्लाइड्स दाखवताना डॉक्टर मुल्ला सांगत होते.

''या केसमध्ये एका ज्येष्ठ डॉक्टरचं निदान होतं, आतड्यांच्या क्षयाचं. त्यासाठी रुग्णाला वर्षभर टीबीचं औषध देण्यात आलं. पंधरा दिवसांपूर्वी त्या रुग्णाला बेशुद्धावस्थेतच आमच्या रुग्णालयात दाखल करण्यात आलं. तपासणी चालू असतानाच रुग्ण दगावला. पोस्टमॉर्टेम रिपोर्टमधून समजलं की, त्या रुग्णाला आतड्याचा कॅन्सर होता.''

डॉक्टरांच्या निवेदनानंतर पॅथॉलॉजिस्ट मंडळी चर्चा करू लागली. निदान कुठे चुकलं असेल? त्या केसवर चर्चा झाल्यावर शेफालीचा नंबर होता. ती बोलू लागली.

''काही दिवसांपूर्वी आमच्या रुग्णालयात एक रुग्ण दाखल झाला. त्याची डायबिटीसची हिस्टरी होती. ॲडमिट झाल्यावर थोड्याच वेळात तो कोमात गेला. आठेक तासांत त्याचं निधन झालं आणि मी ऑटॉप्सी केली.''

बोलताबोलता तिने हार्ट, लिव्हर, ब्रेनच्या स्लाइड्स पॉवरपॉइंट प्रेझेंटेशनद्वारे दाखवायला सुरुवात केली. मग ती म्हणाली,

''तसं पाहिलं, तर सगळं नॉर्मल होतं. पण रुग्णाच्या लिव्हरच्या पेशी खूप खराब होऊन नष्ट झाल्या होत्या.''

यावर एका अनुभवी पॅथॉलॉजिस्टने विचारलं, ''हे कसं शक्य आहे? माझ्या एवढ्या वर्षांच्या कारकिर्दीत मी अशी केस पाहिलेली नाही.'' डॉ. भडकमकर ठामपणे

बोलत होते. त्यांच्या ज्ञानाविषयी सर्वांनाच आदर होता.

"सर, पण माझे रिपोर्ट्स बरोबर आहेत, आय ॲम शुअर अबाउट इट!" शेफाली बोलली.

"त्याबद्दल मला शंका नाही. पण रुग्ण कोणती औषधं घेत होता, याची काही माहिती आहे?"

शेफालीने तिच्या नोट्समधून रुग्णाच्या ट्रीटमेंटविषयी सविस्तर माहिती सांगितली.

"हीच औषधं असतील, तर त्यामुळे लिव्हरच्या पेशी खराब व्हायचं कारण नाही." डॉ. भार्गव शुक्ला यांनी आपलं मत नोंदवलं. शेफाली पुढे बोलणार, तोच नवलोकचे डॉ. उदय सावे यांनी हात उंचावला.

"एक्सक्यूज मी..."

सर्वांच्या नजरा त्यांच्याकडे वळल्या.

"डॉक्टर शेफाली, तुमच्या रुग्णालयातल्या या रुग्णाला एच. स्टेटीन हे औषधही सुरू होतं ना?"

"हो"

"हे औषध नवं नाही का?"

"आपल्याकडे नवं असलं, तरी परदेशात तीन वर्षं वापरलं जातंय."

"मी एक रिपोर्ट वाचलाय. त्यात डॉ. शेफालीने मांडलेत, तसेच निष्कर्ष नोंदले होते."

त्यानंतर डॉ. शेफाली सर्वांना उद्देशून बोलू लागली,

"हा रुग्ण आमच्या गोखले हॉस्पिटलमधल्या डॉ. मराठेंकडे ट्रीटमेंट घेत होता. एच. स्टेटीनची चाचणी गोखले रुग्णालयात सुरू असताना प्रोजेक्टचा भाग म्हणून डॉ. मराठे हे औषध रुग्णांना देत होते. दर महिन्याला त्याची लॅब टेस्ट होत होती. त्याचं एसजीपीटी म्हणजेच लिव्हरएन्झाइम वाढल्याचं कधी नजरेस आलं नाही."

यावर सर्वांनी बरीच चर्चा केली. शेवटी लिव्हरसेल्सचं नुकसान एखाद्या अज्ञात व्हायरसमुळे झाल्याचं सर्वांनी मान्य केलं.

मीटिंगनंतर डॉ. उदय शेफालीला म्हणाले,

"पाच मिनिटं वेळ आहे?"

"हो. बोला ना."

"माझ्या केबिनमध्ये जाऊ या. निवांतपणे बोलता येईल."

"ओके" रूममध्ये गेल्यावर डॉ. उदय म्हणाला,

"शेफाली, तू मांडलेली केस खूपच इंटरेस्टिंग होती. एखाद्या औषधाच्या

विपरीत परिणामाने लिव्हरपेशी खराब झाल्या असतील, असं नाही तुला वाटत?''

''आय डोंट नो! रुग्णाच्या तपासणीत लिव्हरचं एसजीपीटी एन्झाइम वाढलेलं नसल्याने लिव्हर डॅमेज होण्याचा दोष एखाद्या औषधावर टाकण्यात अर्थ नाही. काही वेगळं कारणही असू शकेल.''

''तू हे वाच. तोपर्यंत मी कॉफी मागवतो.'' उदय म्हणाला. त्यांनी ड्रॉवरमधून मेडिकल जर्नलमधली चार-पाच झेरॉक्स केलेली पानं तिच्यापुढे ठेवली.

शेफाली ते रिपोर्ट्स बारकाईने वाचू लागली.

''हं. मी प्रेझेंट केलेल्या केससारख्याच या केसेसही आहेत.''

''तेच तर म्हणतोय मी.''

''पण यातही निश्चित निष्कर्ष नोंदलेला नाही. अमुक औषधच रुग्णांच्या लिव्हर खराबीला जबाबदार असल्याचं कुठे म्हटलेलं नाही. मात्र अशाच केसेस कुठे घडल्या असतील, तर डॉक्टरांनी काँटॅक्ट करावा, इतकंच म्हटलंय.''

''राइट!''

''हो. पण आपण काय करणार?''

''डॉ. शेफाली, या रिपोर्टमधल्या रुग्णांना दिलेल्या औषधांमध्ये एच. स्टेटीन हे कॉमन औषध आहे, हे लक्षात नाही आलं तुझ्या?''

''येस... तसं आहे खरं.''

''मग गोची तिथेच आहे.'' डॉ. उदय सावे शांतपणे म्हणाला आणि कॉफी घेताघेता शेफाली विचारात गढली.

गेल्या महिन्याभरात तिनं ज्या रुग्णांचं पोस्टमॉर्टेम केलं होतं. त्यांपैकी तीन जणांचा मृत्यू कॉरॉनरी अवरोधाने झाला होता आणि लिव्हरच्या पेशीही खराब होत्या. या सर्व रुग्णांनी एच. स्टेटीन घेतलं होतं!

हा निव्वळ योगायोग की एच. स्टेटीन हे खरंच भयंकर औषध आहे?

पण प्रायमाफेसी म्हणजे प्रथमदर्शनी निष्कर्ष, तर तसाच निघत होता. तरीही ती म्हणाली, ''डॉ. उदय, हा निव्वळ योगायोगही असू शकतो.''

''खरं आहे. पण हा योगायोग नसूही शकतो,'' डॉ. उदय शांतपणे बोलला. ''माझ्या मते, या एच. स्टेटीनमध्येच काहीतरी गडबड आहे.''

''आय थिंक, तू निष्कर्षाप्रत येण्याची घाई करतोयस.''

''दोन-तीन केसेस एखाद्या औषधाच्या गुणवत्तेवर प्रश्नचिन्ह लादण्यासाठी पुरेशा नाहीत.''

"हे तुझं मत झालं, शेफाली मला तसं वाटत नाही. मला या औषधाचं मूळ सूत्र ठाऊक आहे. त्यात थोडा फेरफार करून स्मिथ फार्मानं एच. स्टेटीन मार्केटमध्ये आणलंय."

उदयला पुढे काही सांगायचं होतं, तेवढ्यात त्याचा सेलफोन वाजला. एक्सक्यूज मी म्हणत त्याने फोन घेतला. पलीकडे त्याची पत्नी लीना होती.

"बोल." उदयचा आवाज थंड होता.

पलीकडून लीना मात्र बम्बार्डिंग केल्यासारखी बोलत होती. तिचा आवाज शेफालीपर्यंत पोचत होता. थोडा वेळ लीनाचं वाक्‌ताडन ऐकल्यावर उदय बोलला,

"सॉरी, लीना. एखादवेळेस ठीक आहे. पण प्रत्येक वेळी तू मागशील, तेवढे पैसे मी देऊ शकणार नाही. तू स्वत:ही भरपूर कमावतेस. मग माझ्यामागे तुझा ससेमिरा का? प्लीज धिस इज टू मच."

पण लीना काहीही ऐकण्याच्या मूडमध्ये नव्हती. उदयने थोडा वेळ ऐकलं आणि "गो टू हेल" म्हणत फोन रागारागाने बंद केला.

शेफाली खाली मान घालून बसली.

"इट्स ओके शेफाली! तू कशाला नर्व्हस होतेस? आमचं हे नेहमीचंच आहे. आपण काय बरं बोलत होतो. हं, एच. स्टेटीन. तुला स्मिथ फार्माने आयोजित केलेली या औषधाच्या लॉन्चिंगची डिनर पार्टी आठवतेय?

"हो."

"त्या पार्टीत कंपनीच्या प्रतिनिधीनेच स्पष्ट केलं होतं की, मूळ औषधाच्या रचनेत बदल करून आम्ही एच. स्टेटीन बनवलंय. ते बॅड कॉलेस्टेरॉल घटवतं आणि गुड कॉलेस्टेरॉल वाढवतं. त्यामुळे हृदयरोगाची शक्यता खूपच कमी होते."

डॉ. उदयला नेमकं काय म्हणायचंय ते डॉ. शेफालीच्या अजूनही लक्षात येत नव्हतं.

"तुला नेमकं काय म्हणायचंय? अरे, अनेक कंपन्या एखाद्या औषधात फेरफार करून नव्या ब्रॅण्डचं औषध बाजारात आणतात. फार्मास्युटिकल मार्केटमध्ये ही काही नवी गोष्ट नाही. काही वेळा नवं औषध मूळ औषधापेक्षाही जास्त परिणामकारक ठरण्याची उदाहरणं आहेत."

"पण..."

"तू वाचलंयस का? अलीकडेच सिडनीच्या जॉर्ज इन्स्टिट्यूटचा एक रिपोर्ट आलाय."

"कसला?" आपल्या वाचनात हे कसं आलं नाही, याचं उदयला आश्चर्य वाटलं.

''वीस देशांतल्या बारा हजार मधुमेहींवर केलेल्या चार वर्षांच्या संशोधनातून असा निष्कर्ष निघाला की, ब्लडप्रेशर कमी करणाऱ्या दोन औषधांचा एकत्रित डोस डायबिटिस झालेल्या व्यक्तीला दिला, तर तिला किडनीचा रोग किंवा हृदयरोग होण्याची शक्यता कमी होते. उदय मध्यंतरी बीपीचं एक औषध बाजारात आलं होतं आठवतंय? ते घेतल्याने रक्तदाब कमी व्हायचा, पण अंगावर केस उगवायचे. त्यामुळे ते औषध बाजारातून मागे घ्यावं लागलं.''

शेफाली हसत हसत बोलली.

''खरंय तुझं म्हणणं शेफाली. नंतर तेच औषध आणखी थोडा फेरफार करून टकलावर केस उगवण्यासाठी म्हणून बाजारात आलं आणि तुफान खपलं.'' क्षणभर थांबून डोक्यावरून हात फिरवत तो बोलला, ''मलाही लवकरच टक्कल पडायला लागेल, असं वाटतंय. मिनोक्सिडिलचा प्रयोग मलाही करावा लागणार असं दिसतंय.''

''तुला कशाला टक्कल पडेल?''

''अगं, चिंतेनेही केस गळतात.''

''तुला कसली चिंता आहे?''

''माझ्या बायकोची... डॉ. लीना सावे माहितेय ना तुला? अ फेमस गॅयनॅक इन द टाऊन! ती माझ्या डोक्यावरचे केस घालवणार आहे. लवकरच मी गॉन केस होईन!'' तो हसला, पण त्या विनोदात विषण्णता होती.

उदय-लीनाचं बिनसलेलं नातं शेफालीला ठाऊक होतं. पण कुणाच्या खासगी जीवनात डोकावायचं नाही, असा तिचा नियम होता. ती काहीच बोलली नाही.

''बाय द वे, दॅट्स लाईफ!'' उदयच पुन्हा हताशपणे बोलला.

''शेफाली, तू नको विचार करू जास्त. तुझं छान चाललंय ना? तू फक्त त्या एच. स्टेटीनच्या परिणामांवर बारीक नजर ठेव.'' डॉ. उदयने बोलणं आवरतं घेत म्हटलं.

डॉ. शेफाली त्याच्याकडून निघताना दोन गोष्टींचा विचार करत होती. एक म्हणजे एच. स्टेटीन. त्यावर लक्ष ठेवण्याचा उदयचा सल्ला होता. दुसरी गोष्ट म्हणजे, त्याने म्हटलं होतं तुझं छान चाललंय. खरंच छान चाललंय आपलं? नीरज आणि आपल्यातल्या वैचारिक दरीची कल्पना डॉ. उदयला कुठून येणार. उद्या कदाचित आपल्या जोडीचीही अवस्था उदय-लीनासारखीच होईल? ती एकदम थरारली.

दोन वेळा चहा नि बिस्किटं एवढ्यावरच गफूर भरभरून बोलत होता. इन्स्पेक्टर अजय चौहान योग्य ती नोंद करत होते.

''साब, मी सीधासादा आदमी आहे. एकटाच आहे. लग्न केलं नाही. आयुष्य सगळं मुडद्यांच्या सहवासात गेलं. साब, जिवंत माणसांपेक्षा मुडदे चांगले. ते कधी त्रास देत नाहीत, की तक्रार करत नाहीत. पण त्यांच्याच गेलेल्या जिवावर माझं पोट भरतं. माझे मायबाप आहेत ते.''

गफूर एखाद्या तत्त्वज्ञान्यासारखा अजयला अचाट गोष्टी सांगत होता. कामावर जातानाही क्वॉर्टर मारून जायची त्याची पद्धत होती. त्याशिवाय मुडद्यांची चिरफाड करणं शक्यच नव्हतं. ते काम मात्र तो सफाईने करायचा. मृताच्या नातेवाईकांनी घाई केली, तर वरकमाईसुद्धा व्हायची. रात्री काम संपलं की, पुन्हा घरी जाताना दारू ढोसायची आणि रेडलाइट एरियात रात्र घालवायची, हा त्याचा दिनक्रम होता.

पंकज मोंडकर ऊर्फ डॉ. सुधीर गायकवाड यांची बॉडी देहदानाच्या स्वरूपात मेडिकल कॉलेजला मिळाली. पण त्यानंतर विद्यार्थी डिसेक्शन शिकत असताना त्या मृतदेहाच्या हृदयातून बंदुकीची गोळी निघाल्याने गहजब उडाला. ती बॉडी ॲनॉटॉमी रूममध्ये होती, त्या रात्री मेडिकल कॉलेजचे क्लार्क कमलाकर पाटील यांनी गफूरला जे सांगितलं, ते तो अजय चौहानना सांगू लागला.

''साब, हा पाटील म्हणजे महाबदमाश आहे. उलट सुलट कामं करून भरपूर पैसा कमावतो. मलाही थोडं काम देऊन पैसे देतो. आपल्याला काय, काम ते काम, वर पैसा भेटणार , त्याची दारू आणि मौसमबरोबर मजा.''

तो हे बोलत असताना अजयने मौसमकडे पाहिलं. तिने मान खाली घातली. गफूरला त्याचं काहीच नव्हतं. तो बोलतच होता.

''पार्टीशी पाटीलचं काय बोलणं झालं, ते खुदा जाने. मला एकच करायचं होतं. ॲनॉटॉमी रूममधून बॉडी पोस्टमॉर्टेम रूममध्ये जाण्याआधीच गायब करायची होती. माझ्या दृष्टीने ते सोपं आहे.''

...एखादा पेशंट स्ट्रेचरवर पहुडलाय, अशा पद्धतीने गफूरने डॉ. गायकवाड यांचा चेहरा उघडा ठेवून शरीरावर पांढरी चादर घालून ॲनॉटॉमी वॉर्डातून त्यांचा देह बाहेर काढला आणि पोस्टमॉर्टेम रूममध्ये न नेता तो सरळ जनरल वॉर्डात पेशंट म्हणून नेला! त्यानंतर वेळवखत बघून तो पेशंट व्हीलचेअरवरून हॉस्पिटलच्या गेटपर्यंत नेण्याचं कामही पार पाडलं. तिथे आधीपासूनच एक व्हॅन उभी होती. त्यात डेडबॉडी चढवली आणि तोही व्हॅनमधून निघाला. या रुग्णालयातून त्या रुग्णालयात अनेक रुग्णांना असं न्यावं लागतं. शिवाय नेहमीचाच माणूस हे करतोय म्हटल्यावर संशय कोणाला येणार? – गफूरने सविस्तर सांगितलं.

''किती जण होते व्हॅनमध्ये ?'' अजयने करड्या स्वरात विचारलं.

''दो आदमी थे साब. राजू और हनीफ. ते एकमेकांना याच नावांनी संबोधत होते. त्या दोघांच्या बोलण्यात एक तिसरं नावही येत होतं.''

''कोणतं?''

''काहीतरी राव असं होतं, हां... रंगराव!''

''आणखी काही?''

''साब, त्या राजूला एक विचित्र आदत होती?''

''कोणती?''

कमलाकरने सांगितलेलीच गोष्ट गफूरने पुन्हा तंतोतंत सांगितली. ''साब, तो राजू डाव्या हाताने सारखा उजव्या कानाची पाळी खाजवायचा आणि त्याच हाताची बोटं कपाळावर घासायचा.

व्हॅन रुग्णालयापासून थोडी दूर गेल्यावर राजू, हनीफने गफूरला वाटेतच उतरवलं आणि व्हॅन हॉस्पिटलच्या व्हीलचेअरसकट वेगाने निघून गेली.''

गफूरला त्याची चिंता नव्हती. एवढ्या मोठ्या रुग्णालयातली नि मेडिकल कॉलेजातली एखादी व्हीलचेअर गायब झाल्याचं कुणाच्या लक्षातही येणार नव्हतं. डेडबॉडी हॉस्पिटलबाहेर काढण्याच्या या कामाचे पाटीलने त्याला घसघशीत तीस हजार रुपये दिले होते.

''साब, पैसे मिळाले, तेव्हा बरं वाटलं. पण नंतर भीती वाटू लागली. गुंड लोक जिवंत माणसांचं अपहरण करून पैसे उकळतात. मी तर डेडबॉडीचं अपहरण केलं होतं.''

गफूरच्या हाती पैसे ठेवताना पाटील बोलला होता, ''जा... ऐष कर! पाच-सात दिवस कामावर येऊ नको. तोपर्यंत सारा मामला थंड पडेल.''

गफूरने त्याचा सल्ला मानला. चार दिवस खाण्यापिण्याची चैन केली. पण नशेत असतानाही त्याला मध्येच एक टोचणी सतावायची. आपण आयुष्यात पहिल्यांदाच वाईट काम केलंय. हे सगळं पोलिसांना कळलं तर? आपली आणि मौसमची काय हालत होईल? असा विचार आला की, त्याची दारू खाड्कन उतरायची. हातपाय लटपटायला लागायचे. त्याची भीती लवकरच खरी ठरली. अजय चौहानने मौसमचा पत्ता शोधून काढला.

तास-दोन तासांच्या उलटतपासणीनंतर अजयने नोटपॅड बंद केलं. ती संधी साधून मौसम बोलली.

''देखो ना साब, त्या पाटीलच्या लफड्यात बिचारा गफूर अडकला.''

तिचं म्हणणं थोडंसं खरं होतं. अर्थात, गफूरलाही आपण गुन्हा करतोय, याची

जाणीव होतीच. त्यामुळे उगाच साळसूदपणाचा आव आणून त्याची डाळ शिजणार नव्हती.

पाटीलही जहांबाज होता. त्याने सारं काम गफूरकडून करून घेतलं होतं आणि त्याला गैरहजर रहायला सांगून पोलिसांना मात्र जबाब दिला की, डेडबॉडी हरवल्यापासून गफूर बेपत्ता आहे.

"गफूर तू उद्यापासून कामावर जा!"अजय बोलला, "तुमची माझी भेट झालीय हे कोणालाही सांगू नको. गफूर तू पाटलाला डेडबॉडीविषयी काही विचारू नकोस. काहीच घडलं नाही, अशा थाटात रहा."

इन्स्पेक्टर अजय चौहान यांनी सापळा रचायला सुरुवात केली होती. कमलाकर पाटलावर नजर ठेवायला आता गफूरच उपयोगी पडणार होता!

"मी काय म्हणतोय त्यावर शांतपणे विचार कर..." हे डॉ. उदय सावेंचे शब्द शेफालीच्या डोक्यातून जात नव्हते. कार चालवताना ती त्याच विचारात होती.

उदय एक निष्णात डॉक्टर होताच. पण त्यापेक्षाही महत्त्वाचं म्हणजे, तो एक चांगला माणूस होता. शेफाली त्याला फारसं ओळखत नव्हती. पण त्यांचे संबंध मैत्रीचे होते. त्याचं वैवाहिक जीवन वांध्यात आल्याचं तिला कळलं होतं. पण त्याविषयी कधी बोलणं झालं नव्हतं.

आज त्याच्या केबिनमध्ये असताना त्याचं त्याच्या पत्नीशी जे टेलिफोनिक भांडण झालं, ते शेफालीला आठवलं. आधी उदय लीनाची समजूत काढत होता. पण शेवटी त्याने 'गो टू हेल' म्हणून फोन बंद केला, हेही शेफालीला आठवलं होतं. उदय आणि लीना यांचे संबंध सुधारणं कठीण... तिने मनाशी निष्कर्ष काढला.

अचानक शेफालीच्या लक्षात आलं की, ती ट्रॅफिक जॅममध्ये अडकलीय. माहीमपासून वांद्रे रेक्लेमेशनकडे जाणारा रस्ता पुढे-मागे वाहनांनी खचाखच भरलेला तिला दिसत होता. अशा कोंडीत हॉर्न वाजवून काही फायदा होत नाही, हे तिला ठाऊक होतं. मागच्या कारमधला कोणी पोरसवदा तरुण मात्र जोरजोरात हॉन्किंग करत होता. परदेशात हॉन्किंग करणं (सारखा हॉर्न वाजवणं) शिष्टाचारात बसत नाही, हे शेफालीला ठाऊक होतं. तेवढ्या शांतपणे गाडी चालवणं कठीण असलं, तरी सारखा ध्वनीकल्लोळ करूनही काही साधत नाही, हे भल्याभल्या गाडीवाल्यांच्या कसं लक्षात येत नाही, याचं मात्र तिला आश्चर्य वाटत होतं.

आपल्या मनातही विचारांचा असाच ट्रॅफिक-जॅम झालाय. ती स्वतःशी बोलली. डॉ. उदय आणि लीनाच्या संसारात निर्माण झालेला बेबनाव, उदयच्या चेहऱ्यावर

दिसणारी उदासीनता तिला आठवत होती. मध्येच एकदम विचार आला...उदय इतक्या ठामपणे कसं म्हणतो, एच. स्टेटीनमध्ये काहीतरी गडबड आहे? आपल्या रुग्णालयाचे नामांकित डॉ. मराठे यांनी स्वत: त्या औषधाची चाचणी घेतलीय. त्यांचे निष्कर्ष चुकीचे कसे असतील? खरोखरच एच. स्टेटीन वाईट औषध असलं, तर रुग्णावर विपरीत परिणाम होतील त्याला जबाबदार कोण? स्मिथ फार्मा की डॉ. मराठे? पण आपल्या प्रसिद्ध रुग्णालयाचं नावही खराब होईल त्याचं काय? उद्या सरळ मराठेसरांना भेटून स्पष्टच काय ते विचारलं तर? नको! एवढा आगाऊपणा करण्याची गरज नाही. डॉ. उदयचं म्हणणंच चुकीचं असू शकतं.

मागे हीरो हॉर्न वाजवत होता. ट्रॅफिक तसूभर पुढे सरकत नव्हतं. शेफाली विचारात गढली होती.

फार्मास्युटिकल इंडस्ट्रीतला थॅलिडोमाइड औषधाचा किस्सा प्रसिद्ध होता. गर्भार स्त्रियांना होणारी उलटीची भावना कमी करण्यासाठी ते औषध वापरलं जात होतं.

सुरुवातीला त्या औषधाला उत्तम प्रतिसाद मिळाला. हजारो जर्मन महिलांनी ते औषध घेतलं. परंतु नंतर असं आढळलं की, त्यौपकी अनेकींची मुलं जन्मत:च अपंग होती. कोणाला हात नव्हता, तर कोणाला पायच नव्हता. हा परिणाम भयावह होता. त्याविरुद्ध जर्मनीत एकच गदारोळ उठला. जर्मनीसह इतर देशांतून हे औषध मागे घ्यावं लागलं. त्याचा परिणाम त्या कंपनीवर होऊन ती कर्जात बुडाली.

औषधांच्या अनर्थाचे असे अनेक किस्से होते.

एका प्रसिद्ध फार्मा कंपनीने डायबिटिसवर एक औषध आणलं. त्याची विक्री चांगली चालली होती. त्या कंपनीची जागतिक कीर्तीही एवढी की, जगभरचे डॉक्टर ते औषध प्रिस्क्राइब करत होते.

पण अचानक अशी घटना घडली की, त्या औषधाचा धंदा बुडीतखाती गेला. शेफालीला पक्कं आठवत होतं. मे २००७ मध्ये वैद्यकीय जगात मान्यता असलेल्या न्यू इंग्लंड जर्नलमध्ये एक विस्तृत संशोधनपर लेख प्रसिद्ध झाला होता. त्यातील निष्कर्षानुसार त्या प्रसिद्ध कंपनीच्या मधुमेहावरील औषधामुळे हार्ट ॲटॅकचं प्रमाण एकदम वाढत होतं.

त्यावर फार्मा कंपन्यांमध्ये भरपूर चर्चा झाली. त्या कंपनीने हा रिपोर्ट नाकारला. वादविवाद सुरूच राहिल्याने औषधाची विक्री मात्र घटली आणि कंपनीचे शेअर्स घसरले.

स्मिथ फार्माच्या औषधाबाबत असंच काही घडेल? हे औषध आता भारतीय बाजारात येतंय. पण परदेशात गेली तीन-चार वर्षं वापरलं जातंय त्याचं काय? तिथे

कशी बोंबाबोंब झाली नाही अजून?

मग आपणच संशय घेण्यात काय अर्थ? डॉ. मराठेंना दोष देण्यात काय मतलब?

एच. स्टेटीनचं परीक्षण गोखले रुग्णालयातल्या डॉ. मराठेंप्रमाणेच प्रसिद्ध कार्डिऑलॉजिस्ट डॉ. माधवी कामथ यांनीही केलं होतं. डॉ. मराठेंना नाही विचारता आलं, तरी डॉ. माधवीला नक्कीच विचारता येईल.

हळूहळू ट्रॅफिक हललं. रस्ता मोकळा झाला आणि शेफालीचं मनही. हा प्रश्न एकदाचा सोडवायलाच हवा. उद्या डॉ. माधवीला फोन करावा.

घरी आल्यावर फ्रेश होतानाही शेफालीचं विचारचक्र थांबलं नव्हतं. मराठे सरांनाही विचारायला काय हरकत आहे? ती शुद्ध अॅकॅडेमिक क्वेरी आहे. त्यांना आनंदच होईल. मग माधवीला आत्ताच फोन केला तर?

तिने माधवीचा सेल नंबर लावला. नॉट रिचेबल असं उत्तर दोन-तीनदा मिळाल्यावर शेफालीने डॉ. माधवीच्या रुग्णालयात चौकशी केली, तेव्हा कळलं की, माधवीमॅडम सिंगापूरला गेल्या आहेत. स्मिथ फार्मा आयोजित टूरबरोबर.''

शेफाली स्तब्ध झाली म्हणजे नीरज तिला भेटला असणार. दोघं एकमेकांना ओळखतात. ते एकमेकांबरोबरच असतील?

ती रात्र शेफालीने जागून काढली. पहिल्यांदाच तिला माधवीचा मत्सर वाटला होता. जेलसीची भावना जागली होती.

डॉ. शेफालीने फोन बंद केला आणि ती विचार करू लागली. एच. स्टेटीनला 'गुणवत्तेचं सर्टिफिकेट' डॉ. माधवीनेही दिलंय. म्हणजे एकटे मराठेसर याला जबाबदार नाहीत आणि त्याच स्मिथ फार्माच्या सिंगापूर ट्रिपसाठी डॉ. माधवी गेलीय. डॉ. नीरज... आपला होणारा नवराही तिच्याबरोबर आहे. तिला माधवीचा मत्सर वाटला.

नीरजला मात्र माधवीचा मत्सर नव्हे, पण हेवा जरूर वाटत होता. तरुण वयातच एक यशस्वी डॉक्टर झालेली माधवी कामथ यश-कीर्तीबरोबरच सौंदर्यही टिकवून होती. कुणावरही छाप पडेल, असं ग्रेसफुल व्यक्तिमत्त्व तिला लाभलं होतं. तिचं वागणंही एकदम बिनधास्त होतं. नव्या युगाला साजेसं.

मुंबईहून सिंगापूरला निघाल्यापासून गेले पाच दिवस तो माधवीबरोबर होता. दिवसभर एकत्र फिरणं झाल्यानंतर डिनरनंतरही हॉटेल प्लेजर प्लाझाच्या अठराव्या मजल्यावर असलेल्या माधवीच्या रूमच्या टेरेसवर गप्पा रंगत होत्या. रेड वाइनची चव चाखत गप्पाही चविष्ट होत होत्या. असाच एकदा मेडिकल प्रोफेशनचा विषय निघाला आणि माधवीने नीरजच्या गालावर हलकेच टिचकी मारत खट्याळपणे म्हटलं,

''बेबी, यू आर टू इनोसंट! आपल्या व्यवसायातल्या खाचाखोचा लक्षात

यायला तुला वेळ लागेल, डियर अजून तू बच्चा आहेस नीरज.''

तिचं म्हणणं खरंच होतं. ट्रिपला आलेल्या इतर प्रतिष्ठित डॉक्टरांचा रुबाब, मानमरातब बघताना नीरजला सारखं वाटत राहायचं, ज्ञानाच्या बाबतीत आपणही काही कमी नाही. मग यांना एवढा पैसा, प्रतिष्ठा कशी मिळते. त्यांची लाइफस्टाइल इतकी वैभवी कशी? कोणत्या जादूने त्यांना हे सगळं गवसलंय? अनेकदा फार्मा कंपन्यांच्या कॉकटेल पार्ट्यांना येणारे डॉक्टर पाहिले, की त्याला त्यांचा विलक्षण हेवा वाटायचा. आपणही अशी झटपट प्रगती साधली पाहिजे, असं सारखं त्याच्या मनात यायचं. अनेकदा त्या डॉक्टरांबद्दल जेलसी निर्माण व्हायची. माधवीचं बोलणं ऐकताना हाच जे फॅक्टर त्याच्या मनात जागला.

आज सकाळपासूनच दोघं एक प्रायव्हेट कार भाड्याने घेऊन जिवाचं सिंगापूर करायला बाहेर पडली होती. गेल्या काही दिवसांत त्या छोट्याशा सिटी-स्टेटमधली सगळी प्रेक्षणीय स्थळं बघून झाली होती. आज सिंगापूरच्या सिटी आयलँडपासून पंधरा-वीस मिनिटांच्या अंतरावर असलेल्या सेंटोसा आयलँडवर जायचं होतं. पर्यटकांना आकर्षित करणारं हे बेट नवं रूप धारण करत होतं. त्यासाठी दहा अब्ज डॉलर्स खर्च येणार होता.

स्थानिक गाईड सांगत होता; इथे फ्रेंच रिव्हिएरा पद्धतीचे खासगी बंगले बांधले जातायत. त्यांची किंमत आहे दोन कोटी डॉलर्स. त्याची रुपयांत किंमत जवळपास पावणेदोन अब्ज होते म्हटल्यावर नीरज आणि माधवीच्या तोंडून उद्गार बाहेर पडला, 'वॉऽऽव'! सिंगापूरच्या प्रसिद्ध मरीना बे सॅण्डसचा कायापालट पाहातानाही त्या दोघांना आश्चर्य वाटत होतं. गाईड सांगत होता,

''इथे एक आधुनिक कॅसिनो बनतोय. तीन गगनचुंबी इमारती चार अब्ज डॉलर्स खर्चून तयार होतायत. त्यात २ हजार ५०० रूमचा सी-रिसॉर्ट, भव्य शॉपिंग मॉल आणि आर्ट-सायन्स म्युझियम तसंच ब्रॉडवे पद्धतीचं ड्रामा थिएटरही असेल.''

दिवसभराच्या या विस्मयकारी सफरीने मन प्रसन्न झालं, तरी शरीर थकलं होतं. नीरज माधवीला तिच्या रूमपर्यंत सोडायला गेला. माधवी म्हणाली, ''लक्षात आहे ना? उद्यापासून स्टार क्रूझमधून सागरी सफर सुरू होईल. अर्थात, ते सगळं उद्या संध्याकाळी. सकाळी मात्र माझी हायटेक मेडिकल्समध्ये एक बिझनेस मीटिंग आहे. अरे, सिंगापूरच्या शॉपिंगचा खर्च नको का निघायला?'' शेवटचं वाक्य ती डोळे चिमकावत म्हणाली.

''म्हणजे एका दगडात दोन-तीन पक्षी.'' नीरज हसून बोलला,

''असं करावंच लागतं बाबा... ओके. गुडनाईट!''

नीरज रुमवर पडल्या-पडल्या विचारात गुंतला.

कमाल आहे माधवीची. प्लेजर ट्रीपमध्येही तिचं बिझनेसचं भान सुटलेलं नाही. ट्रिप स्मिथ फार्माच्या खिशातून आणि शॉपिंग हायटेक मेडिकल्सच्या. क्या बात है! कसं जमतं तिला हे सगळं... आपल्यालाही जमलं पाहिजे? जमेल! आजच्या युगाचा हाच मंत्र आहे. त्याला पुन्हा एकदा माधवीचा हेवा वाटला.

आपणही यशस्वी आणि श्रीमंत डॉक्टर झाल्याची स्वप्नं पाहात तो झोपी गेला.

डॉ. माधवी चार दिवस भेटणं शक्य नाही. पण स्मिथ फार्माच्या त्या नव्या औषधांबद्दल जे ऐकायला येतंय, त्याचा सोक्षमोक्ष लावायलाच हवा. आपल्याच रुग्णालयातल्या डॉ. मराठेंना भेटायचंच आज. डॉ. उदय म्हणतो, त्यात किती तथ्य आहे हे त्यांना स्पष्टच विचारायचं.

कारमधून गोखले हॉस्पिटलकडे जाता-जाता शेफालीचा निश्चय पक्का झाला. गेल्या गेल्याच तिने इंटरकॉमवरून डॉ. मराठेंची अपॉइंटमेट घेतली. ''ओके सर. दुपारी चार वाजता येते.''

''हं. कॉफी घ्यायला ये. माय प्लेजर,'' डॉ. मराठे पलीकडे हसून बोलले.

''माय ऑनर, सर.'' डॉ. शेफाली संकोचाने बोलली.

दुपारी ती डॉ. मराठेंकडे गेली, तेव्हा त्यांनी तिचं हसून स्वागत केलं. ''आज तुमचा मित्र नीरज दिसत नाही सोबत? आय थिंक तो स्मिथ फार्माच्या टूर ट्रिपसाठी गेलाय. ॲम आय राइट?''

''येस सर, मला त्याच स्मिथ फार्माबद्दल बोलायचंय,'' डॉ. शेफाली शांतपणे बोलली आणि मराठेंचा हसरा चेहरा कडवट झाला.

''काय... काय बोलायचंय त्या कंपनीबद्दल? मलाही फारशी माहिती नाही त्यांची.'' डॉ. मराठे गडबडीने बोलले.

''कंपनीबद्दल नव्हे सर, मला त्यांच्या एच.स्टेटीन या औषधाबद्दल बोलायचंय.''

डॉ.मराठे सावध झाले. मनातून हबकले. पण वरकरणी हसून म्हणाले,

''त्याविषयी काय? माझं रिसर्च तर ठाऊक आहेच सर्वांना.''

''हो सर. एच.स्टेटीनची भारतातली चाचणी तुम्हीच घेतली. त्यानंतर तुम्ही जे प्रेझेंटेशन केलं, त्याला मी हजर होते.''

''बरं... मग?'' माझ्या रिसर्च विषयी मेडिकल जर्मलमध्ये आर्टिकल्सही आलेली वाचली असशीलच तू. त्यात सारं स्पष्ट केलंय त्या संशोधनाचं इतकं स्वागत झालं देशभर की, काही विचारू नको. आता दिल्लीची अगरवाल कंपनी त्याचं मार्केटिंग

करतेय... शेवटी पेशंटचं हित पाहाणं हे आपलं सर्वांत महत्त्वाचं ध्येय... नाही का?''

''तेच म्हणतेय मी,'' शेफाली एकेका शब्दावर जोर देत बोलली आणि मराठे चमकले.

''म्हणजे? काय म्हणायचंय तुला?''

''सर तुमचा जीपीचा लेख वाचला होता. पण मला असं विचारायचंय की, तुमच्या प्रेझेंटेशनमध्ये तुम्ही सांगितलं, त्यापेक्षा या औषधाचे आणखी काही दुष्परिणाम आढळले होते तुम्हांला?''

''अं ...नाही. तसं असतं, तर मी ते माझ्या अहवालात स्पष्ट केलं नसतं का? थोडे साइड-इफेक्ट आहेत. पण ते अगदीच मामुली स्वरूपाचे आहेत. म्हणजे थोडी अंगदुखी किंवा हातापायाला ॲलर्जिक खाज येणं वगैरे...''

''सर, लिव्हरवर या औषधाचा काही विपरीत परिणाम होत नाही ना?'' शेफालीने मराठेंकडे रोखून पाहात विचारलं.

''नॉट ॲट ऑल! औषध दिल्यावर आम्ही रुग्णांच्या एसजीपीटी या लिव्हर-एन्झाइमची टेस्ट घेतच होतो. या औषधाने एसजीपीटी वाढत नव्हतं, याचाच अर्थ लिव्हरवर वाईट परिणाम होत नव्हता.'' पण हे सगळं माझ्या पेपरमध्ये लिहिलंय मी. तुम्ही पेपर नीट वाचलेला दिसत नाही.''

शेफाली मंद हसली. तिने डॉ. मराठेंकडे आश्चर्याने पाहात म्हटलं,

''सर, तुमच्या एका पेशंटचा मृत्यू झाल्यावर त्याचं पोस्टमॉर्टेम मी केलं होतं.''

''हो. तो रिपोर्ट मी वाचलाय,'' मराठे थंडपणे बोलले.

''त्या रुग्णाच्या लिव्हरच्या पेशींचं मोठ्या प्रमाणावर नुकसान झालं होतं.''

''हो. पण तुझ्याच रिपोर्टनुसार त्याचं कारण तुला कळलं नव्हतं. कदाचित एखाद्या अज्ञात व्हायरसमुळे ते झालं असल्याचा अंदाज तू नोंदवला होतास. त्याच्याशी मी सहमत आहे.''

''कदाचित... पण सर, कदाचित एच. स्टेटीनचाही हा दुष्परिणाम असू शकेल?''

''इम्पॉसिबल! उगाच नको ते तर्क-कुतर्क करण्यात काय अर्थ?'' डॉ. मराठे एक्साइट होऊन जवळजवळ ओरडलेच. मग आपण उगाचच एक्साइट झाल्याचं त्यांना जाणवलं.

''शेफाली, तुझा हा निष्कर्ष मला पटणारा नाही.''

''सर, माझा निष्कर्ष नाही हा.''

''मग?''

''काल मी नवलोकमध्ये मन्थली-मीटसाठी गेले होते. तिथे तुमच्या त्या पेशंटची

स्लाइड दाखवून लिव्हर डॅमेजचं कारण अननोन व्हायरस असं सांगितलं, तेव्हा डॉ. उदय सावे यांनी शंका उपस्थित केली.''

''सावेला काय माहीत एच. स्टेस्टीनबद्दल?'' डॉ. मराठे आता चिडीला आले होते.

''त्यालाही माहीत नव्हतं. त्याने गेल्या दोन-तीन वर्षांतल्या युरोप-अमेरिकेतल्या मेडिकल जर्नलचा अभ्यास केला, तेव्हा तिथे एच. स्टेटीनविरुद्ध सूर निघतोय, असं त्याच्या लक्षात आलं. उदयने दिलेली उदाहरणं आपल्या पेशंटच्या लक्षणांशी तंतोतंत जुळत होती.''

शेफालीला वाटलं डॉ. मराठे एकदम भडकतील. डॉ. उदयविषयी अद्वातद्वा बोलतील. पण तसं काहीच झालं नाही. त्यांनी पवित्रा बदलला, ते हसून बोलले,

''आय ॲप्रिशिएट युवर कन्सर्न. माझ्या संशोधनाविषयी तुला एवढं वाटतंय आणि त्याला डाग लागू नये ही तुझी इच्छा मला फार महत्त्वाची वाटते. कलिग्जकडून हीच अपेक्षा असते कोणाचीही. थँक्स! मला अजूनही त्या जर्नलमधल्या रिपोर्टमध्ये एच. स्टेटीनला दोषी धरलंय असं वाटत नाही. तरीही डॉ. उदयकडून मी ते रिपोर्ट्स मागवतो. आफ्टरऑल माझं संशोधन फ्लॉलेस असायलाच हवं, नाही का? बाय द वे, आणखी एक कॉफी हो जाय.''

''अं... नको सर. मी एवढंच विचारायला आले होते.''

''माय प्लेजर'' डॉ. मराठेंनी शेफालीला हसून निरोप दिला खरा पण त्यांच्या मनातल्या प्लेजरची जागा टेररने घेतली होती. एक अनामिक भीती त्यांच्या मनाला घेरू लागली. हा उदय सावे समजतो कोण स्वत:ला? त्याला काय करायचंय माझ्या संशोधनात टांग अडकवून, युसलेस... आधी ते डॉ. गायकवाड आणि आता हा.'' मराठेंचं मन संतापाने धुमसत होतं आणि भीतीने झाकोळत होतं.

पण एच. स्टेटीनच्या गुणवत्तेचा विषय काढल्यावर डॉ. मराठे एकदम का एक्साइट झाले, ते डॉ. शेफालीला कळत नव्हतं.

''आपण उगाचच एक्साइट झालो. त्यामुळे डॉ. शेफालीचा गैरसमज झाला असणार. आपण असं वागून नाहक संशयाचा धूर निर्माण केला. आता ती आग दिसतेय का याचा शोध घेणार आणि तिला मदत करणार तो सावे.

एच. स्टेटीनचा स्वत:वरच एवढा वाईट परिणाम होईल, याची कल्पनाही डॉ. मराठेंनी केली नव्हती. आणि ही डोकेदुखी त्यांच्याच रुग्णालयाच्या डॉ. गायकवाड यांनी सुरू केली होती. आता त्यांच्याच डिपार्टमेंटची ही डॉ. शेफाली आणि नवलोकचा तो डॉ. साव काय कटकट आहे! मराठे विचार करत होते. डॉ. गायकवाड यांनी हे सारं

गुप्त ठेवण्यासाठी पैसे घेतले. त्यांना दिल्लीच्या डिस्ट्रिब्यूटरने पुरतं मॅनेज केलं... वाटलं होतं प्रश्न मिटला. पण नाही... तो पुन्हा पुन्हा भुतासारखा उभा राहतोय... उद्या एच. स्टेटीनचे दुष्परिणाम आणि त्यामुळे काही रुग्णांचा मृत्यू झाल्याचं स्पष्ट झालं, तर भरलीच आपली शंभरी, पैसा, प्रतिष्ठा सगळं लयाला जाईल. शिवाय पोलीस केस... कदाचित जेल. डॉ. मराठेंना घाम फुटला. कार ड्राइव्ह करता करता त्यांनी एसी वाढवला. हुश्श... थोडं कूल वाटतंय.

येस बी कूल... शांतपणे विचार कर. ते स्वत:लाच समजावू लागले. शेफालीच्याच असिस्टंट ज्युनियर डॉ. शुभमने पंचावन्न हजार रुपये घेऊन त्याच्या डिपार्टमेंटच्या कॉम्प्युटरमधले आपल्या संशोधनाच्या केसेसचे सगळे रिपोर्ट्स आपल्याला दिलेत की! मग कशाला घाबरायचं? पण तिथेही वांधा आहेच. त्या शुभमने एक कॉपी स्वत:कडे ठेवण्याचा स्मार्टनेस दाखवला असेल तर? छे, एक खोटं झाकण्यासाठी हजार खोट्यांची गोणती त्यावर अंथरावी लागतात!

तरीही या शेफालीच्या मनात शंका जागलीय म्हणजे काहीतरी घोळ आहे. एक बरं की, डॉ. सावेचे आक्षेप परदेशातल्या केसेसवरून केलेले आहेत. आपल्याला तसं काही आढळलं नाही म्हणून आपण वेळ आल्यास काखा वर करू शकतो. या विचारासरशी डॉ. मराठेंना बरं वाटलं.

पण डॉ. शेफालीला मॅनेज कसं करायचं? तिला पैशांची ऑफर देणं म्हणजे आत्महत्याच करण्यासारखं होतं. दुसरा काही उपाय? विचार करकरून डॉ. मराठेंचं डोकं फुटायची पाळी आली. त्यांनी गाडी रस्त्याच्या कडेला असलेल्या कॉफी हाउसपाशी थांबवली. एक कडक कॉफी मागवून पेनकिलर गोळी घेतली.

पुन्हा कारमध्ये बसेपर्यंत त्यांचा विचार पक्का झाला. त्यांनी कार स्टार्ट करण्यापूर्वी एक नंबर प्रेस केला. तो त्यांना पाठ होता आणि त्या नंबरवर भेटणाऱ्याला काय सांगायचं हेही पाठ होतं.

पलीकडे सेलफोन किणकिणला.

''ओऽऽ डॉ. मराठे सर...''

''येस... नीट ऐका...''

''सकाळी हॉटेलच्या रेस्तराँमध्ये ब्रेकफास्ट घेत असतानाच, माधवीच्या फोनवर मेसेज आला, हायटेक मेडिकल्सचा शोफर कार घेऊन हॉटेलबाहेर उभा आहे. ॲट फ्रंट डेस्क-कार नंबर...

माधवी नीरजला म्हणाली, ''चल तूही... येतोस?''

नीरजसाठी हा नवा अनुभव होता. तो आज्ञाधारक मुलासारखा माधवीसह कारमध्ये बसला. माधवीने हायटेकवाल्यांशी काय बोलायचं त्याची उजळणी मनाशी सुरू केली. शेजारी बसलेला नीरज आता तिच्या खिजगणतीतही नव्हता. ही बाई डॉक्टर कमी आणि बिझनेसवुमन जास्त आहे. नीरज तिच्याकडे अधूनमधून पाहात विचार करत होता.

पाच-सात मिनिटांत त्यांची कार सफाईदार वळणं घेत सिंगापूरच्या प्रसिद्ध मरीना स्क्वेअर बिझनेस डिस्ट्रिक्ट या भागातील तेमासेक अॅव्हेन्यूवरील एका उत्तुंग इमारतीपाशी थांबली. शोफर त्यांना ११ व्या मजल्यावरील हायटेक मेडिकल्सच्या ऑफिसात घेऊन गेला. रिसेप्शनिस्टला कल्पना होतीच. तिने इंटरकॉम करताच सुटाबुटातला एक माणूस त्वरित स्वागतासाठी लगबगीने आला.

''वेलकम, डॉक्टर माधवी. आय ॲम चेन ली. हायटेक मेडिकल्सच्या साऊथ -ईस्ट रिजनचा इनचार्ज.'' मग त्याने नीरजकडे पाहात म्हटलं – ''वेलकम सर.''

''ही इज माय फ्रेंड डॉक्टर नीरज शास्त्री.'' माधवीने ओळख करून दिली.

''ग्लॅड टू मीट यू डॉक्टर शास्त्री!''

तिघंही काही क्षण लाऊन्जमध्ये बसली. चेनने त्यांना सिंगापूर कसं वाटलं वगैरे औपचारिकतेने विचारलं, कॉफी झाली... आणि माधवीने घड्याळाकडे पाहिलं.

''येस... आपण आत जाऊ या.'' चेन म्हणाला.

माधवी निघताच नीरजही उठून निघणार, तोच माधवीने त्याला तिथेच थांबण्याचा इशारा केला.

''आलेच पाच मिनिटांत'' म्हणत ती चेनबरोबर टिन्टेड काचेआड अदृश्य झाली.''

नीरजला क्षणभर ते खटकलं. तिला नुसती कंपनी हवी होती की एस्कार्ट? मला इथे बसवून ठेवायचं होतं, तर बोलावलं कशाला?

माधवी पंधरा मिनिटांतच बाहेर आली. तिचा चेहरा आनंदाने फुललेला जाणवत होता.

कोणतं घबाड मिळवून आली असेल ही? नीरजचं विचारचक्र गरगरू लागलं. माधवी चेन लीशी हसून शेकहॅण्ड करत होती. नीरजला फारच केविलवाण्यासारखं वाटलं.

''विचार करा. मी चार दिवस स्टारक्रूझवर आहे,'' माधवी म्हणाली.

''येस, मॅनेजिंग डायरेक्टरकडे पाठवतो तुमचं प्रपोजल. आय होप आऊटकम चांगलंच असेल. मग कळवतो तुम्हांला,'' चेन उत्तरला.

"टेक युवर ओन टाइम. मी कुठल्या कुठल्या हॉस्पिटलशी अ‍ॅटॅच्ड आहे ते माहीत आहेच तुम्हांला. अ‍ॅन्जियोप्लास्टी आणि अ‍ॅन्जिओग्राफीत थोडी वाढ होऊ शकते. त्याचा फायदा तुम्हांलाच होणार." माधवी म्हणाली.

पुन्हा कारमध्ये बसल्यावर माधवी तिच्याच धुंदीत होती. नीरजने दुखावलेल्या स्वरात विचारलं.

"झालं का?"

"अं... हो. येस. त्यांचा कन्फर्मेशनचा मेसेज येईलच. आय अ‍ॅम शुअर... जातील कुठे?"

"आता कुठे जायचं?"

"हॉटेलवर, क्रूझ राइडसाठी थोडं पॅकिंग करायला हवं ना!"

नीरज काहीच बोलला नाही.

संध्याकाळी चार वाजता क्रूझवर चढण्याच्या तयारीत असतानाच माधवीचा फोन किणकिणला.

"..."

"ओऽ सो फास्ट! आय अ‍ॅप्रिशिएट युवर व्हेरी क्विक डिसिजन. थँक यू."

नीरज ऐकत होताच.

"त्या चेन लीचा फोन." माधवीने नीरजच्या पाठीवर हलकी थाप मारत म्हटलं, "झालं ते डील. आता नो वरी. बी हॅपी. नीरज तुझ्यासाठीही मीच शॉपिंग करणार. काय हवं ते घे तुझ्यासाठी... शेफालीसाठी." म्हणत माधवीने नीरजच्या कमरेभोवती हात वेटाळला आणि ती त्याला खेचतच क्रूझवर घेऊन गेली. 'चल एन्जॉय करू या.' या तिच्या वाक्याने आणि स्पर्शाने नीरज मोहरला. आलिशान क्रूझ चांदणी रात्र, सोबत सुंदर रमणी आणि मद्याची धुंदी सागरपृष्ठावर जणू स्वर्ग तरंगत होता.

"ओके."

अतुल अगरवालने फोन कट केला. मुंबईहून किशोर चावरेचा फोन म्हणजे काहीतरी पेचप्रसंग हे समीकरण ठरलेलंच होतं, अतुल विचारात पडला.

"हे एच. स्टेटीन फार महागात पडणार की काय? त्या गायकवाडचा काटा काढला. उदय सावेचं काय करायचं? त्याचं प्लॅनिंग चाललं, तोच ही डॉ. शेफाली मध्येच अवतरली. आता सर्वांचा एकदमच समाचार घ्यायला हवा. पुन: पुन्हा ह्या प्रश्नाने डोकं वर काढायला नको. नाहीतर धंदा चौपट होईल.

सिंगापूरच्या सफरीत क्रूझ राइडच्या सुरुवातीलाच डॉ. माधवी कामथने डॉ. नीरज शास्त्रीला सकाळी हायटेक मेडिकल्सशी झालेल्या बोलण्याची यशस्वी फलश्रुती ऐकवली. ''डील इज डन डियर! आज रात्री क्रूझवर खूप धमाल करू या.'' माधवी नीरजला उत्साहाने सांगत होती. एका फार्मा कंपनीच्या पैशावर टूरची मजा मारतानाच दुसऱ्या फार्मा कंपनीशी डील झालं होतं. मात्र डील कसलं, हे काही नीरजने माधवीला थेट विचारलं नाही.

माधवीही सकाळपासून थोडी संभ्रमात होती. आपल्या बिझनेस रिलेशनशिपबद्दल नीरजला नेमकं किती सांगावं हे तिला समजत नव्हतं. सकाळी ती नीरजला घेऊनच हायटेकच्या ऑफिसात गेली. त्याचं कारण, नीरजसारख्या तरुण, नवख्या डॉक्टरला आपल्या कर्तृत्वाने दिपवण्याचं होतं. स्टार क्रूझच्या वैभवशाली व्हर्गो लायनरच्या डेकवर येईपर्यंत तिला नीरजला जास्त काही सांगावं, असं वाटलं नाही.

दोघांची केबिन शेजारीच होती. आपल्या केबिनमध्ये जाताच माधवीला सचैल स्नान करण्याची लहर आली. बाथरूममध्ये जाऊन तिने गार-गरम पाण्याचे शॉवर्स अंगावरून ओघळू दिले आणि तिचं तनमन प्रफुल्लित झालं. नीरज आपल्याविषयी काय विचार करत असेल? आंघोळ करताना तिच्या मनात विचार आला आणि ती स्वत:शीच हसली. बिच्चारा! आपण त्याला हायटेकच्या ऑफिसपर्यंत नेलं, पण डील कसलं? याचा थांगपत्ता लागू दिला नाही. चेन लीने आत बोलावलं, तेव्हा नीरजही यायला निघाला होता. खुळा कुठला! अशा गोष्टी चारचौघांत थोड्याच करतात? आपण त्याला थोपवलं, तेव्हा त्याचा चेहरा बघण्यासारखा झाला होता. माधवीला चेनशी झालेली बातचीत आठवली.

चेन ली आदराने बोलत होता :

''डॉ. कामथ, तुमच्या परफॉर्मन्सवर आम्ही खूश आहोत. आता तुम्हांला एका स्टेन्टमागे पंधराऐवजी वीस हजार रुपये मिळतील? इज इट ओके?''

''थँक्स फॉर दॅट! पण आता कमिशन आणखी वाढवण्यात अर्थ नाही.''

''का?'' चेनच्या बोलण्यात आश्चर्य डोकावत होतं.

''का ते तुम्हांलाही माहितेय. येत्या काही महिन्यांत ॲन्जिओप्लास्टीसाठी वापरल्या जाणाऱ्या स्टेन्टची मागणी एकदम कमी होणार आहे. त्यामुळे कमिशनवाढीला काहीच अर्थ उरत नाही.''

''मी नाही समजलो.''

''इट्स व्हेरी सिम्पल. वर्ल्ड मार्केटमध्ये लवकरच बायोडिग्रेडेबल स्टेन्ट्स येतायत. मग जुन्या स्टेन्टचा वापर कोण करणार?''

‘‘दॅट्स ट्रू. तुम्ही मेडिकल फिल्डची अगदी लेटेस्ट खबर ठेवता!’’

‘‘ठेवावीच लागते. सर्व्हायव्हल इन्स्टिंक्ट!’’ यावर दोघंही हसले.

‘‘तर मिस्टर चेन, बोला कसा मार्ग काढायचा यातून?’’

‘‘डोंट वरी, आपलं हायटेक मेडिकल्सही बायोडिग्रेडेबल स्टेन्ट लवकरच बाजारात आणतंय.’’

‘‘पण तुमचा प्रॉब्लेम आहे, की पूर्वीच्या मेडिकेटेड स्टेन्टचा साठा पडून आहे, त्याचं काय करायचं? बरोबर?’’

‘‘यू आर व्हेरी स्मार्ट मॅडम! बिझनेस तर आमच्यापेक्षा जास्त तुम्हांला?’’

‘‘मिस्टर ली, एका इंग्लिश मेडिकल जर्नलमध्ये असं आलंय की, जगात ४० ते ४५ टक्के अॅन्जियोप्लास्टी फारशी जरूर नसतानाच होतात आणि तुमची अपेक्षा असणार की, मी तो रिपोर्ट खरा ठरवावा!’’

‘‘राइट!’’

‘‘पण त्यासाठी माझं एक प्रपोजल आहे.’’

‘‘कोणतं?’’ चेन ली सावध झाला.

‘‘एक तर तुमचा जुना स्टॉक मी खपवायचा म्हणजे मलाही काहीतरी मिळायला नको?’’

‘‘ऑफ कोर्स... म्हणून तर वीस हजार.’’

‘‘नो... कमीत कमी पंचवीस आणि नंतर तुमची बायोडिग्रेडेबल स्टेन्ट्स बाजारात आली की, प्रत्येक स्टेन्टमागे तीस टक्के मला मिळायला हवेत. किमान वर्षभर. बघा जमतंय का?’’

‘‘...’’ चेन ली गप्प होता.

‘‘आणखी एक. वर्षभरात तुम्ही तुमची स्टेन्टची मार्केट प्राइज खाली आणली, तरीही मला मूळ किमतीच्या तीस टक्केच द्यावे लागतील, वर्षभराने आपण आपला करार रिवाइज करू.’’

‘‘वेल, डॉ. कामथ, तुमच्या प्रपोजलबद्दल मला मॅनेजिंग डायरेक्टरशी बोलायला हवं.’’

‘‘टेक युवर ओन टाइम! मी माझं प्रपोजल ठेवलंय. निघू?’’ माधवी एकदम उभी राहत म्हणाली. तिच्या तडफदार अॅप्रोचने ली चकित झाला होता. ही बाई बिझनेसवुमन म्हणूनच जास्त शोभेल! – डॉ. नीरजसारखाच विचार लीच्या मनात आला.

व्हर्गो लायनर सागरपृष्ठावर झपाट्याने पुढे सरकत होतं. डेकवरून दूर जाणारा

सिंगापूरचा किनारा आणि पुढे अथांग सागर दिसत होता. निळं आकाश निळ्या समुद्राला जिथे मिळालं होतं, तिथं विश्वाच्या विराटाकाराची निळाई एकरूप झाल्यासारखं वाटत होतं.

"चल, आरामात बसून गप्पा मारू या." माधवी म्हणाली, प्रसन्न मूडमध्ये दोघंही अप्पर डेकवरच्या स्वीमिंग पुलाच्या काठावर ठेवलेल्या रिक्लायनिंग चेअरवर बसली. क्रूझ सुरू झाल्यानंतर लोअर डेकवरच्या लोकांनी केलेला जल्लोष अजूनही ऐकू येत होता.

हळूहळू संध्याकाळ होऊ लागली. सिंगापूरच्या उंच इमारतींवरची रोषणाई दुरून ठिपक्यांसारखी दिसू लागली. बाकी सारा गुडूप अंधार. थोड्याच वेळात वर आकाशात लख लख चंदेरी तेजाची न्यारी दुनिया दिसू लागली. पौर्णिमेनंतरचा पंधरवडा असल्याने चंद्र थोडा उशिरा उगवला आणि सागरी लाटा रुपेरी दिसू लागल्या.

माधवीकडे या लक्झरी लायनर प्रवासाबद्दलचं एक बुकलेट होतं.

"कसलं ब्रोशर?"

"यात म्हटलंय की, स्टार क्रूझची गणना जगातल्या टॉप क्लास क्रूझमध्ये होते. त्यांच्याकडे अशा २१ आलिशान बोटी आहेत. त्यातलंच एक आपलं स्टारव्हर्गो, डॉक्टर नीरज शास्त्री. याच व्हर्गोच्या अप्पर डेकवर आपण विसावलो आहोत."

"आणखी काय म्हटलंय त्या ब्रोशरमध्ये?"

"ऐका. १२६ जम्बो जेट विमानाएवढं या क्रूझचं वजन आहे. १९५० प्रवासी त्यावर आरामात राहू शकतात. ९८० केबिन्सची सोय असून पंचवीस रेस्टॉरंट्स आहेत."

नीरज कुतूहलाने ऐकत होता.

"सेंट्रली एअरकंडिशन्ड असलेल्या या व्हर्गो क्रूझवर रात्रभर चालणारा सेलिब्रिटी डिस्को आहे. देशी-विदेशी ड्रिंक्स मिळणारा बार आहे. मनपसंत फिल्म्स पाहायला थिएटर आणि छापील तसंच इ-बुक्सची विशाल लायब्ररीही आहे. त्याशिवाय स्वीमिंग पूल तर समोरच दिसतोय. खाली अद्ययावत जिम आणि ब्यूटी पार्लरही आहे. थोडक्यात, हा फ्लोटिंग पंचतारांकित पॅलेस आहे. आणि सेवेसाठी आहे, २६ देशांतून निवडलेल्या दोन हजार विनम्र सेवकांचा ताफा!"

रिक्लायनिंग चेअरवरून उठून माधवीने एकदम नीरजचा हात धरून म्हटलं "या स्टर व्हर्गोची कॅचलाइन माहीत आहे?"

"काय?"

"फ्री स्टाइल क्रूझिंग म्हणजे मौजमजेस आलात ना? मग जगाची पर्वा करू नका. बिनधास्त व्हा!"

मग अचानक नीरजचा चेहरा ओंजळीत पकडत ती बोलली.

''डियर, आपणही तेच करू या'' आणि ती त्याला अक्षरश: ओढत घेऊन निघाली.

''चल. आत्तापासून आपली नॉनस्टॉप पार्टी सुरू! खाणं,पिणं, डान्स... कमऑन बेबी!''

हायटेकचं डील हिला बरंच मानवलंय. नीरज मनात म्हणाला. पण त्याच्या तरुण तनमनाला तिचा मादक स्पर्श सुखावत होता. खाणं-पिणं-डान्स याचा नवा अनुभव नीरजने घेतला. शेवटी तो दमला. पण माधवीची पावलं विदेशी पर्यटकांबरोबर डिस्को संगीताच्या तालावर थिरकतच राहिली. ऑपरेशन थिएटरमध्ये धडकत्या हृदयांची शस्त्रक्रिया करणारी माधवी डान्सफ्लोअरवर कसलेल्या नृत्यांगनेसारखी नाचत-झुमत होती.

नीरजला जरा जास्तच झाली होती आणि माधवी? तिने कोणकोणती ड्रिंक्स घेतली होती, याची कदाचित तिलाच शुद्ध नव्हती. मात्र तिची पावलं नीरजसारखी अडखळत नव्हती. या सगळ्याची तिला सवय असावी. जगाची तिला तिळमात्र पर्वा नव्हती.

बराच वेळ नाचून झाल्यावर तीही दमली. समाधानाने सुखावली. नशेने सुस्तावली आणि नीरजपाशी येत म्हणाली.

''माझ्यावर नाराज आहेस ना, हीरो? सॉरी! पण सगळ्या गोष्टी सगळ्यांना नाही सांगता येत. बट्, डोंट वरी! योग्य वेळी सारं सांगेन तुला डियर. ओके? आय प्रॉमिस!''

आणि तिने नीरजला एकदम जवळ ओढलं. त्याच्या ओठांवर उत्कटतेने आपले ओठ दाबले.

नीरजच्या अंगातून वीज सळसळली.

''हॅप्पी... बी हॅप्पी बेबी! चल आता फार रात्र झालीय. नशेतही आहोत आपण... चल.''

केबिनपाशी येताच तिने नीरजला पुन्हा एक किस दिलं आणि आपल्या केबिनच्या दरवाजाआड अदृश्य होताना ती बोलली,

''गुड नाइट...!''

नीरज भांबावल्या स्थितीत स्वत:च्या केबिनमध्ये शिरला.

''उऽफ!''

अतुल अगरवालने सेलफोनवरचा कॉल 'कट' केला आणि तो स्वत:शी विचार करू लागला. या चावरेचा फोन याचाच अर्थ, मुंबईत काहीतरी नवी भानगड. एच. स्टेटीनमुळे आपल्यालाच अॅटॅक यायचा एखादे वेळी!

एच. स्टेटीन हे हृद्रोगावरचं औषध मुंबईत लॉन्च करण्याच्या पार्टीत नवलोक हॉस्पिटलच्या डॉक्टर उदय सावेंनी व्यक्त केलेला संशय अतुलच्या कानावर आला होता. पण बाकी सगळं ठीक चाललं होतं. आधी डॉक्टर सुधीर गायकवाडांनी एच. स्टेटीनच्या उणिवा उघड न करण्याबद्दल पंधरा लाख रुपये घेतले होते. त्यांचा काटा काढल्यावर त्यांच्याच डिपार्टमेंटची कोणी डॉक्टर शेफाली एच. स्टेटीनला गुणवत्ता प्रमाणपत्र देणाऱ्या डॉ. मराठेंना हादरवून गेली होती. तिला एका व्यक्तीच्या पोस्टमॉर्टेममधून जो निष्कर्ष मिळाला होता, त्याचा संबंध ती एच. स्टेटीनशी जोडू पाहात होती. तिचं काय करायचं?

आणि तो डॉक्टर उदय सावे?

विचार करकरून अतुल अगरवालचं डोकं गरगरायला लागलं. या डॉक्टरांनाही गायकवाडांप्रमाणे पैसे देता येतील. पण एवढं करूनही ते गप्प बसले नाहीत तर? त्यापेक्षा त्यांनाही काही धडा शिकवला तर? तोही एकदम! एका दगडात दोन पक्षी! हं... काहीतरी मार्ग काढायलाच हवा. एच. स्टेटीनची विक्री वांध्यात आली, तर आपल्या कंपनीचा धंदा चौपट व्हायचा. परंतु या डॉक्टरांना धडा शिकवण्यापूर्वी बराच विचार करावा लागणार होता. सगळं प्रकरण बाहेर आलं, तर थेट जेलचीच हवा खावी लागेल. या कल्पनेसरशी अतुल थरारला. पण शेफालीची भेट झाल्यानंतर गोखले हॉस्पिटलचे डॉ. मराठे किती घाबरले आहेत, ते किशोर चावरेने अतुलला तिखटमीठ लावून सांगितलं होतं.

अतुल आत्तापर्यंत डॉ. मराठेंना प्रत्यक्ष भेटला नव्हता. त्याचं नाव फक्त ऐकून होता. भारतातलं एच. स्टेटीनचं परीक्षण करून पॉझिटिव्ह निर्णय डॉ. मराठेंनीच दिला होता. त्याबद्दल स्मिथ फार्माकडून त्यांच्या बंगलोरच्या कुठल्याशा बेनामी अकाऊंटवर चांगले तीस लाख रुपये जमा झाले होते. हा माणूस अतुलला साहजिकच महत्त्वाचा वाटत होता.

किशोरने त्याला डॉ. मराठेंचा नंबर दिला होता. त्यांच्याशी बोलण्याची वेळ आली होती, हे अतुलने ताडलं. पण स्वत:च्या लँडलाइन किंवा सेलफोनवरून तसं करणं धोक्याचं होतं.

अतुल कार घेऊन निघाला दिल्लीच्या त्याच्या घरापासून पंधरा-वीस किलोमीटर अंतरावर. रस्त्यावर बरीच छोटी- मोठी हॉटेलं नि टपऱ्या होत्या. तिथे अनेक पीसीओ

होते, त्याने त्यातलाच एक निवडला.

''येस... डॉक्टर मराठे हियर!'' पलीकडून आवाज आला.

''सर, तुमचं नाव सर्वांना ठाऊक आहे. मी अतुल अगरवाल. काही विशेष काम आहे माझ्याकडे, असं चावरे म्हणत होता.''

प्रत्यक्ष अतुलचा फोन आल्यावर डॉ. मराठेंना बरं वाटलं. पण स्वत:वर काबू ठेवत ते शांतपणे बोलले, ''मला वाटतं एच. स्टेटीन औषध बाजारातून मागे घेणं उत्तम!''

''काऽऽय?'' अतुलच्या पायाखालची जमीनच सरकली.

''पण का सर? तुम्हीच तर त्या औषधाचं परीक्षण करून गुणवत्तेचं सर्टिफिकेट दिलंय. आता कसला प्रॉब्लेम?''

''प्रॉब्लेम आत्ताच निर्माण झालाय. या औषधाचे भयंकर दुष्परिणाम आता बाहेर येऊ लागलेत.''

''पण त्याच्या सर्व परिणामांविषयी मेडिकल जर्नल्समध्ये भरपूर छापून आलंय. शिवाय जगभर हे ड्रग आधीच विकलं जातंय.''

''लिसन, आपले पॉझिटिव्ह रिझल्टस् कसे तयार झाले, ते तुम्हांलाही माहितीये... पण आता या औषधाच्या दुष्परिणामाने मृत्यू झाल्याची नोंद स्वीडनच्या मेडिकल जर्नलमध्ये आली आहे. ऑन द टॉप ऑफ इट, माझ्याच तिनेक रुग्णांच्या मृत्यूला एच. स्टेटीन कारणीभूत असण्याची शंका पॅथॉलॉजी विभागाला येतेय.''

''पण म्हणून औषध बाजारातून मागे घ्यायचं? त्यामुळे माझं काय होईल, याचा विचार करा सर. मी आयुष्यातून पार उठेन... माझ्या बिझनेसचं पोस्टमॉर्टेम होईल, त्याचं काय?''

''औषधाच्या वाईट परिणामांची चर्चा वाढत गेली, तर तुम्ही पूर्ण बुडाल! वेळीच हे औषध मागे घेतलं, तर तुमचीही विश्वासार्हता वाढेल. आता तात्कालिक नुकसान होईल, पण पुढे ते फायद्याचं ठरेल.''

डॉ. मराठेंकडून बिझनेसवर प्रवचन ऐकण्याच्या मन:स्थितीत अतुल नव्हता. त्याला डिपॉझिटची कोट्यवधी रुपयांची रक्कम पाण्यात जाताना दिसत होती.

''पण समजा, आपण हे औषध मार्केटमधून विड्रॉ नाही केलं, तर?'' अतुलने थोडं कर्टली विचारलं.

तर तुम्ही काय करू शकणार आहात? असं त्याला पुढे विचारायचं होतं, पण त्याने ते टाळलं.

''तर.. मला नाइलाजाने वृत्तपत्रांकडे धाव घेऊन या औषधाच्या वापरावर घाव

घालावा लागेल, मिस्टर अगरवाल.''

''पण तुम्हीच तर...''

''होय. मी सर्टिफाय केल्यामुळेच माझी नैतिक जबाबदारी वाढते.''

''पण हे तुम्हांला आधी...''

''ठाऊक नव्हतं, असं समजा, '' डॉ. मराठे ठामपणे बोलत होते. हे औषध मान्य करण्यात चूक झाल्याचं मी प्रेस कॉन्फरन्स घेऊन कबूल करेन आणि रुग्णांच्या हितासाठी ते न वापरण्याचा सल्ला देईन!''

अतुल चक्रावला हा डॉक्टर विचित्रच दिसतो. स्वत:ची गफलत मान्य करायला तयार आहे.

''पण सर, तरीही एकदम ते बाजारातून मागे घ्यायचं म्हणजे...शिवाय आत्ताच ॲड कॅम्पेन पूर्ण होत आलीय दुसरी महत्त्वाची गोष्ट म्हणजे, एच. स्टेटीन वाईट औषध आहे, हे स्पष्ट करणारा कोणताही ठोस पुरावा आता तुमच्याकडेही नाही. जे निष्कर्ष पॅथॉलॉजिस्ट्स्नी नोंदवलेत, त्यातही लिव्हर डॅमेज अननोन व्हायरसमुळे झाल्याचंच म्हटलंय. एच. स्टेटीनचा नावानिशी उल्लेख कुठेच नाही. शिवाय असं काही करण्यापूर्वी आपल्याला मूळ स्मिथ फार्माला विश्वासात घ्यायला नको? कोणताही पुरावा नसताना तुम्ही त्या औषधाविरुद्ध आगपाखड केलीत, तर तुमच्यावरही बदनामीचा दावा दाखल होऊ शकतो!''

अतुलच्या या मुद्देसूद युक्तिवादानंतर डॉ. मराठेंचा आवेश ओसरला. कदाचित तो म्हणतो, ते खरं असेल. काही रुग्णांच्या लिव्हरपेशी नष्ट होणं हा योगायोगही असू शकतो आणि हे निष्कर्ष मान्य करायचे, तर स्मिथ कंपनी म्हणेल की, डॉ. मराठेंना सर्व माहीत असूनही त्यांनी गुणवत्ता प्रमाणपत्र देऊन आमचीच दिशाभूल केली...

यापुढच्या परिणामांच्या कल्पनेनेच मराठे हादरले. त्यांचं एच. स्टेटीनच्या विरोधाचं उसनं अवसान क्षणात गळून गेलं. अतुल अगरवाल त्यांना समजावतच होता.

''सर, एवढे हवालदिल होऊ नका. त्यात तुमचा काहीच दोष सिद्ध झालेला नाही. तुम्ही हे मुद्दाम केलं, असंही कोणी म्हणू शकणार नाही. तरीही तुमचं म्हणणं खरं असेल, तर अमेरिकेतील कंपनीच्या हेड ऑफिसशी चर्चा करतो. त्यांच्या रिसर्च डिपार्टमेंटचं मत पुन्हा मागवू या आणि मग काय ते ठरवू या. आपणच एवढं पॅनिक होण्यात काय अर्थ आहे?''

''राइट. पण मिस्टर अगरवाल तुम्ही स्मिथ फार्माच्या हेडऑफिसशी लगेच संपर्क साधा.''

''शुअर! बस थोडासा वेळ द्या.''

"ओके. दोन-तीन दिवसांत काय ते मला कळवा."

"सर, प्लीज. आठवडाभर तरी द्या. मी स्वीडिश, इंग्लिश मेडिकल जर्नलमध्ये आलेले रिपोर्ट्सही एकदा नजरेखालून घालतो, मग तेच स्मिथ फार्माला फॉरवर्ड करतो. प्लीज सर..."

"ओके. नो प्रॉब्लेम!" डॉ. मराठेंचा जीव भांड्यात पडला होता.

अतुलला सात दिवसांची मुदत देण्याने काय फरक पडणार आहे? त्यांनी मनाशी विचार केला. पण एवढ्या काळात इकडची दुनिया तिकडे होऊ शकते, हे त्यांना कुठे ठाऊक होतं!

"सात दिवसांत काय काय घडू शकतं?" दिल्लीतल्या पब्लिक फोनवरून डॉ. मराठेंशी संपर्क साधणारा अतुल अगरवाल त्याच्या पद्धतीने पाताळयंत्री विचार करू लागला. डॉ. गायकवाड... डॉ. सावे... आणि आता खुद्द डॉ. मराठे? करायचं काय या विरोधाचं? औषध बाजारात येऊनही संशय निर्माण झाला, तरी खपावर विपरीत परिणाम होणार, कोट्यवधी रुपये पाण्यात जाणार.

परंतु अतुल अगरवाल ही अजब चीज होती. कितीही कठीण प्रसंग ओढवला, तरी चित्त विचलित न होता अचूक निर्णय घेण्याची क्षमता त्याने स्वत:मध्ये निर्माण केली होती. थोडक्या वेळात एखाद्या प्रश्नांचा आवाका जाणून त्यावर कृती करण्यात तो वाकबगार होता. त्याला सल्ला देणारा राघवनही तेवढाच हुशार होता. अतुल प्रत्येक वेळी त्याचं म्हणणं मानायचाच असं नाही. पण हुशार साहाय्यकाच्या सूचनांमधून सापडलेला धागा पकडून त्याचा हवा तसा गोफ विणण्याचं मॅनेजमेंटचं कसब अतुलच्या अंगी होतं. राघवनची भूमिका शंभर टक्के पटली, तरी बॉसपणा दाखवण्यासाठी त्यात किंचितसा बदल करून आपल्यालाच जणू ते सुचलंय, असं दाखवण्याचा अहंकार आणि प्रसंगी उन्मत्तपणाही त्याच्यात मुरला होता. सहकाऱ्यांना सतत दबावाखाली ठेवून आपलं महत्त्व वाढवण्याचं तंत्र त्याला चांगलंच साधलं होतं. अर्थात, राघवनलाही हे समजायचं. पण तो मनातल्या मनात हसून बॉसची कीव करायचा. भक्कम पगार हाती येत असताना, क्रेडिट अतुलने घेण्याला त्याची ना नव्हती.

बऱ्याचदा अतुलने प्रश्न टाकला की, राघवन बराच वेळ विचार केल्यागत दाखवून खरं तर बॉसची गंमत पाहायचा. या वेळी तो जरा जास्तच गप्प बसला.

"सांग ना... एनी सोल्यूशन राघवन?" अतुल घायकुतीला येऊन बोलला. तरीही राघवन गप्पच. अतुलच बडबडत होता,

"हे स्साऽऽ डॉक्टर समजतात काय स्वत:ला? एवढा विश्वास टाकला त्यांच्यावर,

पण आता मलाच मेडिकल एथिक्स शिकवतायत. आपल्या पायाखाली काय जळतंय, ते पाहा. आपल्याकडून पैसेही घ्यायचे आणि प्रकरण अंगाशी आलं की, शिताफीने हात वर करायच, असा यांचा दुटप्पी व्यवहार आहे.''

राघवन बॉसची अगतिकता एन्जॉय करत होता.

''बरं या डॉक्टरांना सबळ कारणही मिळालंय. एच. स्टेटीनमध्येच खोट असल्याचे पुरावे हळूहळू बाहेर येतायत. आपण दोन्हीकडून मार खातोय. काय करायचं काय? काहीतरी बोल ना!''

अतुलचं बी. पी. पुरेसं वाढल्यावर राघवन थंड आवाजात बोलला,

''सर, कूल डाऊन शांतपणे विचार करू या.''

''अरे, चहूबाजूंनी आग लागलेली असताना कसलं कूल डाऊन? संताप होतोय नुसता जिवाचा.''

''सर, काहीतरी मार्ग निघेलच. डॉ. सुधीर गायकवाडची गोष्ट वेगळी होती. त्याच्याकडे सज्जड पुरावा होता आणि वारंवार पैसे मागून आपल्याला ब्लॅकमेल करण्याची युक्ती त्याला सापडली होती. म्हणून तर त्याचा काटा काढावा लागला.''

''पण डॉ. मराठेला पैसे नकोयत रे.''

''तेच म्हणतो मी सर. याचा अर्थ तुमच्या लक्षात येतोय का? मराठे आपल्यासाठी जास्त धोकादायक आहे.''

अतुल विचारात पडला. राघवन म्हणत होता, त्यात तथ्य होतं. राघवन त्याचं म्हणणं मांडत होता.

''सर, तुमच्या लक्षात आलं असेल की, डॉ. गायकवाड यांच्या हत्येनंतर मुंबई –नागपूरच्या पोलिसी कारवाईला फारशी गती आलेली नाही. कदाचित पोलिसांची ही चाल असेल. पुन्हा त्याच हॉस्पिटलच्या एखाद्या डॉक्टरला काही झालं, तर आपण अलगद पोलिसांच्या कचाट्यात सापडू.''

''सगळे प्रॉब्लेमच प्रॉब्लेम... त्याचा पाढा वाचून काय होणार? हा तिढा सोडवायचा कसा ते सांग ना!''

राघवनला मनातल्या मनात आणखीच मजा वाटली.

''मी मुंबईला जाऊ?''

''तू काय करणार त्यांना भेटून?''

''मी मराठेंना भेटणार नाही. मला फक्त रंगरावचा सेल नंबर द्या. एक प्लान आहे सर.''

आणि एसीची तीव्रता वाढवून राघवन हळूहळू अतुलला सारं समजावू लागला.

माधवीने अचानक जवळ ओढून घेतलेल्या चुंबनाची उत्कटता नीरज अजून विसरला नव्हता. त्याने पुन:पुन्हा आपल्याच ओठावरून बोटं फिरवली. माधवीचा स्पर्श परत अनुभवल्यासारखी. कुणा तरुणीचा हा दुसरा ओठस्पर्श होता. शेफालीने पहिलं चुंबन घेऊन, त्याच्या लग्नाच्या प्रस्तावावर शिक्कामोर्तब केलं होतं. अर्थात, दोन्ही चुंबनांमध्ये खूपच फरक होता.

काल रात्रीचं माधवीचं चुंबन आठवताना नीरजला शेफालीची तीव्रतेने आठवण झाली आणि तो नकळत दोघींची तुलना करू लागला. अशीच तुलना त्याने स्मिथ फार्माच्या पार्टीतही केली होती.

ते दृश्य त्याच्या नजरेसमोर तरळलं. ड्रिंक्स घेऊन बुफे जेवण करत सर्व जण गप्पा मारत असताना, नीरज आळीपाळीने माधवी आणि शेफालीला न्याहाळत होता. त्याच्या मनात येत होतं... या क्षणी दोघींपैकी कोणीच डॉक्टर असल्यासारखं वाटत नाहीये, कॉलेज तरुणी वाटतायत... दोघीही आकर्षक आहेत, यात शंकाच नाही. मात्र शेफाली सरळसाधी वाटते, तर माधवी पक्की बिझनेसवुमन. या दोघींपैकी एकीची निवड करायची झाली, तर कोणाची करावी? स्वत:च्याच प्रश्नाने त्याला कोड्यात टाकलं होतं.

आताही क्रूझवरच्या केबिनमध्ये निवांत झोप झाल्यावर रम्य सकाळी त्याच्या मनात त्या दोघींच्या विचारांनी फेर धरला. पुन्हा वाटलं, कुणाला आपलं म्हणावं? पण आपण तर शेफालीला शब्द देऊन बसलोय... मग हे द्वंद्व का?

केबिनच्या खिडकीतून उसळता समुद्र दिसत होता. त्याच्या मनाचंच प्रतिबिंब विराटाकार घेऊन उसळत असल्यासारखं त्याला वाटलं.

रोज गोखले हॉस्पिटलमध्ये नजरभेट होणाऱ्या डॉ. शेफालीशी आधी त्याचा फार परिचय नव्हता. शेफाली दिसायला सौंदर्यवती वगैरे नव्हती. पण 'तरुणपणाचा तिखट तजेला' तिच्यात नक्कीच होता. नीरजसारख्या तरुणाला आकर्षित करणारा!

पॅथॉलॉजी विभागात नीरजची डॉ. गायकवाड यांच्याशी ओळख झाली होती. एकदा ते घाईगर्दीने कुठेतरी चालले असताना नीरजने म्हटलं,

"फार घाईत दिसताय सर...."

"हो. मला गर्लफ्रेंडसाठी गिफ्ट घ्यायला जायचंय. काय घ्यावं समजत नाही."

या वयात डॉ. गायकवाड यांची गर्लफ्रेंड? रसिक माणूस दिसतोय....

"काय चक्रावलास ना?" डॉ. गायकवाड हसून बोलले. "अरे, माझ्या डिपार्टमेंटमधल्या डॉ. शेफाली मांजरेकरचा वाढदिवस आहे. तिच्यासाठी काहीतरी घ्यायचंय. पण तुम्हा हल्लीच्या पोरांना काय आवडतं आमच्यासारख्यांना कळत नाही.

बरं झालं तू भेटलास. तूच सांग काय घेऊ या ते. चल माझ्याबरोबर''आणि डॉक्टरांना नकार देणं नीरजला शक्य नव्हतं. वाटेत डॉ. गायकवाड शेफालीचं भरपूर कौतुक करत होते. ती त्यांची मुलीसारखी मैत्रीण होती. नीरजने गुलाबी रंगाची शिफॉनची साडी पसंत केली आणि डॉक्टरांनी ती घेतली. निघताना ते नीरजला म्हणाले, ''यू मस्ट मीट धिस गर्ल. मी तिच्याकडे पित्याच्या मायेने पाहातो. तू मात्र तिच्याशी मैत्री करू शकतोस.''

डॉ. गायकवाड त्या दोघांचा परिचय करून देणार होते. पण त्यापूर्वीच शेफाली नीरजला स्मिथ फार्माच्या पार्टीत भेटली.

शेफाली! बोटीवरच्या केबिनमधून बाहेर येत डेकवर फेऱ्या मारत नीरज विचार करू लागला. किती लवकर आपण परस्परांच्या जवळ आलो, लग्नाचंही ठरलं. अत्यंत सुस्वभावी अशी जीवनसाथी मिळत असल्याबद्दल नीरज खूश होता, पण...

हा 'पण' महत्त्वाचा होता. ज्या लाइफस्टाइलची नीरजला ओढ होती, तशी शेफालीला नव्हती आणि तशी जीवनशैली जगण्यासाठीचे मार्ग तर तिला बिलकूल पसंत नव्हते. थोड्याच दिवसांत त्यांचे मतभेद उघड होऊ लागले. सिंगापूरच्या ट्रिपबाबत तर शेफालीचं म्हणणं अगदी विरुद्ध होतं. अशा प्रकारच्या आमिषांना डॉक्टरांनी बळी पडू नये असं तिला ठामपणे वाटत होतं. नीरजच्या दृष्टीने हा सरळसाधा व्यवहार होता. पण यात सगळं काही सरळसाधं आहे यावरच शेफालीचा विश्वास नव्हता.

आणि मुंबईत एअरपोर्टवर भेटलेली माधवी त्याच्या विचारांचं पुढचं पाऊल होती!

नीरजच्या नजरेसमोर दोघींच्या आकृत्या आळीपाळीने येऊ लागल्या. ही की ती? शेफाली की माधवी?

दोघींपैकी एकीची निवड करायची झाली, तर कुणाची करणं योग्य? डायलेमा होता खरा. क्रूझसारखं त्याचं मनही विचारांच्या सागरात हेलकावे खात होतं.

''त्याचं काय आहे नीरज, आपल्याला अनुकूल असलेल्या वेळीच एखादी गोष्ट करावी. उदाहरणार्थ, हा कॅसिनो, तो जुगारच आहे. पण त्यात जिंकण्याचा विश्वास ठेवून खेळण्याची हिंमत दाखवता आली पाहिजे. हे सारं ज्याच्या- त्याच्या प्रकृतीवर अवलंबून आहे.''

''कळलं डॉक्टरीणबाई कळलं! उपदेशाचे डोस पाजण्याची आणि प्रकृतीचा उल्लेख करण्याची तुमची डॉक्टरी सवय काही जात नाही!''

माधवीने मोकळेपणाने हसून दाद दिली.

नीरजने एकदाच मित्राबरोबर कॅसिनो पाहिला होता. तिथे जुगार खेळण्याची

मात्र त्याची हिंमत झाली नव्हती. व्हर्गो क्रूझवरचा कॅसिनो इंग्लिश सिनेमातल्या कॅसिनोसारखाच झगमगत होता. अनेक गेम - टेबल्स आणि कितीतरी स्लॉट मशीन्स सभोवती होती. सर्वत्र जुगार खेळणारे उत्साहाने ओरडत होते. स्लॉट मशीनमधून पैशांचा पाऊस पडत होता. ओऽ शीट्... बिंगो... असे उद्‌गार कानी पडत होते.

माधवी काउंटर विंडोकडे वळली. व्हर्गो- लायनर प्रवाशांना मिळालेलं विशेष क्रेडिट कार्ड माधवीने वापरलं आणि भरपूर टोकन घेतली. त्यानंतर ड्रिंक्स काउंटरवर जाऊन ऱ्हॅनी केन बियरचे दोन मोठे कॅनही खरीदले.

''बोल कुठून सुरुवात करायची?'' माधवीने नीरजला विचारलं.

''मी काय सांगणार? याबाबतीत मी पूर्ण अडाणी आहे.''

माधवी हसली.

''ओके. चल. आज तुला जुगार खेळायला शिकवतेच...''

आणि नीरजचा हात धरून ती त्याला स्लॉट मशीनच्या रांगेकडे घेऊन गेली. बियरच्या घोटांबरोबर माधवी सफाईने जुगार खेळत होती आणि मशीनमधून पडणारी नाणी जमत होती आणि पुन्हा खेळण्याच्या नादात ती गमवावीही लागत होती. आजचा दिवस तिच्यासाठी बरा नसावा. काहीच प्राप्ती न होता ती तीन तासांनी निघाली. नीरजला मात्र पहिल्याच जुगारात बरी कमाई झाली होती.

''आज मी तुला पार्टी देतो. माझा कॅसिनो विजय सेलिब्रेट करू या.''

पार्टी म्हटल्यावर माधवीचा मूड बदलला. मस्तपैकी जेवण झाल्यावर तिने नीरजला तिच्या केबिनपाशी नेलं. केबिनबाहेरच्या रिक्लायनिंग चेअरवर बसून दोघं वाइन घेऊ लागली. माधवी काही विशेष बोलण्याच्या मूडमध्ये असल्याचं नीरजला जाणवलं.

''नीरज, कशी वाटली तुला सिंगापूरची ट्रिप?''

''फॅंटॅस्टिक! आयुष्यात कधी पाहिलं नव्हतं, असं विश्व मला बघायला मिळालं. शिवाय तुमच्यासारखी कंपनी.''

''तुमच्यासारखी नव्हे... तुझ्यासारखी म्हण.''

''ओके. तुझ्यासारखी कंपनी असताना आणखी काय पाहिजे! मला एकाच गोष्टीचं आश्चर्य वाटतं की, या फार्मा कंपन्यांना एवढा खर्च परवडतो कसा? कुणी मला सांगितलं, तर मी इथेच कायमचा राहीन.''

''पण मग शेफालीचं काय?'' माधवीने त्याच्याकडे रोखून पाहात विचारलं. तिने पुन्हा एकदा शेफालीचा उल्लेख केला होता. तिला कितपत माहिती आहे आपल्या शेफालीशी असलेल्या नात्याबद्दल?

तिच्या प्रश्नाला बगल देत नीरज उत्तरला,

"तुझ्यासारखी मैत्रीण सोबत असताना आणि वातावरणात इतका धमाका असताना, इतर गोष्टींचा का विचार करू?"

"हं. कॅसिनोत जाताना मी म्हटलं होतं आयुष्यही एक जुगार आहे. पण कशा प्रकारचा जुगार खेळायचा, ते ज्याने – त्याने ठरवायचं. तू आज कॅसिनोत बरेच पैसे मिळवलेस. जिंकायचं कसं ते तू लगेच आत्मसात केलंस."

आपली तारीफ ऐकून नीरजला मनोमन बरं वाटत होतं. माधवी बोलत होती.

"तसंच आयुष्याचंही आहे. करियरमध्येही तुला असंच झटपट यश हवंय ना?"

नीरजने मान हलवली.

"त्यासाठीही जुगार खेळावा लागतो. खूप बारकाईने अनेक घटनांची गणितं मांडावी लागतात. ताळेबंद फायद्याचा ठरला पाहिजे, याची काळजी घ्यावी लागते. हे सगळं काही बाय हूक ऑर बाय क्रूक करावं लागतं."

एका दमात सारं बोलून माधवी क्षणभर थांबली.

"तुलाही जीवनाच्या जुगाराचं तंत्र जाणून घ्यायचंय ना? काल हायटेकबरोबर मी काय व्यवहार केला याबद्दल कुतूहल आहे ना?"

नीरजने पुन्हा होकारार्थी मान हलवली.

माधवीने नीरजच्या गालाला स्पर्श करत आत्मीयतेने म्हटलं, "सिंगापूरच्या या हायटेक मेडिकल्सशी माझा पूर्वीपासून संबंध आहे. ही कंपनी ॲन्जिओप्लास्टीसाठी लागणारे स्टेन्ट बनवते आणि मी..."

माधवीने मग त्याला या व्यवहाराविषयी सगळं काही सविस्तर सांगितलं. ही कंपनीही नवे बायोडिग्रेडेबल स्टेन्ट बनवतेय. पण त्यांच्याकडच्या शिल्लक स्टॉकचा कसा प्रॉब्लेम आहे या गोष्टी तिने स्पष्ट केल्या.

नीरजला आठवलं. हायटेकच्या चेन ली यांच्याशी बोलून बाहेर पडताना तो माधवीला म्हणाला होता, "माझ्या प्रपोजलवर नीट विचार करा. ॲन्जिओग्राफी नि ॲन्जिओप्लास्टीत थोडी वाढ झाली, तर डॉक्टर तुमचाही फायदाच आहे."

"माधवी ही ॲन्जिओग्राफी आणि प्लास्टीमधली वाढ हे काय प्रकरण आहे?"

"लिसन,"

वाइनचा ग्लास खाली ठेवत माधवी सांगू लागली.

"समज एखाद्याच्या छातीत दुखत असलं, तर आपण त्याचा कार्डिओग्राम काढतो. त्याचा रिझल्ट कसाही असला, तरी पेशंट पैसे खर्च करू शकणारा असला,

तर निश्चित निदान व्हावं म्हणून आपण त्याला ॲन्जिओग्राफी करायला सांगतो. साधारण पंधरा टक्के रुग्ण तर ॲन्जिओग्राफीसाठी सहज तयार होतात. दुसऱ्या डॉक्टरकडून सेकंड ओपिनिअन घेण्याच्या फंदात पडत नाहीत. आता तू तुझा पेशंट ओळखीमुळे माझ्याकडे पाठवतोस. यू नो नीरज, चाळीशी किंवा पन्नाशीच्या जवळ आलेल्या अनेक जणांची एखादी कॉरॉनरी ब्लॉक झालेलीच असते. त्यांना ॲन्जिओप्लास्टीचा सल्ला द्यायचा. बहुतेक जण होकार देतात. वेळीच सावध केल्याबद्दल आभारही मानतात. आता माझं हायटेकशी डील झालंय. त्यामुळे मी रुग्णांना बायोडिग्रेडेबल असलेले सिंगापूरच्या हायटेक मेडिकल्सचे स्टेन्ट बसवून घ्यायची शिफारस करेन आणि या शस्त्रक्रिया उत्तम प्रकारे पार पाडेन.''

माधवी पुढे म्हणाली,

``असं करताना माझ्याकडे पेशंट पाठवणाऱ्या डॉक्टरांनाही त्यांचा कट मिळेल. ते ज्या कंपनीची औषधं प्रिस्क्राइब करतील, त्यावरही त्यांना कमिशन मिळेल. मला ॲन्जिओग्राफी, ॲन्जिओप्लास्टीव्यतिरिक्त कंपनीकडून कमिशन मिळेल... धिस इज हाऊ इट वर्क्स!''

माधवीने नीरजला हातचं न राखता सर्व काही तपशीलवार सांगितलं होतं.

असे काही प्रकार चालतात, हे नीरजलाही ठाऊक होतच. पण त्याचं कोणत्या फार्माकंपनीशी सूत जुळलं नव्हतं. गोखले रुग्णालयाच्या डॉ. मराठेंच्या सांगण्यावरून तो रुग्णांना एच. स्टेटीन प्रिस्क्राइब करू लागला होता एवढं खरं. एच. स्टेटीनच्या परीक्षणात डॉ. मराठेंप्रमाणेच डॉ. माधवी कामथही सहभागी असल्याचं त्याला माहीत होतं.

रात्रीचा अंधार वाढत होता. समुद्रावरची गार हवा केबिनमध्ये शिरत होती. डेकवर तर थंड आल्हाददायी वातावरण होतं. वाइनची बाटलीही संपत आली होती. माधवीच्या यश- कर्तृत्वाच्या कहाणीची नशा हळूहळू नीरजच्या डोक्यातही चढत होती.

नीरज स्वत:शीच म्हणत होता, ``माय डियर, अशी आहे जीवनाच्या द्युतातला डाव जिंकण्याची कहाणी. फासे कौशल्याने टाकले, तर अचूक दान पडतं!''

डॉ. माधवी रसिक होती. मेडिकलचं ज्ञान, इंग्रजी, मराठीवरचं प्रभुत्व आणि आपलं म्हणणं ठामपणे आणि प्रसन्नतेने मांडण्याची शैली या तिच्या सुंदर व्यक्तिमत्त्वात भर टाकणाऱ्याच साऱ्या गोष्टी होत्या.

``जाऊ दे नीरज, धंद्याच्या गोष्टी पुरेत आता... मला आयुष्यात सर्वांत महत्त्वाचं

काय वाटतं ठाऊक आहे?''

''....?''

''पैसा आणि पुरुष!''

माधवी खळाळून हसत बोलली. पण मला असा पुरुष हवा की, ज्याच्या मनात करियर आणि श्रीमंतीसाठी काहीही करण्यासाठी जबरदस्त तुफान घुमत असायला हवं.''

नीरज तिचा आवेश पाहाता राहिला.

''चल निघू या'' म्हणत ती उभी राहिली. तिची पावलं अडखळली. नीरजने तिला सावरलं. तिने त्याला घट्ट धरलं. तिच्या केबिनमध्ये जाऊन त्याने तिला अलगद बेडवर ठेवलं आणि तिच्या अंगावर ब्लॅन्केट ओढलं. अचानक माधवीने आवेगाने दोन्ही हात त्याच्या मानेभोवती वेटाळत त्याला आपल्याकडे खेचलं. तिचा उष्ण श्वास त्याला जवळून जाणवू लागला. तिच्या तनमनातून उन्माद ओसंडत होता.

''टेक मी,येस, टेक मी...''

...आणि ती रात्र त्या दोघांनी साजरी केली.

''अरे, पुन्हा तशी सुपारी! आयला, या डॉक्टरांनी तुमचं काय बिघडवलंय? त्यांच्या का मागे लागलात, आँ?''

''रंगरावजी, ऐका तर खरं, सगळं ऐकल्यावर मग तुम्हीच सांगा काय करायचं ते.''

दिल्लीहून अतुल अगरवालचा फोन आल्यावर रंगराव त्याच्यावर गुरगुरत होता आणि अतुल केविलवाण्यासारखा त्याची मनधरणी करत होता. अतुलच्या बाजूने थोडी चर्चा आणि रंगरावच्या बाजूने बाचाबाची झाल्यावर रंगरावने राघवनची भेट घ्यावी, असं ठरलं. त्याच ढाब्यावर, जिथे चार महिन्यांपूर्वी अतुलची आणि रंगरावची भेट झाली होती.

''तुझ्या माणसाला ओळखायचं कसं?'' रंगरावने प्रश्न केला.

''तोच तुम्हांला ओळखेल ना, भाई.''

''आरं वा! लई हुश्शार दिसतोय गडी, एऽ अतुल ढाब्यावर मी मराठी पेपर घेऊन बसतो आणि अधूनमधून त्याची सुरनळी करतो. पटली का खूण?''

''हां... भाईसाब...''

''ठेव आता फोन, नसती कट्‌कट्‌ च्याऽऽ''

''भाई, माझ्या माणसाला कोणत्या रंगाचा शर्ट...''

"एऽऽ, आपन बावळट माणसं लगेच ओळखतो. ठ्येव फोन..."

अतुल हसला. रंगराव रांगडा असला, तरी स्वभावाला चांगला होता. दिलेलं काम चोख बजावणारा.

आणि एका संध्याकाळी ठरल्या वेळी राघवन ढाब्यावर आला. तोपर्यंत रंगरावने चुरगळून पेपराची फुंकणी बनवली होती. राघवनला त्याने लगेच ओळखलं. दोन बियरची ऑर्डर देत रंगरावने विचारलं,

"काय नवं काम काढलं?"

"पुन्हा एका डॉक्टरला भेटायचंय."

"आता हा कोण?"

"गोखलेमधलाच एक..."

ते ऐकताच रंगरावच्या भुवया उंचावल्या. त्याने अतुलला विचारलेला प्रश्न राघवनला विचारला.

"का बाबानो, तुम्ही आमच्या मुंबैकर डॉक्टरांच्या मागे का लागलात? दिल्लीत कोण भेटत नाय काय?"

"सर, माझं ऐका तर खरं..."

"बोल" रंगरावने बेफिकिरीने सिगारेट शिलगावली.

"या वेळी कोणाला एक्स्पोर्ट करण्याचं काम नाही. फक्त टपली मारायची..."

"त्याला कशाला पिटायचा?"

"नाही... नाही.. तसंच नाही. फक्त शाब्दिक मार द्यायचाय. तो मात्र खास तुमच्या स्टाइलने!"

रंगराव खुलला. दिल्लीपर्यंत आपली जरब ठाऊक असल्याचा अभिमान त्याच्या नजरेत तरळला. एक डॉक्टर म्हणजे त्याच्या दृष्टीने किस झाड की पत्ती!

"ते होईल समदं... पण च्याऽऽ या गोखलेच्या डॉक्टरांनी तुमचं काय घोडं मारलं म्हणतो मी."

"मतलब?"

"अरे, मतलब काय, उन्होने क्या बिगाडा तुम्हारा?"

"भाई, कोणाची सुपारी घेताना त्या व्यक्तीनं तुमचं काय बिघडवलेलं असतं? हा धंद्याचा भाग आहे. ॲम आय राइट?"

"राइट्ट," अधूनमधून इंग्रजी शब्दांवर जोर देऊन बोलणं रंगरावला जमायचं, आवडायचं. वाईट्ट म्हणावं, तसं तो राइट्ट म्हणायचा, अर्थात, राघवनचे इंग्लिश उच्चारही फार नव्हतेच म्हणा.

"राइट्ट बोल्लास बघ. हायेस खरा डोक्याचा!"

"मग ठरलं?"

"हां."

"या पाच पेट्या, अगरवालसाहेबांनी पाठवल्यात."

रंगरावाने पैशाची बॅग स्वत:कडे ओढली. सौदा पक्का झाल्याचा आनंद राघवनला झाला.

"आता त्या डॉक्टरचं नाव-गाव काही आहे का नाही."

"सांगतो. पण गन जवळ ठेवावी लागेल."

"ते तू मला शिकवतोस? भा..."

"मी फक्त सुचवलं भाई..... त्या शिवाय त्या डॉक्टरला भीती कशी वाटणार?"

"ते माझ्यावर सोड. जास्त शाणपत्ती शिकवू नको."

"सॉरी."

"हा. आता कसं!"

"बरं, नाव तर सांग."

वेटरने बियर आणली. दोन घोट घेतल्यावर राघवन सांगू लागला...

"कधी संपेल काम?" डॉ. मराठे घरकाम करणाऱ्या बाईला विचारत होते.

एरवीपेक्षा आज ते बऱ्याच लवकर घरी आले होते. गेले चार दिवस त्यांची बेचैनी वाढत होती. दिल्लीच्या अतुल अगरवालने सात दिवसांची मुदत मागितली होती. "एच. स्टेटीन मार्केटमधून मागे घ्या", असं अल्टिमेटम डॉ. मराठेंनी त्याला दिलं होतं. त्या विवंचनेत असतानाच आज दुपारी पॅथॉलॉजी विभागाच्या डॉक्टर शेफाली मांजरेकरने त्यांना इंटरकॉमवरून आणखी एक धक्कादायक बातमी सांगितली.

"सर काल शक्ती सिन्हा नावाचा एक पेशंट हार्ट प्रॉब्लेमसाठी ॲडमिट झाला होता, पण रात्रीच गेला. थोड्या वेळापूर्वी मी त्याची ऑटॉप्सी केली आणि तेच कारण आढळलं. लिव्हरच्या पेशी अत्यंत खराब झाल्यामुळे..."

डॉ. मराठेंनी "अच्छा, बघू या काय करायचं ते" म्हणत फोन ठेवला खरा, पण त्यांच्या डोक्यात पुन्हा तुफान उमटलं. शक्ती सिन्हा! मराठे त्याला चांगलंच ओळखत होते. त्यांच्या एच.स्टेटीन चाचणीतला एक गिनीपिग! पंचावन्न वर्षांचा हा सॉफ्टवेअर इंजिनीयर ट्रेस, टेन्शन, वेळी-अवेळी जंक फूड घेणं या सगळ्यामुळे हृदयविकाराने त्रस्त होता. त्यावर उपचार म्हणून डॉक्टर मराठेंनी त्याच्यावर एच. स्टेटीनचे प्रयोग सुरू केले. परंतु त्याचा साइडइफेक्ट म्हणून सिन्हाच्या लिव्हर एन्झाइममध्ये

वाढ झाली. मराठेंच्या ते लक्षात आलं होतं. पण तरीही त्यांनी एच. स्टेटीनचं घोडं पुढे दामटलं. परिणाम? शक्ती सिन्हा अर्ध्या वाटेवरच आयुष्यातून उठला.

लिव्हर सेल्स खराब झाल्याने मरण पावलेला हा चौथा पेशंट शेफाली पाहात होती. प्रत्येक केसमध्ये रुग्णाच्या लिव्हर सेल्स नष्ट झाल्या होत्या.

शक्ती सिन्हाच्या मृत्यूनंतर मात्र डॉक्टर मराठे हादरले. हॉस्पिटलमधला सगळा वेळ त्यांनी उदासीनतेत घालवला. कुठल्याच कामात लक्ष लागत नव्हतं. बरं, मनाची ही घालमेल ज्याच्याकडे व्यक्त करावी, असा मित्रही नव्हता. घरीही कोणाला ही घुसमट सांगता येण्यासारखी नव्हती. डॉ. मराठे एकाकी जीवन जगत होते. दहा वर्षांपूर्वीच त्यांचा घटस्फोट झाला होता. सोळा वर्षांचा मुलगा होता. तो पूर्वीपासूनच पाचगणीच्या हॉस्टेलवर रहायचा. आता नुकताच पुण्याच्या कॉलेजात गेला होता.

दिवसभर घराची राखण करणारी आणि जेवणखाण करून घालणारी एक विश्वासू आजीबाई होती. डॉक्टरांनी घराची चावी तिच्याकडे दिली होती. ती तिच्या वेळेला येऊन सारं घरकाम करायची. घर नीटनेटकं ठेवायची. डॉक्टर घरी येण्याआधी साधारण अर्धा तास ती कामं आटोपून निघून जायची.

आज साहेब लवकर घरी आले आणि तेही अस्वस्थ दिसतायत, हे पाहून तिने विचारलं,

''चहा करू का कडक?''

''नको. तुम्ही निघा!''

बाईंना आश्चर्य वाटलं. एवढ्या वर्षांत डॉक्टर इतक्या तुटकपणे कधीच बोलले नव्हते. घरच्या ज्येष्ठ महिलेसारखाच मान त्यांनी तिला आजवर दिला होता. म्हणूनच ती रागावली नाही. उलट तिला साहेबांची काळजी वाटू लागली.

थोडा वेळ सोफ्यावर रेलून डॉ. मराठे एका निर्धाराने उभे राहिले. त्यांनी वॉश घेतला. थोडं बरं वाटलं. संध्याकाळ झालीच होती. त्यांनी व्होडकाची बाटली काढली. टीव्ही ऑन करून ते रिलॅक्स मूडमध्ये यायचा प्रयत्न करू लागले. रात्रीचं जेवण तयार होतं. बाई आठवणीने त्यांच्या आवडीचे पदार्थ बनवायच्या. उगाच बोललो आपण तुसड्यासारखं. उद्या सॉरी म्हणायला हवं... डॉ. मराठेंनी स्वत:ला बजावलं.

मन्चिंगसह व्होडका घेत टीव्ही पाहणं आणि मग जेवणं हा त्यांचा रोजचा परिपाठ. पण ती वेळ दहा-साडेदहाची असायची. आता आठही वाजले नव्हते.

तरीसुद्धा त्यांनी फ्युएल व्होडकाने ग्लास भरलाच. या इंधनाचीच आज सर्वाधिक गरज होती. ते फ्युएलच्या बाटलीकडे पाहात स्वत:शीच बोलले. रोज ते निवांतपणे व्होडकाचे घुटके घेत. आज त्यांनी दोन पेग झटकन रिचवले. तिसरा पेग बनवताना

त्यांना एकदम आदेशची आठवण आली. त्यांनी लगेच त्याला फोन लावला.

‘‘आदेश बेटा... कसं चाललंय कॉलेज? पुण्याला थंडी आहे का रे?’’

‘‘ए बेबी, उठा आता.’’

खूप दूरवरून आवाज आल्यासारखं नीरजला वाटलं. त्याच्या पापण्या जडावल्या होत्या. काल रात्रीचा कामोत्सव अजून मनातून ओसरला नव्हता. तनमन भारित करणारी ती रमलाची रात्र!

कुणाच्या तरी मृदू-मुलायम स्पर्शाने नीरजचं अंग मोहरलं.

‘‘हीरो! उठा आता. किती सुंदर सकाळ झालीय पाहा.’’ या वाक्यासरशी त्याच्या गालावर हळूच टिचकी मारली गेली. नीरजने सताड डोळे उघडले. समोर नाइट गाऊनमध्ये लपेटलेली माधवी खट्याळ हसत उभी होती. तिने त्याच्याकडे पाहात एक हात पुढे केला. नीरजनेही आपला हात तिच्या हाती दिला. एका झटक्यातच तिने त्याला बेडवर बसतं केलं. नीरजने बेडवर नजर फिरवली. माधवीचे कपडे बाजूला अस्ताव्यस्त पडले होते. त्याच्या अंगावरही नाइट-गाऊनच होता.

नीरज कमालीचा संकोचला. असा अनुभव त्याने पूर्वी कधीच घेतला नव्हता. डॉक्टरीचा अभ्यास म्हणून शरीरशास्त्र शिकणं निराळं आणि शरीराच्याच भाषेत एखाद्या रमणीशी रममाण होणं निराळं. त्याच्या तरुण मनाला त्यातला फरक प्रथमच जाणवत होता. थोडी लाज, थोडा संकोच होता तो त्याचाच. कारण त्या दोघांमध्ये माधवी थोडी मोठी नि कदाचित अनुभवी. नीरजला तिच्या नजरेला नजर द्यायला धीर होईना.

‘‘कम ऑन! इतका काय लाजतोस? काल काही आपण कुठला अपराध केलेला नाही. जे घडलं, ते राजरोस आणि परस्परांच्या राजीखुशीने. मग त्यात कसली लाज-शरम. मानवी जीवनातला अविभाज्य भाग आहे हा, डॉक्टर नीरज!’’ माधवी बिनधास्तपणे बोलत होती.

तिला त्याला खेळवायची लहर आली. आणखी एक हिसका देत तिने त्याला बेडवरून खाली उभं केलं.

‘‘नीरज, आपण दोघंही सज्ञान डॉक्टर आहोत. कोणीही कोणाचा गैरफायदा घेतलेला नाही. खरं ना? काल मला तू हवा होतास आणि तुला मी. मग लेट्स बी ऑनेस्ट टू अवर इमोशन्स! उगाच गिल्टी वाटून घेऊन सभ्यपणाचा आव कशाला आणायचा. उलट, अशा खोटारडेपणाचीच मला चीड आहे. जे आहे, ते खुल्लमखुल्ला. माय लाइफ इज अॅन ओपन बुक! त्यात दडवण्यासारखं काहीच नाही. अर्थात, ते कोणालाही वाचण्याची मुभा मात्र मी देत नाही. तू... तू मात्र आवडलास मला. निदान

काल रात्री तरी...''

माधवी किती बोल्ड आहे. आपणच खुळे आहोत. नीरजला वेगळ्याच कारणासाठी गिल्टी वाटू लागलं.

''यंग मॅन! गेट फ्रेश फास्ट. आज क्रूझवरचा शेवटचा दिवस आहे. संध्याकाळी सिंगापूर टू मुंबई. संपली मौजमजा. आता जमिनीवर या,'' म्हणत तिने पुन्हा त्याच्या कपाळावर हलकेच ओठ टेकवले.

संध्याकाळी सिंगापूर-मुंबई फ्लाइटमध्ये नीरज माधवीशेजारीच बसला होता. वेलकम ड्रिंक्स सर्व्ह केली जात होती. वाइनचा ग्लास हाती घेऊन माधवी एक मासिक चाळत होती. तिच्या खांद्यावर डोकं टेकून नीरजही हातातल्या ग्लासशी उगाच चाळा करत होता.

माधवी! किती अल्प परिचय आहे आपल्या तिच्याशी. दीड-दोन महिन्यांपूर्वी आपण तिला धड ओळखतही नव्हतो. स्मिथ फार्माच्या पार्टीत जरा जास्त ओळख झाली, तेव्हाही ती सेक्सीच दिसली होती. आपण मनात किती वेळा तिची नि शेफालीची तुलना केली असेल! माधवी आपल्याला सीनियर, शिवाय एक प्रथितयश डॉक्टर. आपण तिच्यापुढे व्यवसायात तर लल्लूपंजूच. पण आठवडाभराच्या या ट्रिपने दोघांना किती जवळ आणलं! काल रात्री तर जवळीकीच्या सर्व मर्यादा ओलांडून...

अचानक नीरजला खिशातल्या एन्व्हलपची आठवण झाली. त्याने ते उत्सुकतेने उघडलं. हॉटेलवर आलेल्या स्मिथ फार्माच्या प्रतिनिधीने ते दिलं होतं. त्यातील पत्रात म्हटलं होतं, ''डॉ. शास्त्री, डॉ. कामथ वुई होप की आम्ही आयोजित केलेली ट्रिप तुम्ही एन्जॉय केली असेल.'' सोबत एक गिफ्ट होती.

नीरज खुशीत होता. ग्रेट आहेत हे स्मिथ फार्मावले. किती काळजी घेतात सर्वांची असं त्याच्या मनात येईपर्यंत त्याची नजर पाकिटातल्या आणखी एका कागदावर पडली. यात काय असेल? नीरज वाचू लागला.

त्या कागदावर कंपनीचं नामोनिशाण नव्हतं. खाली कुणाचीही सही नव्हती. होता फक्त छापील मजकूर. विनंतीवजा आदेश देणारा.

व्हिस्कीचा घोट घेताना एकेक शब्द स्पष्ट होत होता.

'डायबिटिस, हाय ब्लड प्रेशर, हाय कॉलेस्टेरॉल आणि हार्ट पेशंटसाठी नेहमी एच. स्टेटीन प्रिस्क्राइब करा.

– इतर कुठल्या कंपनीची औषधं रुग्ण घेत असतील, तर ती बंद करून प्रभावी एच. स्टेटीनच द्या.

– रुग्णांना स्मिथ फार्माचीच प्रसिद्ध औषधं देत रहा.

गुड लक!'

'एकमेका साहाय्य करू'चा हा 'सुपंथ' नव्हे 'कुपंथ' होता. नीरजने माधवीला विचारलं.

"तू वाचलंस हे सगळं?"

मासिकातली नजरही न वळवता ती बोलली.

"हे सगळं रुटिन आहे, डियर. एवढं सिरियसली घेऊ नकोस."

"अगं, पण त्यांची भाषा बघ. जणू काही आदेशच देतायत आपल्याला. ही एक प्रकारची दादागिरीच नव्हे का? असं कसं चालेल?"

माधवीने मासिक बाजूला टाकत नीरजचा हात हाती घेत म्हटलं,

"चालेल काय, धावेल!"

"व्हॉट!"

"मग! त्यात काय चुकीचं आहे? पंचतारांकित हॉटेलात कॉकटेल डिनर. सिंगापूरसारख्या ठिकाणी फ्री टूर आणि वर गिफ्ट पॅकेट... हे सगळं या कंपन्या काय चॅरिटी म्हणून करतात? त्यांनी तरी ते कुठल्या पैशातून करायचं? या सगळ्या मौजमजेला पाण्यासारखा पैसा ओतावा लागतो ना? ते आपण घेतो. अगदी आनंदाने. मग एका हाताने घेतलं, तर दुसऱ्या हाताने द्यावंही लागतं हा जगाचा व्यावहारिक नियम आहे, डॉक्टर नीरज..."

मग एक पॉझ घेत ती बोलली.

"नाहीतरी उपचारासाठी कुठलं तरी औषध तू रुग्णांना देणारच ना. मग ते या कंपनीचं दिलं, तर कुठे बिघडलं?"

नीरज विचारात पडला.

"एन्जॉय युवर ड्रिंक्स ॲण्ड रिलॅक्स... डोक्याला फार ताण देऊ नकोस!"

माधवीचं म्हणणं अगदीच काही टाकाऊ नाही शेवटी कंपन्या धंदाच करायला बसल्यात आणि डॉक्टरांनाही व्यवसाय तगवायचाय कदाचित हीच जगाची रीत, हाच जगाचा न्याय असेल. डॉ. माधवीसारखी अनुभवी तज्ज्ञ डॉक्टर म्हणते, तेव्हा... व्हिस्कीचा घोट घेत त्याने माधवीकडे हसून पाहिलं. 'हिची साथ सोडायची नाही. अजून खूप शिकायचंय.'

डॉ. माधवी खरंच किती व्यावहारिक विचार करते. डॉ. नीरज शास्त्री माधवीच्या तत्त्वज्ञानाने पुरता भारावला होता आणि का नाही भारावणार? ती सगळी फायद्याचीच कलमं सांगत होती. सिंगापूरच्या ट्रिपची धुंदी अजूनही त्याच्या तनमनाला व्यापून होती. स्मिथ फार्माच्या आभाराच्या पत्रातील निनावी सूचनांनी मात्र तो थोडा बिचकला.

पण माधवीने त्याला धीर दिला. तिचं म्हणणं होतं, एका हाताने घ्यायचं, तर दुसऱ्या हाताने द्यायलाही हवं! हाच व्यवहार आहे.

नीरजलाही हा व्यवहार कुठेतरी आवडला होता. झटपट श्रीमंत आणि प्रतिष्ठित बनण्याची त्याची महत्त्वाकांक्षा माधवीने दाखवलेल्या व्यवहाराच्या महामार्गावरच भेटणार होती. विचार करताकरता माधवीच्या खांद्यावर डोकं टेकवून तो शांत झोपी गेला.

मुंबई विमानतळावर उतरताच माधवीने त्याला विचारलं, "तू कसा जाणार आहेस घरी? शेफाली येतेय तुला पिकअप करायला?"

"नाही, मी जाईन एकटाच. आपण आज येणार हे शेफालीला माहीत नाही."

"ठीक आहे. माझा ड्रायव्हर कार घेऊन आलाय. मी तुला पेडर रोडवरच्या घरापाशी सोडते."

"कशाला उगाच? मी जाईन ना टॅक्सी करून."

"डोंट बी सिली! चल म्हणते ना."

माधवीच्या आवाजात आर्जवी जरब होती. नीरजलाही तेच हवं होतं. ती त्याचा हात धरून पार्किंग लॉटकडे निघाली.

फ्लॅटवर येताच नीरजने एका कोपऱ्यात लगेज टाकलं आणि तो बेडवर आडवा झाला. मुंबईत येताच इथले संदर्भ नजरेसमोर दिसू लागले. कालपर्यंतचे दहा दिवस कसे स्वप्नवत होते. आता पुन्हा वास्तवात येणं भाग होतं आणि त्याच वास्तवाचा एक भाग होता– शेफाली! एअरपोर्टवर उतरताच माधवीने नकळत तिची आठवण करून दिली. गेला आठवडाभर आपण तिला विसरलो होतो? हो! अं... नाही... हो... नीरजच्या मनात खऱ्या-खोट्याचं द्वंद्व सुरू झालं.

यापुढे कसं वागायचं शेफालीशी? आपण एकमेकांना लग्नाचं वचन दिलंय. पण तिचे–माझे विचार? त्यापेक्षा माधवीचा सहवास आणि वैचारिक ध्यास या दोन्हीशी जुळतंय आपलं.

पण निदान आपण मुंबईत आल्याचं तरी शेफालीला कळवायला हवं. उद्या अचानक हॉस्पिटलमध्ये भेट नको.

नीरजने शेफालीचा नंबर प्रेस केला.

ही चौथी ऑटॉप्सी! तोच निष्कर्ष. लिव्हरची खराबी! शेफाली चांगलीच हादरली. हे काय चाललंय? खरोखरच डॉ. उदय म्हणतो तसा एच. स्टेटीनचा दुष्परिणाम रुग्णांचे जीव घेतोय? तसं असेल, तर त्वरित काहीतरी करायला हवं.

हृद्रोगाने पीडित असलेल्या शक्ती सिन्हाचा मृत्यू ओढवल्यावर त्याच्या

पोस्टमॉर्टेममध्येही लिव्हर डॅमेज झाल्याचंच दिसत होतं. शेफालीने खिन्नपणाने डॉ. मराठेंना तो रिपोर्ट दाखवला. तिला वाटलं होतं, डॉक्टरसाहेब ही गोष्ट गांभीर्याने घेतील. या घटनांच्या मुळाशी जाण्याचा प्रयत्न करतील. पण त्यांचा नूर 'मला काय त्याचं?' असा होता. ते पाहून शेफाली अधिकच उदास झाली.

म्हणजे हे असंच चालणार? आणखी किती जणांना प्राण गमवावा लागणार? या प्रकरणाला अंत नाही? कोण उघडकीला आणणार हे सगळं? कोण?

असाच विचार करत असताना तिचा फोन वाजला.

"हाय! कशी आहेस तू?" पलीकडे नीरज होता.

"अरे! तू कधी आलास?"

"सकाळीच!"

"मग आत्ता फोन करतोयस? दुपार झालीय आता!"

"सॉरी! पण आलो तसाच झोपलो, तो आता जागा झालो नि पहिला कॉल तुला केला. बाकी कसं काय?

"व्यवस्थित हॉस्पिटलला आलास की..."

"अगं, प्रवासाचा शीण जाणवतोय. आज दांडी, उद्या नक्की भेटू."

"अरे, पण..."

नीरजने फोन कट केला. शेफालीला थोडं विचित्र वाटलं. आठ-दहा दिवसांच्या विरहानंतर एखादा प्रियकर प्रेयसीला भेटायला धावत आला असता. पण हा आळशी..."

आता ती नीरजच्या विचारात गढली.

किती झटपट घडल्या सगळ्या गोष्टी. नीरजशी ओळख झाली आणि थोड्याच दिवसांत आपण परस्परांच्या किती जवळ आलो. एकमेकांना लग्नाचं वचनही देऊन बसलो. वाटलं होतं, आपल्या मनासारखा जोडीदार मिळतोय पण... स्मिथ फार्माच्या सिंगापुरी आमंत्रणाने घोळ केला. आपली नि त्याची मतं किती भिन्न आहेत? आपण निक्षून नकार दिला, तरी नीरजने विचार बदलला नाही. तो सिंगापूरला गेलाच. भावी मतभेदांची ही नांदी तर नाही. वेळीच सावध व्हायला हवं. ठाम निर्णयही घ्यायला हवा. एकदाच काय तो मनस्ताप होईल. पण... जीवनसाथी म्हणून नीरजची निवड करण्यात आपण घाई तर नाही केली?

नीरज सिंगापूरला गेला असताना शेफालीला इतकं काम होतं की, तिला क्वचितच त्याची आठवण आली आणि तो तर कुंजवनात विहार करत होता. ती दोघं जणू एकमेकांच्या भावविश्वातून हद्दपार झाली होती.

ते जाऊ दे. नीरज शास्त्री हा हुशार डॉक्टरही आहे, डॉक्टर शेफाली मांजरेकर

तिने मनाशी विषय बदलला. ही एच. स्टेटीनची भानगड नीरजच्या कानावर घालायला हवी. तो या कामी नक्की मदत करेल. लिव्हरसेल्स डॅमेज होणं आणि एच. स्टेटीन यांचं काय गौडबंगाल आहे, ते उलगडायला हवं.

फोनवर हे सारं नीरजला सांगण्यासाठी ती आतुर होती. तो हॉस्पिटलला येण्याची वाट पाहात होती. पण त्याने फोन कट केला नि रजाही घेतली. आणखी एक दिवस मनातलं वादळ तसंच घोंघावत राहणार. मन अस्वस्थ असलं की, एकेक क्षण युगायुगांसारखा वाटतो.

रात्री घरी आल्यावर जेवण, टीव्हीवरच्या निरर्थक मालिका आणि थोडं म्युझिक ऐकून ती अंथरुणावर पडली. झोप लागून किती रात्र झाली कोणास ठाऊक. पण सेलफोनच्या जिंगलने ती दचकून जागी झाली... एवढ्या रात्री कोण? नीरज?

स्क्रीनवर तिला डॉ. मराठेचं नाव दिसलं. रात्रीचे दोन वाजून दहा मिनिटं झाली होती. या वेळी मराठे सरांचा फोन?

''सर... एनी इमर्जन्सी?''

''शेफाली!'' डॉ. मराठेंच्या स्वरात कंप होता. त्यांचा तसा आवाज ऐकून शेफालीही घाबरली.

त्याच वेळी अमेरिकेत दुपारचे चार वाजले होते. न्यू जर्सीच्या एडिसन शहरात स्मिथ फार्माच्या मुख्यालयात वरिष्ठांची तातडीची मीटिंग चालली होती. प्रेसिडेंट अँड्र्यू स्मिथ यांच्यासमोर पाच व्यक्ती बसल्या होत्या. चर्चेला जरा वादळी स्वरूप येत होतं.

''अँड्र्यू, एच. स्टेटीनविरोधात इंग्लंड आणि जर्मनीत आवाज उठायला लागलाय याची कल्पना आहे?''

''स्वीडनमध्येही चर्चा सुरू झालीय.''

''तेही ठीक, पण आपल्याच फेडरेशन ऑफ ॲडमिनिस्ट्रेशनने एच. स्टेटीनविषयी अधिक तपास करण्याचा निर्णय घेतलाय, त्याचं काय?''

अँड्र्यू स्मिथ यांच्यावर प्रश्नांचा भडिमार होत होता. एफडीएबद्दलचा प्रश्न विचारणारे कार्पेटर चिंतित दिसत होते. आज मीटिंगचं गांभीर्य अँड्र्यू स्मिथनाही समजत होतं. सर्वांचं म्हणणं शांतपणे ऐकून घेतल्यावर ते बोलू लागले.

''लिसन... आय नो, आपल्या या औषधाबद्दल जगभर चर्चा चाललीय. मी सर्व गोष्टींचा ट्रॅक ठेवून आहे. हा मागोवा घेताना त्यातला सिरियसनेस मला समजलाय. पण तुम्हांला वाटते, तेवढी परिस्थिती हाताबाहेर गेलेली नाही. आपल्या ड्रग कंट्रोल ॲथॉरिटीशी डील करताना जरा त्रास होईल. कारण आपले कायदे फार कडक आहेत.

त्यांनी चालवलेला तपास पूर्ण व्हायला आणखी आठ - दहा महिने तरी जातील.''

''पण नंतर काय?''

''व्हेरी सिम्पल, यू नो, थोड्याच काळापूर्वी एका ब्रिटिश फार्मा कंपनीच्या मधुमेहावरच्या औषधामुळे हार्टट्रबलच्या केसेस वाढल्याचा एक रिपोर्ट एका मेडिकल जर्नलमध्ये आल्याचं आठवतंय.''

''येस. मी वाचला होता तो,'' कार्पेटर बोलले.

''दॅट्स इट! आपल्यासारख्यांनी तो वाचण्यापलीकडे त्यातून काय निष्पन्न झालं?''

सर्व जण गप्पच राहिले. अँड्र्यू बोलत होते.

''काहीही झालं नाही. गदारोळ होऊनही त्या फार्मा कंपनीने तो रिपोर्ट नाकारला आणि औषधाच्या कथित दुष्परिणामांविषयी संशोधन करण्याचं जाहीर करून जनतेला दिलासा दिला. त्यालाही सहा महिने उलटून गेले. आता ते औषध जबरदस्त विकलं जातंय!''

''फ्रेंड्स, टेक इट फ्रॉम मी! आपल्या बाबतीतही तसंच घडेल. उलट, या निगेटिव्ह पब्लिसिटीचा आपल्याला फायदाच होईल. तो कायद्यात कसा बसवायचा, ते बघू. पण एच. स्टेटीन आशिया-आफ्रिका या देशांत मोठ्या प्रमाणावर वापरलं जाईल. भारतासारख्या देशात एक टक्का मार्केट म्हणजेही एक स्कॅन्डिनेव्हियन देश बिझनेसमध्ये ॲड झाल्यासारखं आहे. फक्त आपण न घाबरता ॲग्रेसिव्ह भूमिका घ्यायला हवी!

''म्हणजे नेमकं काय करायचं!'' पुन्हा कार्पेटरचाच प्रश्न होता.

''मनी मेक्स मेअर गो! पैसा लावला की घोडाही पळतो. भरपूर पैसा ओतू या. जगभरचे मेडिकल प्रॅक्टिशनर, हॉस्पिटल सर्वांना खूश ठेवू या.''

अँड्र्यूच्या या आत्मविश्वासाने सर्वांना धीर आला. वातावरण निवळलं. तोपर्यंत संध्याकाळ होऊन गेली होती. मद्याचे प्याले किणकिणायला लागले. हास्यविनोदाने मीटिंग आटोपली. एकेक जण निघायला लागला आणि अँड्र्यूनी आशियाई सेल्स प्रमोशनसाठी नेमलेल्या निकला बोलावलं.

''हाय निक, इंडियात आपला बिझनेस कसा चाललाय?''

''तिथेही स्वीडनसारखाच प्रकार आहे.''

''म्हणजे? डॉक्टरांचा विरोध?''

''त्यापेक्षाही वाईट परिस्थिती आहे. तिथे एका डॉक्टरची हत्या झाली. त्याला एलिमिनेट करावं लागलं.''

''बट् व्हाय?''

''तो आपला इंडियन डिस्ट्रिब्यूटर अगरवालला फारच पीडत होता.''

''ओह! नो निक... आपलं गुडविल एका क्षणात नष्ट होईल अशाने. आस्क युवर डीलर की, पुन्हा असं घडता कामा नये. सीक सम अदर ऑल्टरनेटिव्हज.... पर्याय शोधा. एखाद्या एनजीओ किंवा तिथल्या मीडियाला पत्ता लागला, तर आपला तिकडचा धंदा चौपट होईल.''

''येस, येस सर!''

''बी केअरफुल'' अँड्र्यूने निकला इशारा दिला.

''कसा आहेस बेटा?'' मुलाला फोन लावल्यावर डॉक्टर मराठेंना बरं वाटलं.

''हाय डॅड! अचानक फोन केलात? सगळं ठीक आहे ना?'' आदेशने काळजीच्या सुरात विचारलं.

''मी मजेत आहे. डॉक्टरला आजारी पडून कसं चालेल? तू कसा आहेस तेवढंच विचारायला फोन केला. अभ्यास चांगला चाललाय ना?''

आपल्या जिवाची घालमेल डॉ. मराठे मुलाला सांगू शकत नव्हते. तरीही दोन पेगनंतरचा त्यांचा कातर आवाज ऐकून आदेशला बाबांची काळजी वाटू लागली.

''डॅड, तुम्ही ड्रिंक्स घेताय?'' त्याने स्पष्टच विचारलं. वडिलांची ही सवय त्याला बालपणापासून ठाऊक होती. त्यामुळेच त्याला अधिक काळजी वाटू लागली.

''मी ठीक आहे रे. तू इकडे कधी येतोयस?''

''एवढ्यात कसं येता येईल. व्हेकेशनला खूप वेळ आहे. पण तसंच काही काम असलं, तर येईनही.''

''एकच महत्त्वाचं काम आहे?''

''कोणतं?''

''तू मला भेटण्याचं.''

''ओके! एका वीकएंडला येतो. मग तर झालं?''

''नो, नो! एवढी घाई करू नकोस. मी सहजच म्हणालो. तू तुझा अभ्यास सांभाळून जमेल तेव्हाच ये.''

''ओके डॅड.''

डॉ. मराठेंनी केवळ मनातला कल्लोळ दूर करण्यासाठी मुलाला फोन केला होता. पण आदेशला वडिलांच्या आवाजातली अस्वस्थता जाणवलीच. छे! उगाच फोन केला त्याला. आता तोही काहीबाही विचार करत राहील. व्होडकाचा तिसरा पेग बनवताना डॉ. मराठे पार वैतागले होते. मनाची समजूत घालायची कशी? हे एच. स्टेटीन गुड कॉलेस्टेरॉल वाढवेल की नाही, कोण जाणे. पण आपलं गुडविल मात्र

रसातळाला नेईल. उगाच या फंदात पडलो आपण. या व्हिशिअल सर्कलमधून आता बाहेर कसं पडायचं?

अतुल अगरवालला दिलेली अल्टिमेटमची मुदत संपायला दोनच दिवस बाकी होते. पण त्याच्याकडून काहीच हालचाल दिसत नव्हती. त्यातच आज चौथ्या रुग्णाच्या मृत्यूनंतर ऑटॉप्सीचा रिपोर्ट पुन्हा एकदा एच. स्टेटीनबाबत प्रश्नचिन्ह घेऊन उभा होता. महत्त्वाची गोष्ट म्हणजे, या विषचक्राच्या केंद्रस्थानी आपणच आहोत, याची डॉ. मराठेंना पूर्ण कल्पना होती.

काय होणार आपलं पुढे? आपल्यालाच अ‍ॅटॅक यायचा! एच. स्टेटीनच्या चक्रव्यूहातून बाहेर पडण्यासाठी अगरवालवर भरवसा ठेवणं तरी कितपत योग्य आहे? त्यापेक्षा आपण स्वत:च एक पाऊल उचललं तर? आणि ते नेमकं खड्ड्यात पडलं तर? उगाच आगीतून फुफाट्यात पडल्यासारखं होईल. हे औषध कंपनीवाले किती निष्ठूर आहेत त्याचा पुरावा डॉ. गायकवाड यांच्या मृत्यूने दिलाच आहे.

खूप विचार करून डोकं फुटायची पाळी आली. शेवटी मराठेंना एक मार्ग सापडल्यासारखं वाटलं... आपण आपलं कारस्थान एकाच व्यक्तीसमोर उघड करू शकतो. ती आहे – डॉक्टर शेफाली मांजरेकर!

हा विचार मनात येताक्षणीच डॉ. मराठेंना बरं वाटलं. शेफालीला सगळं प्रामाणिकपणे सांगितलं, तर ती यातून बाहेर पडायला आपल्याला नक्कीच मदत करेल. त्यांनी शेफालीला फोन लावला. रात्रीचे किती वाजलेत, याचंही त्यांना भान नव्हतं.

अपरात्री अचानक वाजलेल्या मोबाईलने शेफाली दचकून जागी झाली. एवढ्या रात्रीचा फोन म्हणजे काहीतरी वाईट बातमी असणार! असं तिला वाटलं. पण पलीकडे डॉ. मराठे होते.

''हॅलो, सर सगळं ठीक आहे ना?''

डॉक्टर मराठे क्षणभर थांबले. नेमकं काय बोलायचं, तेच त्यांना सुचत नव्हतं.

''शेफाली'' एवढंच बोलून ते पुन्हा थांबले.

''बोला ना सर. एनी प्रॉब्लेम? व्हॉट कॅन आय डू फॉर यू? एखादी इमर्जन्सी आलीय का?''

डॉ. मराठेंना जरा जास्तच झाली असल्याचं त्यांच्या जडावलेल्या शब्दांवरून शेफालीच्या लक्षात येत होतं. पण ते खरोखरच संकटात असल्याशिवाय अशा अवेळी फोन करणाऱ्यातले नव्हते.''

''एक भयंकर चूक घडलीय.''

''कोणती? कोणाच्या हातून? काय झालंय सर?''

"शेफाली, माझी बेइमानी मला तुझ्याकडे कबूल करायचीय."

"व्हॉट? काय बोलताय सर?"

"खरं तेच सांगतोय. तू सकाळी केलेल्या ऑटॉप्सीचं विश्लेषण रुग्णाच्या लिव्हर सेल्सबद्दलचं होतं ना?"

"हो. मलाही काळजी वाटतेय. असाच आजार होऊन गेलेली ही चौथी केस... पण आता काय त्याचं?"

दीर्घ श्वास घेऊन डॉ. मराठेंनी कबुलीजबाबाची मानसिक तयारी केली.

"शेफाली नाऊ इनफ, रियली इनफ. फार झालंय सगळं. मला हा ताण आणखी नाही सहन करता यायचा. तो दिल्लीचा डिस्ट्रिब्यूटर ऐकायलाच तयार नाही."

"दिल्लीवाला म्हणजे कोण सर?"

"तू नाहीस ओळखत त्यांना. अगदी निर्दय माणूस आहे तो. त्यांनीच तुझे बॉस डॉ. गायकवाड..."

"त्यांचं काय सर?"

"ते कशा पद्धतीने गेले, हे आठवतंय ना? हे सारे अगरवालचेच प्रताप."

"हॉरिबल आहे सर हे सगळं!"

"आहेच! म्हणूनच उद्या डीनची भेट घेऊन मला त्यांना काही स्पष्टपणे सांगायचंय. प्रेस-कॉन्फरन्समध्ये मी माझी चूक जाहीरपणे कबूल करणार आहे. तोपर्यंत जिवाला चैन नाही पडणार."

शेफालीला कसलाच उलगडा होत नव्हता. दिल्लीचे लोक, डॉ. गायकवाड यांचा मृत्यू आणि डॉ. मराठे पापातले भागीदार? हा प्रकार तरी काय आहे? मराठेसरांनी काही आततायीपणा करण्याआधीच त्यांना रोखायला हवं.

शेफाली क्षणात मोठी झाली. लहान मुलाला समजवावं, तसं ती डॉ. मराठेंना सांगू लागली.

"सर, माझं एक ऐकाल?"

"बोल. त्यासाठीच तर तुला फोन केलाय."

"मला सगळ्या प्रकरणाचा नीटसा थांग लागलेला नाही. पण याक्षणी तुम्ही फार एक्साइट झाल्यासारखे वाटताय. उगाच भीतीची भुतं सतावतायत तुम्हांला."

"नाही गं. पूर्ण शुद्धीवर आहे आणि खरं तेच सांगतोय. कारण मी हे सगळं आणखी कुणाला सांगूच शकत नाही." बोलता बोलता डॉ. मराठे पुन्हा अडखळले.

"सर, आता तुम्ही कोणताही विचार न करता आराम करा. सकाळी ठरवू या काय करायचं ते. डीननाही भेटू. त्यानंतर तुम्ही योग्य तो निर्णय घ्या. ओके?"

''आज नाही तर उद्या मला निर्णय तर घ्यावा लागणारच आहे, पण त्यापूर्वी...''

डॉ. मराठे पुन्हा थांबले. त्यांची डोअरबेल वाजल्यासारखा आवाज शेफालीला आला.

''शेफाली बहुतेक बेल वाजतेय. कोण असेल या वेळी? तू फोन चालू ठेव. मी बघतो कोण आलंय ते.''

डॉ. मराठेंनी लँडलाइन फोनचा 'रिसीव्हर' टीपॉयवर ठेवल्याचा आवाज शेफालीला आला. एवढ्या रात्री सरांकडे कोण आलं असेल? तिला उगाचच धाकधूक वाटू लागली. तिचा फोन तिच्या कानाशीच होता. पलीकडून दोघा-तिघांच्या बोलण्याचे अस्पष्ट स्वर येत होते. काही क्षणातच डॉ. मराठेंच्या फोनचा रिसीव्हर क्रेडलवर आपटल्याचा आवाज आला.

अरे, फोन चालू ठेव असं सांगूनही सरांनी फोन कट् का केला? कोण आलं असेल अशा अवेळी त्यांच्या घरी?

शेफालीच्या सर्वांगातून भीतीची लहर सळसळत गेली.

डोअर ग्लासमधून बाहेरच्या माणसांचा चेहरा न्याहाळण्याचा प्रयत्न डॉक्टरांनी केला. पॅसेजमध्ये असलेला मंद दिवा आणि चार पेग पोटात गेल्यानंतरची डॉक्टरांची अवस्था यांमुळे त्यांना नेमकं कोण आहे, ते दिसत नव्हतं. दार उघडल्यावर समोर दोन व्यक्ती उभ्या असलेल्या दिसल्या.

''कोण तुम्ही? काय पाहिजे?''

''एवढ्या मध्यरात्री तुम्हांला त्रास दिल्याबद्दल सॉरी सर, माझं नाव राघवन.'' त्याने शेकहँड करण्यासाठी हात पुढे केला.

''राघवन? आत्ता या वेळी? कोण तुम्ही''

''सॉरी टू बॉदर यू सर, मी दिल्लीच्या अतुल अगरवालचा असिस्टंट.'' अत्यंत नम्रपणे राघवनने स्वत:ची ओळख करून दिली.

''बसा!''

तरीही डॉ. मराठे राघवनकडे संशयाने पाहात होते. दिसायला तो अत्यंत सभ्य सद्‌गृहस्थ वाटत होता, पण त्याच्या बरोबरच्या माणसाच्या चेहऱ्यावरचे चमत्कारिक भाव समोरच्याला भीती वाटेल असे होते. राघवन ओळख करून देत म्हणाला, ''हा राजू परब. अगरवालसाहेबांचं मुंबईतलं कामकाज पाहातो.''

राजूने हात जोडले. पण त्याची नजर डॉ. मराठेंच्या काळजाचा ठाव घेत होती.

''सॉरी सर, डिस्टर्ब तर नाही ना केलं?'' राघवनने पुन्हा दिलगिरी व्यक्त केली.

आता मध्यरात्री दोन वाजता एखाद्याच्या घरी अनाहूतपणे गेल्यावर डिस्टर्ब तर नाही केलं? या प्रश्नाला काय अर्थ होता. पण राघवन डॉ. मराठेंचा अंदाज घेत असावा.

टीपॉयवरून खाली पडलेला रिसीव्हर पाहाताच राघवन बोलला, ''ओह्, सॉरी तुम्ही कोणाशी बोलत होता फोनवर?'' हे वाक्य म्हणत त्याने राजूकडे सूचक नजरेने पाहिलं. राजू ताडकन् उठला आणि त्याने रिसीव्हर क्रेडलवर ठेवला. तिकडे शेफालीला फोन कट्‌ झाल्याचा आवाज आला.

त्याच्या या आगाऊपणाने डॉक्टर चक्रावले. त्यांना रागही आला.

''मिस्टर राघवन, मला अगरवालशी बोलायचं होतं. ते का नाही आले?''

''मी आलोय ना त्यांच्या वतीने? त्यांनीच मला तुमच्याकडे ताबडतोब जायला सांगितलं. म्हणून तर एवढ्या रात्री आलो.''

''बोला.''

''सर, काही त्रास होतोय का तुम्हांला?''

''त्रास? मला कसला त्रास? झाला, तर तुमच्याच कंपनीला तो होऊ शकतो, असं सांगितलं होतं मी अगरवालना. त्यांनी सांगितलं नाही तुम्हांला सविस्तर.''

''सांगितलं म्हणून तर एवढी धावपळ करत आलो ना.''

त्याचं वाक्य पूर्ण होण्याच्या आत फोनची बेल वाजली. डॉक्टर मराठेंनी वेगाने उठत फोन घेण्याचा प्रयत्न केला. पलीकडे शेफाली असणार यात शंकाच नव्हती. पण ते फोनपर्यंत जाण्याआधीच राजूने फोन उचलला.

''सर, फोन कट्‌ का केलात? कोण आलंय एवढ्या रात्री तुमच्याकडे?'' शेफाली चिंतातूर आवाजात विचारत होती.

राजूने काही न बोलता फोन डिस्कनेक्ट केला आणि रिसीव्हर बाजूला काढून ठेवला.

''आता आपल्याला कोणी त्रास देणार नाही'' राघवन हसत बोलला,''तर मिस्टर, सॉरी डॉक्टर मराठे सांगा पुढे कसं काय करायचं?''

''करायचं काय? अगरवालला सांगा एच. स्टेटीन बाजारातून मागे घ्या. बस्स.''

''अच्छा! चांगला सल्ला आहे.'' राघवनच्या स्वरांत छद्‌मीपणा होता.

''हो. कारण हे औषध अनेकांसाठी प्राणघातक ठरेल आणि आपल्यालाही आयुष्यातून उठवेल.''

''पण डॉक्टर आता जो सुज्ञपणा तुम्ही दाखवताय, त्यासाठीची वेळ कधीच निघून गेलीय, असं नाही वाटत?''

"म्हणजे?"

"औषध बाजारात आणण्याआधी तुम्हीच त्याच्या गुणवत्तेचं प्रमाणपत्र दिलंय आणि वितरणाची सारी व्यवस्था झाल्यावर विरुद्ध सल्ला देता? काय नैतिक अधिकार आहे तुम्हांला?"

"म्हणजे पलटी खाल्ली!" राजू बोलून गेला. राघवनने त्याला गप्प केलं.

"स्पष्ट काय ते बोला," डॉक्टर चिडले.

"स्पष्टच बोलायला आलोय, सर" तुम्ही त्या औषधाच्या गुणवत्तेचं सर्टिफिकेट देण्यासाठी आमच्याकडून भरपूर पैसे घेतलेत. थोडेथोडके नव्हे, तर काही लाख."

"पण त्या वेळची गोष्ट वेगळी होती."

"पैशाची किंमत तर तेवढीच होती ना?"

डॉक्टर मराठे बोलत होते. पण आपल्या बोलण्यात काहीच अर्थ नाही, हे त्यांना जाणवत होतं.

"ते मला ठाऊक नाही. पण पेशंट्स असे मरत असताना..."

"ते आम्हाला ठाऊक नाही. डॉक्टर...तुम्ही तुमचा शब्द फिरवत आहात."

"पण माझं म्हणणं..."

"काय वाटेल ते असेल. या क्षणी मार्केटमधून औषध मागे घेणं आमच्या कंपनीला शक्य नाही."

"का?"

"तुमच्या रिपोर्ट्सवर भरवसा ठेवून प्रचंड गुंतवणूक केलीये आम्ही."

"पण आत्ताचे निष्कर्षही मीच मांडतोय ना..."

"ही पश्चातबुद्धी झाली डॉक्टर. औषधविक्री अंगाशी येईल, असं वाटल्यावर सुचलेलं शहाणपण आहे. खरं तर, डॉक्टर म्हणून तुम्हांला हे आधीच कळलं होतं, असं आम्ही म्हटलं तर?"

"नो! नो! मला त्या वेळी कल्पना नव्हती."

"आणि आता येऊनही काही उपयोग नाही. आता तुम्हांला आमच्या बरोबरच रहावं लागेल. मार्केटमधून औषध मागे घेतलं, तर त्याच्या साइडइफेक्ट्सची जास्त चर्चा होईल. तुमचं काही बिघडणार नाही. पण आमच्या कंपनीची विश्वासार्हताच संपेल. आमचा धंदा बुडीतखाती जमा होईल."

"तो तुमचा प्रश्न आहे." डॉ. मराठे म्हणाले आणि राघवन उखडला.

"आता तुमचे – आमचे प्रश्न वेगळे नाहीत डॉक्टर! डॉक्टरने औषध सुचवण्याचा जमाना मागे पडलाय. आता एखाद्या फार्मा कंपनीला वाटेल, ते औषध बाजारात हॅमर

केलं जाऊ शकतं. मेडिकल फिल्डच्या पटावर फार्मा कंपन्यांचं राज्य आहे. आम्ही म्हणू, तसाच डाव रंगणार... नाहीतर विस्कटणार!''

डॉक्टर मराठे स्तिमित होऊन ऐकत होते.

''वेल! जगात रोज या ना त्या कारणाने लाखो लोक मरतातच. त्यात आणखी थोडी भर पडली तर...''

डॉ. मराठे हादरले. त्यांची नशा उतरली. काय रुथलेस माणसं आहेत ही... आणि क्षणात त्यांच्या मनात विचार आला. मग आपण?

राघवनने एक ब्रीफकेस त्यांच्या पुढ्यात ठेवली.

''यात नगद दहा लाख आहेत सर. तुम्हांला एकच रिक्वेस्ट आहे, तोंड उघडायचं नाही.''

ही सरळसरळ धमकी होती. त्याला तो रिक्वेस्ट म्हणत होता.

''ठीक आहे ना सर?''

''नाही.''

''नाही?'' राघवनने राजूकडे पाहात जरबेने म्हटलं,

''तुमचं हे वागणं अनैतिक आहे,'' डॉ. मराठे गरजले.

''ठीक आहे'' म्हणत राघवनने राजूला इशारा केला. त्याचबरोबर त्याने झटकन एक रिव्हॉल्व्हर काढून समोरच्या सेंटरटेबलवर ठेवलं.

''आता काय मत आहे तुमचं डॉक्टरसाहेब?''

राघवनने मंद आवाजात विचारलं.

डॉ. मराठे संतापले.

''यू बास्टर्ड!'' ते जोरात ओरडले.

''शट अप्... डॉक्टर, डोंट बी ओव्हरस्मार्ट.'' पण त्याचे शब्द हवेत विरण्याच्या आत डॉ. मराठेंनी चपळाईने सेंटरटेबलवरचं रिव्हॉल्व्हर हस्तगत केलं आणि ते पुन्हा गरजले.

''यू फूऽऽल. दहा लाखाची रक्कम पाहून मी पाघळेन असं वाटलंच कसं तुम्हांला? तुमच्या गनलाही मी घाबरेन असं वाटलं काय? आत्ताच मी पोलिसांना बोलावतो आणि उद्या प्रेसला. तुम्ही माझ्याकडून सारं कसं दडपणाखाली करवून घेतलं, ते जाहीर करतो.''

डॉ. मराठे ओरडून बोलत होते. पण त्यांच्या आवाजात जरब नव्हती तर भीती जास्त होती.

त्यांनी अचानक पिस्तूल हाती घेतलेलं पाहून भांबावलेला राघवन म्हणाला,

‘‘डॉक्टरसाहेब काहीतरीच करू नका. आता नशेत आहात तुम्ही. उद्या शांतपणे विचार करा... गन खाली ठेवा.’’

हँड्स अप करून राघवन मराठेंच्या दिशेने पुढे येऊ लागताच ते पुन्हा ओरडले.

‘‘स्टॉप देअर...नाहीतर गोळी घालेन.’’

तरीही राघवन थांबत नाही म्हटल्यावर डॉक्टर उभे राहिले. पण नशेमुळे त्यांची पावलं अडखळली, तोल जाऊ लागला. ती संधी साधून राजूने झटकन त्यांच्या हातातलं पिस्तूल एका हाताने खेचून घेतलं आणि दुसऱ्या हाताची पकड त्यांच्या मानेभोवती आवळली.

‘‘बुड्ढा साला... हमको डराता है. आम्ही बाबा पुता करतोय, तर समजत नाही.’’

राजूच्या हातातून गन पुन्हा घेण्यासाठी डॉक्टर मराठे धडपडू लागले.

‘‘सांभाळ यार, राजू.... भलतं सलतं व्हायला नको.’’ राघवन घाबरून सांगत होता. पण आता राजूचाही स्वत:वरचा ताबा सुटला होता. झटापटीत त्याच्या हातून गोळी सुटली. सायलेन्सर लावलेल्या पिस्तुलाचा सुऽऽइं... एवढाच आवाज झाला आणि डॉक्टर मराठेंचा देह त्याच्या डाव्या हातात झुलायला लागला. राजूचं अंग रक्ताने माखलं.

‘‘ओऽ गॉड...राजू काय केलंस हे?’’

‘‘सर, मी फक्त त्यांच्या हातातलं रिव्हॉल्व्हर...’’

‘‘वाट लावलीस साऱ्या प्लॅनची. आता कायद्याआधी बॉस फासावर चढवेल चल पळ, चल लवकर...’’

राजूने डॉ. मराठेंचा देह बाजूच्या टीपॉयवर झोपवला. राघवनने नोटांची बॅग उचलली आणि राजूला म्हटलं.

‘‘कोणताही पुरावा मागे राहाणार नाही याची काळजी घे. आपण जाईपर्यंत फोनचा रिसीव्हर क्रेडलवर ठेवू नकोस. आता कोणाचा फोन नको यायला. बाय द वे मघाशी कोणाचा फोन होता.’’

‘‘कोणीतरी बाई होती. एवढ्या रात्री तुमच्या घरी कोण आलंय, असं डॉक्टरांना विचारत होती.’’

‘‘मग तीच पुन: पुन्हा ट्राय करणार. उगाच नको ती आफत, रिसीव्हर क्रेडलवर ठेवू नको म्हणतो ते तेवढ्यासाठीच.’’ पण राजूने स्मित करत रिसीव्हर क्रेडलवर ठेवला.

‘‘अरे, हे काय?’’

तेवढ्यात राजूने फोनचा प्लग काढून ठेवत राघवनला म्हटलं, ''सर, कुणी आल्यावर रिसीव्हर टेबलावर ठेवलेला पाहून डावट खाईल, पण फोन जागच्या जागी असला, तर प्लग काढल्याचं पटकन कुणाच्या ध्यानात येणार नाही.''

त्याचं 'डावट खाणं' राघवनला पटकन कळलं नाही. पण त्याच्या कृतीचा अर्थ समजला. त्याने मान डोलावली.

राघवन आणि राजू यांनी घरात सर्वत्र फिरून आपले फिंगरप्रिंट्स राहणार नाहीत, याची काळजी घेतली.

''लेट्स मूव्ह...''

राघवन बोलला. फ्लॅटचा दरवाजा उघडून दोघे बाहेर आले. दोघांच्याही छातीत धडधडत होतंच. पॅसेजमधला अंधार आणि एका मजल्यावर एकच फ्लॅट यामुळे कोणालाही त्यांची चाहूल लागली नव्हती. डॉ. मराठेंचा फ्लॅट त्या आठ मजली इमारतीच्या पाचव्या मजल्यावर होता. फ्लॅटबाहेर पडताच लिफ्ट वर येण्यासाठी राजू बटण दाबणार, तोच राघवन बोलला,

''नको. लिफ्टच्या आवाजाने कोणाला तरी जाग येईल. जिन्यानेच खाली उतरू या''

नेमका त्याच वेळी एक मोबाईल वाजला. डॉक्टर मराठेंच्या घराच्या अर्धवट उघड्या दारातून त्यांच्याच सेलफोनचा आवाज येत होता.

''ओह् शीट्! एवढ्या रात्री कोणाला तहान लागली या वर गेलेल्या डॉक्टरची?'' राघवन चडफडला.

''चलो... भागो...'' म्हणत राजूही वेगाने जिना उतरू लागला.

सरांनी रिसीव्हर का ठेवला? फोन का कट केला? कोण आलं असेल या अवेळी त्यांच्याकडे? आधीच दारूच्या नशेत असलेले सर... डॉक्टर शेफालीला काळजी वाटू लागली.

काय म्हणत होते बरं ते फोनवर? हं. दिल्लीतला तो वितरक कसा रुथलेस आहे, याविषयी सांगत होते. त्या निष्ठुरांपैकीच तर कोणीतरी सरांचा मागोवा घेत आला नसेल ना? डॉक्टर गायकवाडांच्या हत्येचाही उल्लेख मराठे सरांनी केला होता... काहीतरी अघटित घडतंय, एवढं खरं.

शेफाली कमालीची घाबरली. तिने डॉक्टर मराठेंना पुन्हा फोन लावला. ''काय झालं सर?'' असं ती काळजीच्या सुरात विचारत असतानाच फोन कट् झाला. त्यानंतर तिने त्यांचा मोबाईल ट्राय केला, पण तो नॉट रिचेबल होता.

मराठेसरांच्या मोबाईलचा हा नेहमीचा प्रॉब्लेम होता. कुठलं तरी जुनं इन्स्ट्रुमेंट ते का बदलत नव्हते याला काही कारण नव्हतं. पण त्यामुळे बऱ्याचदा त्यांचा फोन रिचेबल नसायचा. आताही तेच घडत होतं.

शेफालीची अस्वस्थता वाढली.

नक्की काहीतरी अघटित घडलंय, मराठे सरांच्या बाबतीत.

कोणाला सांगायचं?

नीरजला फोन करून उठवू एवढ्या रात्री?

नको! सिंगापूरच्या टूरवरून दमून आलाय तो. आज हॉस्पिटलमध्येही आला नाही. उद्या सकाळीच बोलू त्याच्याशी.

कधी एकदा उजाडतंय असं तिला झालं. पण काळ सापेक्ष असतो, याचा प्रत्यय येऊ लागला. एकेक मिनिट युगायुगांसारखं वाटत होतं. मन उदास असलं की, प्रत्येक क्षण फार वेळखाऊ वाटतो आणि आनंदाचे तासन्तास क्षणात फुलपाखरासारखे उडून जातात.

त्यापेक्षा असं केलं तर? शेफलीच्या मनात विचार आला...थेट मराठे सरांच्या घरीच गेलं तर?

एक ठाम निर्धाराने ती उठली. तिच्या घरापासून त्यांचं घर कारने पंधरा – वीस मिनिटांच्या अंतरावरच होतं. आता रात्रीच्या वेळी तर दहाच मिनिटांत पोहोचेन. बस्स! आता तिकडे जायलाच हवं.

चटकन तयार होत, गाडी हाणत शेफाली निघाली आणि बरोब्बर तेराव्या मिनिटाला ती डॉ. मराठेंच्या कॉम्प्लेक्सजवळ होती. वॉचमन कुठे झोपा काढत होता कोणास ठाऊक!

शेफालीने मराठेंचा फोन लावला. फोन वाजत राहिला. पण कोणी उचलत नव्हतं.

इतकी गाढ झोप लागली सरांना? आश्चर्य आहे?

शेफाली लिफ्टपाशी आली. पण लिफ्ट मध्येच अडकलेली असावी. शेवटी तिने जिन्याने वर जाण्याचा निर्णय घेतला... आणि जिन्यावरून धाडधाड उतरणारी दोन माणसं तिला दिसली. त्यांना चुकवून जिना चढताना एक जण तिला धडकलाच. त्याने दचकून तिच्याकडे पाहिलं... एवढ्या रात्री ही कोण बाई या बिल्डिंगमध्ये आलीये? राजू आणि राघवनच्या मनात आलं. पण विचार करायला वेळ नव्हता. ते दोघे इमारतीबाहेर सुसाट पळाले आणि बाहेर उभ्या असलेल्या कारमध्ये बसून क्षणात पसार झाले. तोपर्यंत शेफालीच्या लक्षात आलं की, तिच्या शर्टाची डावी बाही ओलसर

झालीय. एका मजल्याच्या पॅसेजमध्ये तिने तो भाग चाचपून पाहिला आणि तिला घाम फुटला...ते रक्त होतं!

काय घडलं असेल या इमारतीत एवढ्या उत्तररात्री? कदाचित. डॉ. मराठे... शेफालीचं डोकं बधिर झालं.

भेदरलेली शेफाली कशीबशी डॉ. मराठेंच्या फ्लॅटपाशी आली. काहीतरी अघटित घडलं होतं, एवढं नक्की! तिला धाप लागली होती. पायात कंप जाणवत होता. काय बघावं लागतंय आता?

मराठेसरांच्या फ्लॅटचा दरवाजा अर्धवट उघडा होता. तिने तो लोटला. आत सेंटर टेबलवर मद्य आणि सोड्याच्या बाटल्या होत्या...आणि सरांचा देह सोफ्यावर अस्ताव्यस्त पडला होता.

सऽऽर...! तिच्या तोंडातून अस्फुट किंकाळी बाहेर पडली. तिच्या मनातली भीती खरी ठरली होती. पाच-दहा मिनिटांत ती सावरली. तिने जखमी देह किंवा मृतदेह काही कमी पाहिले नव्हते. डॉक्टरी व्यवसायाचा तो एक भागच होता. तरीही जवळच्या व्यक्तीला अशा अवस्थेत पाहणं कुणालाच शक्य नसतं. डॉक्टर शेफालीने स्वत:वर ताबा मिळवला. एका डॉक्टरच्या नजरेनं तिनं मराठेसरांच्या देहाकडे पाहिलं आणि तिच्या लक्षात आलं की, कालपर्यंत हसत-खेळत बोलणारे, तासाभरापूर्वी फोन करणारे डॉक्टर मराठे आता मरण पावले आहेत.

काय करायचं?

पोलीस! तिला एकदम सुचलं. खुनाची बातमी आधी पोलिसांना कळवणं हे तिचं कर्तव्य होतं. कुणाला फोन करावा. अचानक तिला इन्स्पेक्टर मुकुंद सावंत यांचं नाव आठवलं. त्यांचा सेलनंबर तिच्याकडे होता.

पहाटेचे तीन वाजून पस्तीस मिनिटं झाली होती. अशा अवेळी इन्स्पेक्टर सावंत कुठे असतील? घरी की ड्यूटीवर? फारसा विचार न करता तिने त्यांचा नंबर प्रेस केला. बराच वेळ रिंग वाजल्यावर सावंत फोनवर आले.

''कोण आहे? काय काम आहे?''

शेफालीने थोडक्यात सर्व सांगितलं. सावंत म्हणाले, ''थांबा तिथेच. मी पोहोचतो पंधरा-वीस मिनिटांत.''

सोफ्यावर पडलेला डॉ. मराठेंचा मृतदेह विचित्र दिसत होता. मृतदेहाचा भेसूरपणा तिला पहिल्यांदाच जाणवला. शेफालीला हॉलमध्ये उभं राहवेना. ती फ्लॅटबाहेरच्या लॉबीत आली. चहूकडे गुडूप अंधार आणि एक जीवघेणी शांतता होती. आत डॉक्टरांचा

मृतदेह असल्याने शेफालीला ती जागा अक्षरश: स्मशानशांततेसारखी वाटत होती.

आधी डॉ. गायकवाड आणि आता डॉ. मराठे... कसलं खूनसत्र आहे? दोघेही गोखले हॉस्पिटलचेच डॉक्टर... बाप रे! म्हणजे कदाचित उद्या आपलाही... शेफाली नखशिखान्त शहारली. तिच्या ह्रदयाची धडधड अधिकच वाढली.

इन्स्पेक्टर सावंत दोन कॉन्स्टेबल्ससह लगेच आले. शेफालीकडून प्राथमिक माहिती घेऊन त्यांनी फ्लॅटचं निरीक्षण, तपास सुरू केला.

तास-दोन तास त्या सगळ्या सोपस्कारांमध्ये गेले. घरी जाऊन आंघोळ करून शांत झोपावं, असं तिला वाटत होतं. मानसिक तणावाने ग्लानी आल्यासारखं झालं होतं. डॉक्टर मराठेंचा मृत्यू हे एक दु:स्वप्न ठरावं, अशी तिची मनोमन इच्छा होती. घरी परतेपर्यंत सव्वापाच झाले. अचानक घडलेल्या या घटनेने शेफालीचं मन सैरभैर झालं होतं... पहाट झालीय, नीरजला उठवायला हरकत नाही... तिने फोन लावला. बराच वेळ रिंग होत होती. पण नीरजला जाग आली नाही.

शेफालीने चिडून फोन कट केला. अशा आणीबाणीच्या क्षणी आपल्या माणसाची गरज भासावी आणि ती व्यक्ती फोनवरही भेटू नये म्हणजे काय?

तिला नजरेसमोर एकच दृश्य दिसत होतं. डॉक्टर मराठेंचा मृतदेह नेणारी ॲम्ब्युलन्स आणि मागे पोलिसांची जीप!

''आणखी फास्ट... जल्दी करो... वेग वाढव... एअरपोर्टकडे घे कार.'' राघवन हनीफला फर्मावत होता. शेजारी बसलेल्या राजूला तो संतापाने बोलला, ''कशाला एवढी ढोसून आलास? जीव गेला ना त्या डॉक्टरचा. आता सरांना काय तोंड दाखवू?''

''सॉरी सर, पण माझा काहीच दोष नव्हता. त्या मूर्ख डॉक्टरनेच आधी रिव्हॉल्व्हर उचलून आपल्यावर रोखलं... आपण काय फुकट मरायचं? चांगला इंगा दाखवला साल्याला. पिस्तूल म्हणजे काय खेळ वाटला... च्या...''

''अरे बेवकूफ, पण त्याला मरायचं नव्हतं. फक्त त्याला घाबरवण्यासाठी आपण तिथे गेलो होतो. कोणत्याही परिस्थितीत तो मरता कामा नये असं मी तुला बजावलं होतं ना?''

''व्वा! सर! व्वा! क्या बात करते हो. मी मध्ये पडलो नसतो, तर एव्हाना त्या डॉक्टरच्या जागी तुमचा मुडदा दिसला असता मला...''

राघवन शहारला. माणसं मारणं आणि त्याविषयीची बेफिकिरी काय नसानसांत भिनलीय या माणसाच्या. माणूस आहे की सैतान...आणि क्षणात त्याच्या मनात

आलं... मग आपण कोण? सैतानाचे साक्षीदार? राघवनच्या भेदरलेल्या मनात सैतान भरला होता.

"अरे अतुलसरांना काय सांगू? कौशल्याने हा पेच सोडवतो, असंच मोठ्या दिमाखात सांगून मी दिल्लीहून निघालो होतो. पण तू सगळ्या प्लॅनचा विचका केलास. सबकुछ मिट्टी मे मिला दिया... आता माझं काही खरं नाही."

"डरो मत यार, आपुन है ना..." राजूची नशा बोलत होती. हनीफ हसला. राघवन तोंडात मारल्यासारखा गप्प झाला.

दोन दिवसांपूर्वी राघवनने रंगरावला भेटून एक प्लॅन बनवला होता. मध्यरात्री डॉक्टर मराठेंच्या घरी जायचं. त्यांना दहा लाखाची ऑफर द्यायची. तेवढ्यानेही त्यांनी ऐकलं नाही, तर राजूने त्यांना फक्त पिस्तुलाचा धाक दाखवायचा. डॉक्टर घाबरले की, राघवनने त्यांना पुन्हा समजुतीच्या चार गोष्टी सांगायच्या. प्रत्येकाला आपला जीव प्यारा असतोच. त्यातून हा पांढरपेशा डॉक्टर! तो घाबरणार हे नक्कीच होतं. पण घडलं भलतंच. डॉक्टर घाबरले नाहीत आणि राजू भडकला. त्यातून एकच गोष्ट घडणं शक्य होत, तीच घडली. डॉक्टर मराठेंची हत्या! अतुल अगरवाल वैतागणार हे नक्की!

राघवन विचारात पडला. अचानक त्याला सुचलं की, एअरपोर्ट गाठून मिळेल त्या विमानाने मुंबई सोडावी. दिल्लीकडे जाणाऱ्या बऱ्याच फ्लाइट पहाटे असतात. एक सीट मिळणं कठीण नव्हतं. अतुलसरांना तातडीने भेटून डॉक्टर मराठेंच्या हत्येमुळे झालेलं डॅमेज थोडं तरी कंट्रोल करणं जरुरीचं होतं.

त्याच्या सुदैवाने दिल्लीच्या विमानात जागा होती. जाताना तो राजूवर खेकसला. "गुड बाय काय... गेट लॉस्ट! तुझी ती गन खाडीत फेकून दे आणि मुंबई सोडून दूर कुठेतरी जा. बंगलोर नाहीतर अहमदाबाद. दिल्लीला मात्र येऊ नकोस माझ्या मागोमाग."

राजू हसला. मनात म्हणाला 'काय पन डरपोक आहे साला.'

राघवनने दुसरी सूचना हनीफला दिली. "असाच हॉटेल लँडिंगमध्ये जा. मी फोन करून ठेवतो. पाचशे तेवीस क्रमांकाच्या खोलीतून माझं लगेज कलेक्ट कर. ते तुझ्याकडेच ठेव. त्याचं काय करायचं, ते नंतर सांगेन. चला... माझ्या प्लेनची वेळ झाली."

राघवन त्याच हॉटेलात अनेकदा उतरत असल्यामुळे सामान ओळखीवर सहज बाहेर काढता आलं. तसे बॅगेत चार-सहाच कपडे होते. ते गेल्यामुळे काही बिघडणार नव्हतं पण डॉ. मराठेंच्या आकस्मिक हत्येनंतर आपल्याकडची चिंधीसुद्धा हॉटेलवर राहाणं राघवनला धोक्याचं वाटत होतं.

बोलताना मला जाणवलं..."

"बोलताना? एवढ्या रात्री तुम्ही काही बोलण्यासाठी भेटलात."

"नाही. आम्ही भेटलोच नाही." शेफालीनेही न चिडता जेवढ्यास तेवढी उत्तरं द्यायचं ठरवलं.

"म्हणजे रात्री नव्हे... पण संध्याकाळीच त्यांच्या घरी गेलात का?"

"नाही."

"मग तिथे कशा होतात?"

"मी डॉक्टरांना काल हॉस्पिटलमधून आल्यापासून भेटलेच नाही."

"अच्छा!"

शेफाली गप्प झाली. इन्स्पेक्टरच म्हणाले.

"मग घडलं काय? तुम्ही डॉक्टरांच्या घरी एवढ्या रात्री..."

"आपण पुन्हा त्याच प्रश्नावर आलोय."

"त्याचंच स्पष्ट नि सत्य उत्तर हवंय मला."

"मी तेच सांगायला आलेय."

"मग सांगा ना नंतर काय घडलं ते?"

शेफालीनेही ठरवलं. आपणही गोलगोल संभाषण करायचं.

"नंतर म्हणजे?"

इन्स्पेक्टर सावंत समजले. शेफाली सहजासहजी बोलण्यात अडकणारी नव्हे.

"अच्छा, म्हणजे तुम्ही काल संध्याकाळपासून डॉक्टरांना भेटलाच नाहीत... अगदी मध्यरात्रीही नाही."

"नाही. मी त्यांच्याकडे पोहोचले, तेव्हा ते मृतावस्थेत होते."

"ओह्! मग ते हयात असताना तुमची आणि त्यांची अखेरची भेट कधी झाली होती."

एच. स्टेटीनसंदर्भात आपण डॉक्टर मराठेंना भेटलो होतो, हे इन्स्पेक्टरना सांगितलं, तर... एच. स्टेटीन... त्यात डॉक्टर मराठेंचा सहभाग... सगळ्याचाच उलगडा करण्याची वेळ आली असती. शेफालीने विचार करून म्हटलं,

"इन्स्पेक्टर, आम्ही एकाच हॉस्पिटलमध्ये काम करत असल्याने भेट तर रोजच व्हायची. तशीच कालही झाली."

"काही विशेष बोलणं झालं त्या वेळी."

"नाही. रुटिन वर्क..."

"रुटिन वर्क म्हणजे?"

''वेल, हॉस्पिटलमधलं नेहमीचंच काम...''

''पण त्यासंबंधीचं काहीतरी बोलणं झालं असेलच ना. ते नेमकं कोणतं, आठवंतय?''

''आता रोजच्या बोलण्यातला शब्दन् शब्द तर लक्षात राहात नाही ना.''

''इट्स ओके! पण काहीतरी आठवत असेलच ना? डॉ. शेफाली, काल रात्री डॉ. मराठेंची हत्या झालीय म्हणून या सर्व गोष्टींना महत्त्व आहे, हे लक्षात येतंय ना तुमच्या!''

''येस! काल काय बरं बोलत होतो आम्ही...हेच डेंग्यूची साथ... वेगवेगळ्या प्रकारे व्हायरल फीवर वगैरे.''

''रुटिन चर्चेतही तुम्ही डॉक्टर मंडळी असं रोगांविषयीच बोलता की काय?''

''तसंच काही नाही. काही वेळा हॉलीवूड-बॉलीवूडच्या सिनेमांविषयीसुद्धा बोलतो.'' शेफाली हसून बोलली.

''डॉक्टरांना फिल्ममध्ये इंटरेस्ट असतो तर!''

''का? डॉक्टर म्हणजे रसिक माणसं नव्हेत?''

''दॅट्स ट्रू...''

''इन्स्पेक्टर, आमचे मराठेसरही सिनेमाचे शौकीन बरं का...आमच्या भेटीत अनेकदा वेगवेगळ्या फिल्मचा विषय निघायचा.''

''अच्छा.''

''गेल्याच आठवड्यात मी त्यांना विचारलं सर, तुम्ही जॉनी गद्दार पाहिलात? ते म्हणाले, पाहायचाय. उद्याच डीव्हीडी मिळते का पाहातो. मी म्हटलं, सावरियाही बघा. तर ते म्हणाले, तो मी आधीच पाहिलाय... आणि...''

''इट्स ओके.'' सावंत वैतागले. ही बाई मूळ मुद्दा सोडून भलतंच भरकटवतेय आपल्याला, चतुर आहे.

''डॉक्टर, आता मुद्द्याचं बोला. हॉलीवूड बॉलीवूडच्या गप्पा परत केव्हातरी,'' सावंत थोड्या कठोर स्वरात बोलले;

''विचारा...''

''एवढ्या रात्री तुम्ही डॉ. मराठेंच्या घरी का गेलात?'' काय कारण घडलं की, तुम्हाला तिथे अपरात्री धाव घ्यावीशी वाटली? मुळात तिथे जे घडलं, ते तुम्हांला कळलं कसं? त्या घटनेचा आणि तुमचा काय संबंध?''

प्रश्नांची सरबत्ती ऐकून चक्रावलेली शेफाली म्हणाली,

''हो हो... सांगते ना. एकदम एवढ्या प्रश्नांची सवय नाही मला.''

"बोला... मी ऐकतोय." इन्स्पेक्टर कर्टली बोलले.

"मला त्यांचा फोन आला होता."

"घरी बोलावलं त्यांनी फोन करून?"

"नाही."

"मग? तुम्ही तिथे कशा पोहोचलात?"

इन्स्पेक्टर आता पोलिसी पद्धतीने विचारतायत, हे शेफालीच्या लक्षात आलं. ती अधिक सावध झाली.

"काय म्हणाले डॉक्टर फोनवर?"

"ते गोंधळल्यासारखे... घाबरल्यासारखे वाटत होते."

"कशामुळे? काय सांगितलं त्यांनी?"

"त्यांनी थोडी दारूही घेतली असावी."

"ते कळलं पोस्ट मॉर्टेममध्ये."

"त्यामुळे त्यांचा आवाज कापत होता आणि बोलणंही काहीसं असंबद्ध वाटत होतं."

"काय म्हणत होते?"

"मला म्हणाले की, दिल्लीचे ते लोक रुथलेस आहेत. मला सगळं जाहीर करायचंय. प्रेस कॉन्फरन्सच घेतो."

"दिल्लीचे लोक? म्हणजे कोण?"

"ते नाही बोलले."

"मग प्रेसला काय सांगणार होते डॉक्टर?"

"ते मला कसं कळणार? मला त्यांनी फोन केला म्हणून एवढं तरी समजलं."

"त्यांनी स्वतःच फोन केला...नशेत असताना?"

"हो. नाहीतर मी त्यांना रात्री दोन वाजता कशाला फोन करेन?" शेफालीने उलट विचारलं.

इन्स्पेक्टर हसले.

"इट्स ओके. नेमका किती वाजता त्यांचा फोन आला? काही आठवतंय?"

"मला वाटतं मध्यरात्रीचे दोन वाजून दहा मिनिटं झाली होती."

"इतकी अचूक वेळ कशी लक्षात राहिली?"

"सरांचा कॉल आला, तेव्हाची मोबाईलवरची वेळ आहे ती. एवढ्या रात्री मराठे सरांचा फोन आलेला पाहून मलाही आश्चर्य वाटलं. थोडी धास्तीही वाटली...."

"अपरात्री येणारा लोकल फोन कॉल बहुधा एखादी दुर्वार्ता नाहीतर एखाद्या

संकटाचाच सांगावा घेऊन येणारा असतो... नाही का? अन्यथा इथली सभ्य माणसं परस्परांना इतक्या रात्री कशाला काँटॅक्ट करतील?'' सभ्य शब्दावर जोर देत शेफाली बोलली.

''दॅट्स ट्रू... पुढे काय झालं?''

''हेच. त्यांचं असं असंबद्ध बोलणं सुरू असताना मी त्यांना स्पष्टीकरणासाठी काही विचारणार, एवढ्यात त्यांची डोअरबेल वाजल्याचा आवाज मला आला.''

''तुम्हांला त्यांची डोअरबेल ऐकू आली?''

''हो रात्रीचा सन्नाटा आणि स्पष्ट ऐकू येणारा स्पीकर.''

''मग काय केलंत?''

''सर म्हणाले, फोन चालू ठेव. कोण आलंय एवढ्या रात्री ते पाहातो. म्हणून मी बराच वेळ फोन चालू ठेवला. त्यांच्याकडे कोणीतरी आल्याचं जाणवत होतं.''

''काय बोलत होते ते लोक?''

''विशेष काही ऐकायला नाही मिळालं. कोणीतरी ''सॉरी टू बॉदर यू सर'' एवढं म्हटल्याचं ऐकलं नि फोन कट्ट झाला.''

''पण तुम्ही तिथे जायचं कारण?''

''या साऱ्या प्रकाराने मी जाम घाबरले. मग मीच त्यांना फोन केला. बराच वेळ त्यांच्या फोनची रिंग वाजली आणि तो कट्ट झाला पुन्हा फोन केला, तर एन्गेज्ड... त्यांचा मोबाईल ट्राय केला, तर तोही नॉट रिचेबल होता. मग या परिस्थितीत मनात आलेली शंका खरी की खोटी, ते पाहाण्यासाठी सरांच्या घरी जाणं हाच एक मार्ग होता. शिवाय कारने पंधरा मिनिटांत त्यांच्या घरी जाता येतं म्हणूनच मी हे धाडस केलं.''

''बरोबर कुणास घ्यावं, असं नाही वाटलं?''

''वाटलं ना. पण एवढ्या रात्री कोणाला उठवणार? आणि काय सांगणार? शेजारी एक कॉलेजतरुण राहतो. पण त्याला काय सांगायचं? मला एक फोन आला आणि कसला तरी संशय येतोय म्हणून जायचंय? इतकं करून तिथे सगळं आलबेल असतं, तर माझंच हसं झालं असतं. तरी मी एका मित्राला फोन केला.''

''कुणाला?''

''डॉ. नीरजला.''

''अच्छा, गेल्या वेळी तुमच्याबरोबर होता तोच ना?''

''हो. आमचं लग्न ठरलंय!''

इन्स्पेक्टर चमकले,

विमान आकाशात झेपावलं आणि त्याने सुटकेचा नि:श्वास टाकला. आता अतुलला काय नि कसं सांगायचं, हाच मोठा प्रश्न होता.

नीरजचा फोन अनेकदा ट्राय करून कंटाळलेली शेफाली शॉवर घेऊन झोपली. तनमनाचा शीण एवढा होता की, तिला गाढ झोप लागेल असं वाटलं होतं. पण काही केल्या झोप येईना. आणि ते खरंच होतं. झोप उडवणारी एवढी भयंकर घटना दोन तासांपूर्वी पाहिल्यावर काय होणार? अधूनमधून डुलकी लागली, तरी मध्येच दचकून जाग येत होती. डॉ. मराठेंचा अस्ताव्यस्त मृतदेह नजरेपुढून हलत नव्हता.

मध्येच तिला नीरजची आठवण झाली... कमाल आहे या माणसाची. सेलफोन सायलेंट मोडवर करून झोपला असेल मग अचानक तिला डॉक्टर गायकवाड आठवले. काही क्षणात डॉ. उदय सावेंचा चेहरा नजरेपुढे तरळला. आढ्यताखोर वाटणारी डॉ. माधवी मध्येच दिसू लागली. आणि मग डॉ. मराठेंचा मृतदेह! मनाचा खेळ किती विचित्र पद्धतीने चालतो? एका क्षणात ते कसला कसला विचार करतं!

सकाळ होताच नित्यकर्म आटोपून ती लवकरच गोखले हॉस्पिटलकडे निघाली. डॉ. गायकवाडांच्या हत्येच्या बातमीनंतर आज पुन्हा हॉस्पिटल हादरणार होतं. शेफाली सुन्न मनाने एकटीच डिपार्टमेंटमध्ये जाऊन बसली. कोणाशी काहीही न बोलता.

दहाच्या सुमाराला हॉस्पिटलमध्ये वर्दळ सुरू झाली आणि पेपरात आलेल्या बातमीने चर्चेला उधाण आलं. हे असं कसं घडलं अचानक? आपल्याच हॉस्पिटलातल्या डॉक्टरांवर कुणाचा दात आहे? या प्रश्नांबरोबच डॉ. शेफाली रात्री घटनास्थळी हजर असल्याचंही सर्वांना समजलं आणि तिला गराडा पडला.

''काय झालं नेमकं? तुम्ही तिथे एवढ्या रात्री कशा पोहोचलात? सरांच्या मारेकऱ्यांना तुम्ही पाहिलंत का? कसे होते? दरोडेखोर होते का? चोरी झाली का सरांच्या घरी? सरांच्या मुलाला कळवलं का? अहो, त्यांच्या घटस्फोटित पत्नीलाही कळवायला हवं, अशा वेळी... एक ना दोन, हजार प्रश्न आणि सूचनांनी शेफाली भंडावून गेली.

स्टाफच्या लोकांना गायकवाड आणि मराठे यांच्या हत्या झाल्यामुळे वेगळीच धास्ती वाटू लागली होती. आपल्याच रुग्णालयाच्या मागे ही पीडा का लागलीय, याचा अर्थ जो तो आपापल्यापरीने लावत होता.

हॉस्पिटलच्या स्टाफला शेफालीने कशीबशी, थातुरमातुर उत्तरं दिली. पण इन्स्पेक्टर सावंतांनी भेटायला सांगितलं होतं. पोलिसांना काय सांगायचं? पहाटे इन्स्पेक्टर म्हणाले होते, ''डॉ. मांजरेकर आता तुम्ही थकला असाल. घरी जा. पण उद्या मात्र जबानीसाठी

यावं लागेल.'' शेफालीचं विचारचक्र भिरभिरू लागलं. तोच इंटरकॉमची रिंग वाजली. पलीकडे नीरज होता.

''शेफाली... अगं काय झालं हे? मला आताच सारं समजतंय. तू रात्री तिथे होतीस म्हणे. मला फोन का नाही केलास?''

''फोन केला पण साहेबांना फोन उचलण्याइतकी फुरसत होतीच कुठे!'' ती उपरोधाने बोलली ''आणि आत्तासुद्धा आपण प्रत्यक्ष भेटण्याऐवजी इंटरकॉमवरूनच चौकशा करताय डॉ. नीरज शास्त्री...''

''अगं, ऐक तरी माझं. मी येतोच तिकडे. पण मला सांग एवढ्या अपरात्री तू एकटी का गेलीस मराठेसरांच्या घरी? मला सांगायचं होतं...''

शेफाली आधी मानसिक तणावाखाली होती. नीरजच्या मानभावी बोलण्याने तिचा संयम सुटला.

''होता कुठे नेमके आपण काल रात्री? फोन न घेण्याइतके कशात बिझी होता?''

तिच्या तीव्र शेरेबाजीने नीरज वरमला.

''क... कुठे म्हणजे मी... मी घरीच असणार ना... गाढ झोप लागली असेल...''

नीरजच्या चाचरण्याचा अर्थ न समजण्याइतकी शेफाली मूर्ख नव्हती. आपण रंगेहाथ पकडलं गेल्याचं नीरजलाही जाणवलं. काहीतरी करून शेफालीची समजूत घालणं भाग होतं. रात्री शेफालीचा फोन आलेला नीरजने ऐकला होता. स्क्रीनवर नावही पाहिलं होतं. पण तो फोन घेण्याच्या स्थितीत नव्हता.

सिंगापूरहून पहाटे आल्यामुळे दुसरा दिवस नीरजने घरीच आरामात घालवला. संध्याकाळ होता होता माधवीचा फोन आला. ''डियर... डिनरला येशील?'' तनमनाचा संवाद घडलेल्या रसिक यौवनेला नकार देणं नीरजला शक्य नव्हतं. 'ताज'मध्ये डिनर. माधवीचा सहवास. नीरजला सिंगापूरच्या क्रूझवरची ती मदमस्त रात्र आठवली.

कॉकटेल डिनरनंतर दोघांच्याही नजरेत एक निराळीच धुंदी तरळत होती. माधवीने त्याला कारमध्ये कोंबलं आणि सरळ आपल्या फ्लॅटवर नेलं. तिलाही हा ताजा तरुण आवडला होता. वयाने थोडा लहान पण आज्ञांकित. तिला अशाच पुरुषाची गरज होती. ती रात्रही माधवीच्या मिठीत साजरी करताना नीरज कमालीचा सुखावला होता. अशा मधुर क्षणी फोनची रिंग वाजली, तरी कोण लक्ष देणार?''

शेफालीने आपली 'चोरी' पकडल्याची अपराधी भावना नीरजच्या मनात जागली, पण क्षणभरच. जे झालं, ते झालं. आता पश्चात्ताप करून काय होणार? त्याने स्वतःला समजावलं.

''रागावू नकोस शेफाली... मी येतोच तुझ्याकडे.''

''सॉरी. आता मी बाहेर जातेय.''

''कुठे?''

''पोलीस स्टेशनला.''

''मी येतो ना सोबत.''

''नको. मी जाईन एकटी.''

नव्याने जुळत असलेले भावबंध इतक्या लवकर ताणले जातील, असं दोघांनाही वाटलं नव्हतं. पण दोन व्यक्तींच्या जीवनातला विश्वास काचेच्या तुकड्यासारखा असतो. एकदा तडा गेला तर कधीही सांधता न येणारा.

शेफाली पोलीस स्टेशनकडे एकटीच निघाली. पोलिसांना सावधपणे उत्तरं द्यायला हवीत. मामला खुनाचा आहे. वेडावाकडा शब्द निष्कारण अनर्थ घडवू शकतो. जबानी देणं सोपं नव्हतं. त्यातल्या त्यात एकच गोष्ट बरी म्हणजे इन्स्पेक्टर मुकुंद सावंत यांची आधीची ओळख होती.

प्रश्न होता नव्या औषध प्रक्रियेत मराठेसर किती गुंतले होते, ते सांगण्या- न सांगण्याचा.

दिल्लीत पोहोचलेला राघवनही द्विधा मनःस्थितीत होता. राजूने अचानक घातलेल्या गोंधळामुळे त्याची झोप उडाली होती. जी चतुर शिष्टाई करायला तो मोठ्या तोऱ्यात निघाला होता, ती पार फसली होती आणि एका खुनाचं प्रकरण नाहक मागे लागलं होतं. अर्थात, जे घडलं, ते जसंच्या तसं अतुलला सांगण्यावाचून गत्यंतर नव्हतं.

अतुल अर्थात संतापला. पण चेहऱ्यावर तसं न दाखवण्याची त्याची पद्धत होती. बुद्धिबळात राजा मानलेल्या राघवनचं अगदीच प्यादं झालं होतं, हे अतुलला टोचत होतं. तरीही त्याने थंडपणे सर्व काही ऐकून घेतलं. आता पुढे काय? हे महत्त्वाचं होतं आणि जटिल होत चाललेली समस्या सोडवण्यात राघवनचीच मदत घ्यावी लागणार, हेही अतुलला समजत होतं.

दोघांची चर्चा झाली आणि एकच निष्कर्ष निघाला. एच. स्टेटीन हा विषय काही काळ बंद! खुनाच्या जागी राघवन आणि राजू असल्याचा पुरावा पोलिसांना सापडणं कठीण आहे, असं राघवनचं मत होतं. मुंबईत या हत्येवरून गदारोळ उठणार हे अपेक्षितच होतं.

अतुल अगरवालने राघवनला ताबडतोब किशोर चावरेला फोन लावायला सांगितलं.

"चावरे ऐक, डॉ. शेफाली मांजरेकर डॉक्टर मराठेंकडे एच. स्टेटीनच्या दुष्परिणामांवर चर्चा करायला गेली होती. नवलोक हॉस्पिटलचा डॉ. उदय सावे आधीच आपल्या विरोधात आहे. या दोघांपासून चार हात दूर राहा. त्यांना आपल्याकडून कोणताही त्रास होणार नाही याचीही खबरदारी घे."

थोडक्यात, एच. स्टेटीन मामल्यात तात्पुरता युद्धविराम करण्याची खेळी अतुल अगरवाल खेळत होता. योग्य वेळी आक्रमण करण्यासाठी ही माघार आवश्यक होती.

ठरल्या वेळेच्या दहा मिनिटं आधीच डॉ. शेफाली पोलीस स्टेशनवर पोहोचली. यापूर्वी ती नीरजबरोबर तिथे आली होती. डॉ. गायकवाड यांच्या रहस्यमय हत्येविषयी अधिक माहिती घेण्यासाठी इन्स्पेक्टर मुकुंद सावंत यांच्याशी तिचं दोन – चार वेळा बोलणं झालं होतं आणि चांगली ओळखही झाली होती. म्हणूनच डॉ. मराठेंच्या घरून निघताना त्यांनी तिला उद्या सकाळी आलात तरी चालेल, अशी सवलत दिली होती.

ती पोलीस स्टेशनवर पोहोचली, तेव्हा इन्स्पेक्टर सावंत कामात व्यग्र होते. शेफालीची चाहूल लागताच त्यांनी तिचं हसून स्वागत केलं. शेफालीने गॉगल डोक्यावर सरकवत त्यांना नमस्कार केला. शेफालीला पुन्हा नीरज आठवला. इन्स्पेक्टर त्या वेळी शेफालीशीच जास्त बोलतायत, असं वाटून त्याचा पुरुषी 'जे' फॅक्टर जागृत झाला होता. पण शेफाली डॉ. गायकवाड यांच्या पॅथॉलॉजी डिपार्टमेंटची असल्याने इन्स्पेक्टरने तिच्याशी जास्त बोलणं स्वाभाविकच होतं.

आत्ताही सावंत तिच्याकडे पाहात असताना ती अवघडली.

"बोला इन्स्पेक्टर, काय मदत करू शकते मी?"

"काल मध्यरात्री डॉ. मराठेंच्या घरी तुम्ही काय करत होता?" सावंतांनी थेट केसला हात घातला.

"लेट मी करेक्ट यू इन्स्पेक्टर! मी त्यांच्या घरी काही करत नव्हते. पण काही घडून गेल्याची शंका आल्याने मी तिथे धाव घेतली आणि मीच तुम्हांला तिथून फोन केला." शेफाली तीव्रतेने बोलली.

"तेच म्हणायचंय मला... एवढ्या रात्री त्यांच्या घरी तातडीने जायचं कारण?"

"मला वाटलं की, मराठेसर कसल्याशा अडचणीत सापडलेत."

"ते कसं काय? म्हणजे हा निष्कर्ष तुम्ही कसा काढला?"

इन्स्पेक्टर त्यांच्या पद्धतीने गोलगोल संभाषण करून आपल्याकडून जास्तीत जास्त माहिती काढून घ्यायचा प्रयत्न करणार, हे शेफालीने ओळखलं.

"डोंट वरी इन्स्पेक्टर, मी सर्व काही सविस्तर सांगते तुम्हांला. डॉ. मराठेंशी

"पण तुमचा भावी पती काही मदतीला आला नाही, असंच ना?"

"नाही! त्याचा फोन वाजत होता... पण त्याला गाढ झोप लागली असावी. शिवाय रात्री फोन सायलेंट मोडवर ठेवण्याची सवय आहे त्याला..."

"म्हणून शेवटी नाइलाजाने तुम्ही एकट्याच निघालात."

"हो."

"मराठे सरांच्या हौसिंग कॉम्प्लेक्समध्ये पोहोचलात, तेव्हा सिक्युरिटी गार्डने काही विचारलं नाही?"

"तो झोपा काढत होता."

इन्स्पेक्टर हसले.

"म्हणजे लिफ्टने थेट मराठेंच्या घरी जाईपर्यंत कोणी हटकलं नसणार!"

"लिफ्ट नव्हती. म्हणजे मधल्या मजल्यावर अडकली असावी. मी विचार केला की जिन्याने वर जावं, तेवढ्यात मी सरांना फोन केला. या वेळी रिंग वाजली, पण त्यांनी फोन घेतला नाही. त्यावरून माझा संशय बळावला. नक्कीच काहीतरी विपरीत घडलंय... मी वेगात जिना चढत असताना तेवढ्याच वेगाने दोन व्यक्ती खाली उतरत होत्या. मी आणखीन घाबरले. एवढ्या रात्री जिन्यात कोण असेल? चोर? लुटारू? त्यांपैकी एका दांडगटाचा मला जोरात धक्का लागला. त्याने क्षणभर मागे वळून पाहिलं आणि सॉरी... सॉरी म्हणत सुसाट जाऊ लागला."

"त्यांचा चेहरा आठवतोय?"

"नाही. एकतर जिन्यातला मंद प्रकाश आणि त्याचा उतरण्याचा वेग. शिवाय मी भांबावलेली... त्याचा चेहरा क्षणभर दिसला खरा."

"पुन्हा पाहिलं तर ओळखाल?"

"नाही. पण तो उतरून जात असताना मी स्टेअरकेस टॉवरच्या खिडकीतून पाहिलं. कॉम्प्लेक्सबाहेरच्या रस्त्यावर जाईपर्यंत त्याने दोन-चार वेळा स्वतःच्या कानाची पाळी खाजवल्यासारखं केलं."

इन्स्पेक्टर सावंत एकदम सावध झाले. कानाची पाळी खाजवणारा माणूस. याचा उल्लेख आधीही एका केसमध्ये झाला होता. कुणाच्या बरं? हं! डॉक्टर गायकवाड यांच्या. तेही गोखले हॉस्पिटलचेच डॉक्टर. मराठेही तिथलेच. केसचं गौडबंगाल वाढत होतं.

"ठीक आहे. आणखी विशेष काही?"

"तो माणूस मला धडकला आणि त्याच्या पाठमोऱ्या आकृतीकडे पाहाताना माझ्या लक्षात आलं की, माझ्या शर्टाची बाही ओलसर लागतेय... मी चरकले. ते रक्त

होतं. म्हणजे या माणसाने कुणाचा तरी खून... मी जास्तच वेगाने डॉक्टर मराठेंच्या फ्लॅटकडे धावले... सुदैवाने खुन्यांनी दार घट्ट लावलं नव्हतं. त्यामुळे मला आत जाता आलं. तिथे सोफ्यावर डॉक्टरांचा मृतदेह अस्ताव्यस्त पडला होता आणि खाली रक्ताचं थारोळं...''

''थँक यू डॉक्टर, थँक्स अ लॉट! बरीच माहिती दिलीत तुम्ही. काही वेळा माझं वागणं तुम्हांला थोडं कर्ट किंवा अविश्वास दाखवणारं वाटलं असेल. पण पोलिसी तपासाच्या रुटिनप्रमाणेच आम्हांला जावं लागतं. तिथे भावभावनांना थारा नसतो. हाती असतो कायदा. आणि उद्दिष्ट असतं, गुन्ह्याच्या मुळाशी पोहोचण्याचं! एनी वे, नाऊ यू कॅन गो... पण आधी कपभर कॉफी घ्यावी लागेल.''

''कॉफी झाली की मघाशी.''

''पुन्हा घेऊ थोडी, गेट रिलॅक्स्ड!''

खरं तर, शेफालीने 'त्या' माणसाचं वर्णन करताना कान खाजवल्याबद्दल सांगितल्याने सावंतांनाच जास्त रिलॅक्स्ड वाटत होतं. पुढच्या तपासाच्या दृष्टीने एवढी 'कानगोष्ट' पुरेशी होती. आता काय करायचं, ते त्यांना ठाऊक होतं.

त्यांचे आभार मानून शेफाली निघाली. इन्स्पेक्टर तिला सोडायला गेटपर्यंत आले.

''पुन्हा कदाचित सहकार्याची गरज भासेल.''

''अवश्य, केव्हाही बोलवा.'' शेफाली खिन्नपणे बोलली. आपल्या रुग्णालयातल्या दोन सीनियर डॉक्टरांची रहस्यमय हत्या झाल्याचं दडपण तिच्या मनावर होतंच.

शेफाली जाताच इन्स्पेक्टर सावंतांनी पाच सहा कॉल्स करून हव्या त्या व्यक्तीचा सेलफोन मिळवला. मनावरचा ताण हलका करण्यासाठी ते समोरच्या पानाच्या ठेल्यापाशी आले. आवडती सिगारेट शिलगावत त्यांनी सेलफोनवरून 'तो' फोन लावला.

''हॅलो'' पलीकडून कोणा राकट माणसाचा दमदार आवाज त्यांच्या कानात घुमला.

''मी इन्स्पेक्टर सावंत, मिस्टर रंगराव. तुम्हाला तातडीने भेटायचंय. तुम्ही पोलीस स्टेशनला येता की मी घरी येऊ?''

रंगराव आ वासून त्याच्या फोनकडे पाहात राहिला.

इन्स्पेक्टर सावंत यांचा फोन येताच रंगराव आश्चर्यचकित झाला. एका पोलीस इन्स्पेक्टरच्या फोनला घाबरण्याएवढा तो भेदरट नव्हता. त्याला आश्चर्यापेक्षाही संताप आला होता. कुठला कोण इन्स्पेक्टर सरळ आपल्या खासगी नंबरवर फोन करून

आपल्याला भेटायला येता की मी येऊ? असं विचारण्याचं धाडस करतो म्हणजे काय? रंगरावला तो स्वत:चा घोर अपमान वाटला. तो काहीच बोलत नाही, असं पाहून सावंतांनी पुन्हा विचारलं,

"रंगराव, मी इन्स्पेक्टर सावंत! एका महत्त्वाच्या कामासाठी तुमची भेट हवीय. तुम्ही येणार की मी येऊ?"

रंगरावाचा संताप अनावर झाला. कोणा पंटरकडून किंवा एखाद्या गिऱ्हाईकाकडूनच सावंतने आपला नंबर मिळवलेला असणार. म्हणूनच तो एवढ्या आत्मविश्वासाने बोलतोय. त्याला सणसणीत उत्तर द्यायला हवं. आपली पोहोच कुठपर्यंत आहे, याची जाणीव करून द्यायला हवी. नाही! रंगरावने क्षणात स्वत:ला सावरलं. साध्या इन्स्पेक्टरशी हुज्जत घालण्याएवढे आपण लहान नाही. त्याला चिडून बोलणं हा बालिशपणा ठरेल. ज्या आगाऊपणाने त्याने फोन केलाय, त्याच खेळवणाऱ्या भाषेत त्याच्याशी बोलायला हवं.

"अरे...सावंत! बोला, बोला कसे आहात? आज अचानक आमची आठवण कशी काय झाली इन्स्पेक्टरसाहेबांना," सावंतशी साता जन्माची दोस्ती असल्यासारख्या मिठ्ठास आवाजात रंगरावाने विचारलं.

सावंतही चक्रावले. त्यांना रंगरावकडून एवढ्या अफाट सौजन्याची अपेक्षा नव्हती. क्षणभर त्यांना काही सुचेना.

"बोला ना, सावंतसाहेब. काय सेवा करू? हुकूम करा की, लगेच तुमच्या पोलीस स्टेशनात हजर होतो. अल्लाउद्दिनच्या दिव्यातल्या...

"राक्षसासारखा." सावंतांनी रंगरावाचं वाक्य पूर्ण केलं.

"पण तो राक्षस आज्ञाधारक सेवक असतो, इन्स्पेक्टर."

"रंगराव, या लहान मुलांच्या गोष्टी सोडा. कधी भेटताय सांगा."

रंगराव गडगडाटी हसला.

"अरे यार, आपली पहिलीच भेट पोलीस स्टेशनात कशाला? आमच्या गरिबाच्या घरी या पाहुणचाराला... कसं?"

थोडासा विचार करून सावंत म्हणाले,

"खरं आहे रंगराव. पहिलीच भेट पोलीस स्टेशनात कशाला? सांगा, कुठे भेटायचं?"

"जशी तुमची आज्ञा..."

दादर भागातल्या एका आलिशान रेस्तराँमध्ये रात्री आठ वाजता भेटायचं

ठरलं. रंगराव तिथे टेबल रिझर्व्ह करणार होता. इन्स्पेक्टर सावंत तिथे वेळेवर पोहोचले, साध्या वेशात.

शेफालीचा सारा दिवस हेक्टिक गेला होता. सकाळी टेन्शनमध्येच ती रुग्णालयात गेली. तिथे डॉक्टर मराठेंच्या हत्येच्या बातमीने गदारोळ उठला होता. त्यातच नीरजचं तुटक वागणं आणि नंतर पोलीस स्टेशनची वारी. पोलीस स्टेशनमधून ती हॉस्पिटलला परतली. पण काम होणं शक्यच नव्हतं. सारा स्टाफ सुन्न झाला होता. प्रत्येक डिपार्टमेंटमध्ये चर्चेला ऊत आला होता.

दिवसभराचे तास भरून शेफाली लवकरच घरी आली. शॉवरखाली सचैल स्नान करताना तिला सर्व चिंता – व्यथांचा विसर पडला. कालच्या जागरणाने आणि आजच्या घटनाक्रमाने भणभणणारं डोकं जरा शांत झालं.आंघोळ करून ती ड्रॉइंगरूमच्या बाल्कनीत वाऱ्यावर केस वाळवत उभी राहिली. संध्याकाळ होत होती. दूरवर समुद्रात सूर्यबिंब लुप्त होताना दिसत होतं. अस्त! किती समर्पक शब्द. सूर्याच्या बाबतीत आजचा अस्त उद्याच्या उदयाची नांदी असते. ...पण माणसाच्या बाबतीत? मराठेसरांचा अकाली अस्त झाला. आता ते परत कधीच दिसणार नाहीत. त्यांचा नवतरुण मुलगा किती रडत होता. आई बाबांच्या विभक्त संसारात आधीच होरपळलेलं त्यानं मन आणखीच करपून गेलं होतं... अशी वेळ कोणावरही येऊ नये.

केस झटकता झटकता तिला वाटलं,

मनातले विचारही असे सहजतेने झटकून टाकता आले असते, तर किती बरं झालं असतं. पण मनाचा उधळलेला वारू कुठेकुठे फरफट काढेल सांगता यायचं नाही.

तिला इन्स्पेक्टरशी झालेलं बोलणं आठवलं. बरं झालं, आपण एच. स्टेटीन आणि त्यावरून सरांना होणारा त्रास याविषयी नाही बोललो ते, या गोष्टी तपासात आपसूक बाहेर येतीलच.

पण नीरज? त्याने या क्षणी आपल्यासोबत असणं फार जरुरीचं होतं. आपण 'नको' म्हटलं आणि त्या एका शब्दाचा आधार घेत त्याने पोलीस स्टेशनात यायचं टाळलं. ही कसली मैत्री? आणि आपण ह्याला जीवनसाथी म्हणून निवडलंय. आपलं काही चुकत तर नाही ना? काल रात्री फोन का घेतला नाही, याचं समर्पक उत्तर नीरजकडे का नव्हतं? कुठे गेला असेल तो? आपल्याला फसवत तर नसेल? नीरजशी संबंध तोडावेत का? नको. जे व्हायचं, ते काळाच्या ओघात होऊन जाऊ दे.

विचार... विचार... विचार.... त्यापेक्षा टीव्हीवरची एखादी निरर्थक सिरीयल बघावी. शेफाली आत वळली. तोच तिचा फोन वाजला. या वेळी कोण?

"ओह, डॉक्टर उदय!" ती स्वतःशीच बोलली.

"बोला डॉक्टर, अचानक आमची आठवण कशी झाली?"

"आज तुझी आठवण अनेकांना आली असेल म्हटलं, आपण निवांतपणे फोन करावा."

उदय मराठेसरांच्या रहस्यमय हत्येबद्दल बोलतोय, हे शेफालीच्या लक्षात आलं. तिने कालची धक्कादायक घटना त्याला फोनवरून सांगितली आणि विचारलं,

"तुला काय वाटतं? कशामुळे घडलं असेल हे विपरीत?"

"शेफाली, केवळ याच केसमध्ये नव्हे, तर डॉक्टर गायकवाड आणि डॉक्टर मराठे या दोघांच्याही हत्येत समान सूत्र असावं, एकाच मारेकऱ्याने या हत्या घडवून आणल्या असाव्यात, असं ठामपणे वाटतंय."

"कोण व्यक्ती किंवा..."

"एक अधिक एक बरोबर दोन इतकं सरळसोपं गणित आहे हे." उदय स्पष्ट आणि आत्मविश्वासाने बोलत होता,

"यामागे कारणही एकच असणार, हे उघड आहे."

"कोणतं?"

"त्याचा गेस तूही करू शकतेस?"

"यू मीन, एच. स्टेटीन ड्रग?"

"यू सेड इट, शेफाली! हा माझा केवळ तर्क नाही, निष्कर्ष आहे. एच. स्टेटीन वजा केलं, तर तुमच्या रुग्णालयाच्या या दोन डॉक्टरांची लागोपाठ हत्या होण्याचं दुसरं काहीच कारण दिसत नाही.

"याला जबाबदार कोण? ती फार्मा कंपनी?"

"प्रत्यक्ष नसेल, पण अप्रत्यक्षपणे तेच जबाबदार आहेत. प्रत्यक्ष कारवाई त्यांचा इथला एजंट करू शकतो."

"उदय, तू स्मिथ फार्मावर गंभीर आरोप करतोयस. आर यू सिरियस?"

"डेड सिरियस! उगाच साबणाच्या पाण्याचे फुगे उडवायची मला हौस नाही आणि सवयही नाही."

"पण एवढा गंभीर आरोप करायचा, तर त्यासाठी सज्जड पुरावाही हवा."

"तसा पुरावा तूच अप्रत्यक्षपणे जमवतेयस, शेफाली."

"मी? तो कसा काय?" शेफाली चमकली.

"एच. स्टेटीनच्या दुष्परिणामामुळे लिव्हरच्या पेशी खराब होतायत असा संशय आहेच ना..."

"हो, पण..."

"मीही त्याबद्दलचे इथले आणि जागतिक रिपोर्ट्स गोळा करतोय... हे औषध मार्केटमध्ये आणण्यासाठी पार्टी झाली, तेव्हाच मी डिसूझाला पन्नास प्रश्न विचारले होते. त्या पार्टीत डॉ. मराठे गप्प गप्प होते, हे आठवतंय?"

"हो. तू सुरुवातीपासून विदेशी मेडिकल जर्नलचा हवाला देतोयस. मी सादर केलेल्या गेल्या महिन्याच्या प्रेझेंटेशनच्या वेळीही तू हाच मुद्दा उपस्थित केलास.."

"मी अगदी सिस्टिमॅटिकली सारं काम करतोय. तूही यापुढच्या केसेसवर नजर ठेव. लिव्हरखराबीने अचानक कशी माणसं मरायला लागली? अशी कोणती नवी साथ आलीय. सांग ना?"

"मीही चक्रावून गेलेय."

"राइट! कोणीही चक्रावून जाईल असेच निष्कर्ष आहेत. तू अलीकडे ज्या ऑटॉप्सी केल्यास, त्यात अनेकदा आश्चर्यकारक परिणाम दिसून आले ना? त्या पेशंट्सच्या लिव्हर सेल्स खराब झाल्याचा निष्कर्ष तूच नोंदवलास."

"हो. पण तो योगायोगही असू शकतो."

"आणि ते रुग्ण काही ना काही कारणाने तुमच्या रुग्णालयातल्या डॉक्टरांकडूनच उपचार घेत होते, हाही योगायोग?"

"अं... म्हणजे? म्हणायचंय काय तुला?" शेफाली गोंधळली.

"ऑटॉप्सीत लिव्हर सेल्स खराब आढळलेल्या त्या रुग्णांना एका विशिष्ट औषधाचे डोस देण्यात आले होते, हेसुद्धा खरं ना?"

शेफाली सुन्न होऊन ऐकत होती. डॉक्टर उदय म्हणत होता, त्यात तथ्य होतं...

"शेफाली, ते औषध आहे एच. स्टेटीन! त्याचाच दुष्परिणाम होऊन त्या रुग्णांच्या लिव्हरच्या पेशी वेगाने खराब झाल्या."

"तुझं म्हणणं असं की, आमच्या रुग्णालयाच्या डॉक्टरांनी या औषधाच्या दुष्परिणामांविषयी पुरेसा विचार न करता ते प्रिस्काइब केलं आणि ती बेदरकारीच त्या रुग्णांच्या मृत्यूला कारणीभूत आहे."

"नाही!"

"मग, हे अजाणतेपणी घडलं?"

"तसंही नाही. ही बेफिकिरी नव्हे. या औषधाच्या दुष्परिणामांची जाणीव असूनही, ती गोष्ट दडवून ठेवून तुमच्या रुग्णालयातून ते देण्यात आलं, असं मला स्पष्टपणे म्हणायचंय!"

"हा गंभीर आरोप आहे."

‘‘पण त्याचे परिणाम सर्वांत गंभीर आहेत. एखाद्याच्या जिवाशी खेळ करणारे...’’

‘‘पण उदय, असं कोणी डॉक्टर का करेल? ते उघडकीला आलं, तर त्याची सारी कारकीर्द बरबाद होणार नाही का? एका औषधाच्या प्रसारासाठी कोणता शहाणा डॉक्टर बळी देईल आपल्या मौल्यवान कारकिर्दीचा?’’

‘‘यामागे फक्त पैसा बोलतोय! पैसा! प्रचंड पैसा! असं करण्याचं दु:साहस करणाऱ्या डॉक्टरांना कदाचित त्या फार्मा कपंनीकडून बरीच माया मिळाली असण्याची शक्यता नाकारता येत नाही.’’

‘‘पण चार पैशांसाठी माणूस स्वत:ला उद्ध्वस्त करेल?’’ अजूनही शेफालीला शंका होती.

‘‘खूप साधीभोळी आहेस तू शेफाली, आपल्या व्यवसायाला तुझ्यासारख्या डॉक्टरांचीच गरज आहे. पण आजूबाजूची परिस्थिती तशी नाही.’’

‘‘मग या परिस्थितीत आपण काय करायचं?’’

‘‘आपण आता करत आहोत तेच. आपण आपलं कर्तव्य निष्ठापूर्वक पार पाडायचं. बाकीच्या गोष्टी आपोआप घडतील. शेफाली एच. स्टेटीनबद्दलच्या विदेशी जर्नलमधल्या टीकेचा मी पाठपुरावा करतोय. स्वीडनमधल्या काही लोकांच्या संपर्कात मी आहे. ते मला सर्व तपशील पुरवणार आहेत. इथला तपशील तू व्यवस्थित नोंदवून ठेव.’’

‘‘मी माझं काम निष्ठेने करणारच!’’ शेफाली शब्दांवर जोर देत बोलली.

‘‘दॅट्स फाइन! तुझ्याकडून हीच अपेक्षा होती. पण जरा सावध राहा.’’

‘‘का?’’ शेफाली मनोमन हादरली.

‘‘डॉ. गायकवाड तुझे बॉस होते. तू केलेल्या ऑटॉप्सीचे रिपोर्ट एच. स्टेटीनच्या विरोधात जाऊ शकतात. आणि या औषधाला क्लीन चीट देणाऱ्या डॉक्टर मराठेंचाही हत्या झालीय. तू स्वत:ची खूप काळजी घ्यायला हवीस.’’

शेफाली स्तिमित होऊन ऐकत होती.

‘‘डॉक्टर मराठेंच्या हत्येनंतर लगेच तिथे पोहोचणारी व्यक्ती तूच होतीस; शेफाली कारस्थान करणाऱ्यांना हे कळलेलं असणारच. डॉ. सुधीर गायकवाड यांचा मृतदेहसुद्धा तूच प्रथम ओळखला होतास. आठवतंय ना?... घटनाक्रम ध्यानात येतोय ना? सो, बी मोअर केअरफुल!’’

‘‘ओह् माय गॉड!’’

शेफालीच्या अंगातून भीतीची लहर सळसळली. नकळत आपण केवढ्या मोठ्या षडयंत्रात सापडलोय या कल्पनेने तिचा घसा सुकला. काय होईल पुढे, पुढच्या

क्षणी? आणि डोअरबेल वाजली! दबक्या पावलांनी ती दाराशी गेली. पीपहोलमधून पाहिलं, तर बाहेर कुणीच नव्हतं. निव्वळ भास! मनातली भुतं आता जागी होत होती. शेफाली डोकं गच्च धरून बेडवर पहुडली. तिला खूप थकल्यासारखं वाटत होतं.

रंगरावशी फोनवर बोलणं झाल्यापासून इन्स्पेक्टर सावंत खुशीत होते. पानवाल्याकडे जाऊन त्याने दोन-चार सिगारेटी फुंकल्या, तेव्हा त्यालाही आश्चर्य वाटलं.

''काय साहेब, आज एकदम खुशीत?''

त्याच्याकडे दुर्लक्ष करत सावंत स्वत:शी बोलले. खूश असणारच, जी रिस्क घेतली, ती एकदम योग्य ठरली. रंगरावपर्यंत पोहोचता येणारा सुगावा डॉक्टर शेफालीने नकळत पुरवला होता.

डॉ. मराठेंच्या हत्येनंतर तिथे पोहोचलेल्या शेफालीने जिन्यावरून दोघांना उतरताना पाहिलं. एवढ्या रात्री ही कोण माणसं? म्हणून जिन्याच्या खिडकीतून त्यांना न्याहाळताना एकाची कानाची पाळी चाचपण्याची, खाजवण्याची लकब तिच्या लक्षात राहिली. तिच्या या खास निरीक्षणाचाच इन्स्पेक्टर सावंतांना फायदा झाला होता. एका मोठ्या कटाचा क्लू मिळत होता.

डॉक्टर गायकवाड यांच्या हत्येनंतर नागपूरचे इन्स्पेक्टर अजय चौहान यांनी गुन्हेगाराचं वर्णन करताना हीच लकब सांगितली होती आणि हा पंटर कोणासाठी काम करतो, हेही त्यांना समजलं होतं.

गुन्हेगार कोण ते समजलं असलं, तरी त्याला लगेच पकडणं शक्य नाही, हे सावंतांना समजत होतं. गुन्हेगाराचा गॉडफादर रंगराव याचे हात मुंबईपासून दिल्लीपर्यंत किती वरपर्यंत पोहोचलेत याची जाणीव त्यांना होती. रंगरावविरुद्ध महाराष्ट्रात कुठेही फिर्याद दाखल करण्याआधी कोणीही दहा वेळा विचार केला असता. पोलीस दल आणि मंत्र्यासंत्र्यापर्यंत रंगरावचा दोस्ताना होता. दिल्लीतही काही मंत्री त्याच्या बैठकीतले होते. थोडक्यात, शासन-प्रशासन कोणाचीच रंगरावला धास्ती नव्हती. तरीही त्याने अरेरावी न करता आपल्यासारख्या सामान्य इन्स्पेक्टरला भेटीला बोलावलं, हे आश्चर्यच होतं. रंगरावकडे सावधपणे जायला हवं... सावंत विचार करत होते.

अशा मातब्बर माणसाला अटक करणं ही दूरची गोष्ट. पण त्याचं नावही कशात गोवताना पन्नास वेळा विचार करणं भाग होतं. मात्र सज्जड पुरावा गोळा करून रंगरावला रंगेहाथ पकडता आलं, तर आपल्या कारकिर्दीतला तो सुवर्णक्षण असेल, हेसुद्धा सावंतांना समजत होतंच. मात्र यात फार मोठी जोखीम होती. रंगरावच्या बाजूने सरकारी यंत्रणा अप्रत्यक्षपणे उभी राहू शकते आणि आपल्या बाजूने फक्त पुरावा आणि

न्याय आहे!

आपल्या खुर्चीत बसून सावंत जसजसा रंगरावचा विचार करू लागले, तसतशी त्यांना या प्रकरणाची व्याप्ती जाणवू लागली. वरिष्ठांपैकी कुणाला सांगावं या केसबद्दल? सावंत डोळे मिटून स्वस्थ बसले. त्यातल्या त्यात जॉइंट पोलीस कमिशनर ईश्वरदास प्रामाणिक... हेच ठीक आहेत.

ईश्वरदास प्रामाणिक! नाव आणि आडनावात अष्टसात्त्विक भाव भरलेला हा अधिकारी वर्तनाने अगदी त्याविरुद्ध होता. खटपट्या – लटपट्या आणि भल्याभल्यांना पाणी पाजणारा म्हणून प्रामाणिक साहेबांची ख्याती होती. त्यासाठी पत्करावा लागणारा कोणताही मार्ग त्यांना वर्ज्य नव्हता. त्यांना झटपट प्रमोशन मिळण्याचं रहस्य त्यांच्या याच चतुराईत होतं. कधी ना कधी कमिशनर बनण्याचं प्रामाणिकसाहेबांचं स्वप्न होतं. या प्रमोशनच्या स्पर्धेची लढाई इन्स्पेक्टर सावंतांना ठाऊक होती.

पोलीस दलात जगाच्या व्यवहाराचं प्रतिबिंब कसं पडतं, तिथे गट – तट कसे असतात, आर्थिक लाभ कसे होतात, या सर्व गोष्टींची जाणीव असलेले इन्स्पेक्टर सावंत, प्रामाणिकसाहेबांना कमिशनरपद मिळावं या मताचे होते. आतापर्यंत त्यांनी त्यांची अनेक कामं करून योग्य ती बक्षिसी मिळाली होती. रंगराव कमिशनरपर्यंत पोहोचण्यापूर्वी हे प्रकरण प्रामाणिकसाहेबांच्या हाती यावं, असं सावंतांना वाटत होतं. दुसरी गोष्ट म्हणजे, सध्याच्या आयुक्तांची मुदत संपत आली होती. नंतर प्रामाणिकसाहेब त्या जागी बसले, तर सोन्याहून पिवळं हा सावंतांचा सरळसाधा हिशोब होता. अर्थात, जॉइंट कमिशनरना या खेळात सामील करणं तितकं सोपं नाही. त्यातून काय लाभ होणार? याचा निश्चित अंदाज आल्याशिवाय प्रामाणिक त्यात सामील होणार नव्हते आणि लाभाचं निश्चित स्वरूप रंगरावची भेट झाल्यानंतरच ठरणार होतं. पण त्यापूर्वी चांगलं सावज जाळ्यात फसतंय हे सीपीसाहेबांना कळवणं गरजेचं होतं.

सावंतांनी ताबडतोब प्रामाणिकसाहेबांना फोन लावला.

''सर, आपल्या वेलफेअर फंडासाठी चांगली ऑफर आलीय.''

म्हणजे काय ते ईश्वरदास समजले. त्यांनी पुढचं बोलणं करण्यासाठी सावंतांना बोलावून घेतलं. रंगरावला अडकवण्याचा आणि त्याने कितीही वरची ओळख काढली, तरी त्यातून त्याला निसटता येणार नाही, असा प्लॅन तयार झाला.

ठरल्या वेळी साध्या वेशात सावंत रंगरावला भेटले.

डॉक्टर गायकवाड आणि डॉक्टर मराठेंचं प्रकरण या इन्स्पेक्टरला समजलं असलं म्हणून काय बिघडलं? तो काय वाकडं करणार आपलं? रंगराव मिशीवर ताव

मारत विचार करत होता. इन्स्पेक्टरही तयारीनिशी आले होते. दोघांची नजरानजर झाली. आता दोन तुल्यबळांचं बौद्धिक द्वंद्वयुद्ध कसं रंगतं, त्यावर हार–जीत कोणाची? त्याचा फैसला होणार होता.

रंगराव बारमध्ये बसल्याबसल्या सारखं घड्याळ पाहात होता. आठ वाजून दहा मिनिटं झाली, अजून या माणसाचा पत्ता नाही. या चतुर इन्स्पेक्टरचा आणखी तर काही डाव नाही? आपण काही सहज फसणारे नव्हे हे त्याला कुठे माहितेय? बरं, हा माणूस आला, तरी ओळखायचा कसा? सिव्हिल ड्रेसमध्ये येतो म्हणालाय... इन्स्पेक्टर मुकुंद सावंत यांची वाट पाहात असताना रंगरावाच्या मनात अनेक विचार तरळत होते.

भिरभिरत्या नजरेने बार न्याहाळत असताना मागून आवाज आला. ''गुड इव्हिनिंग रंगराव!''

रंगराव चमकून मागे वळला. थोडासा दचकलाही.

''सॉरी फॉर कीप यू वेटिंग. उशीर झाल्याबद्दल क्षमस्व. मी इन्स्पेक्टर मुकुंद सावंत.'' अतिशय रुबाबदार कपड्यातल्या सावंतांना पाहाताच रंगरावाने स्वतःला सावरलं.

''ओहोहो... या. या. पण तुम्ही मला कसं ओळखलंत?''

''आपण बऱ्याचदा पाहिलंय एकमेकांना.''

''मग मला कसं आठवत नाही?''

''कारण त्या वेळी तुम्ही कोणा मोठ्या व्यक्तीबरोबर असता आणि मी इन्स्पेक्टरच्या वेशात.'' सावंत हसून बोलले.

''ते खरंच म्हणा. अशा भेटी कशा लक्षात राहाणार?''

''पण आजची राहील.''

''तेही खरंच म्हणा,'' म्हणत रंगरावाने वेटरला बोलावून ऑर्डर दिली आणि सावंतांना विचारलं,

''बोला, काय सेवा करू?''

''तुम्ही... आणि पोलिसांची सेवा करणार? ते काम तर आमच्यातलेच काही जण करतायत.''

रंगराव काही बोलला नाही. वेटरने व्हिस्कीचे दोन ग्लास आणले.

''एकदम दोन?'' सावंतांनी मुद्दाम विचारलं.

''एक तुमच्यासाठी.''

''सॉरी, ड्यूटीवर असताना नो ड्रिंक्स.''

''वेटर एक ज्यूस.''

एवढी प्रस्तावना झाल्यावर अस्वस्थ रंगरावाने थेट विचारलं.

''बोला सावंत, आमची कशी काय आठवण काढलीत?''

''नागरिकांना मदत करणं हे आमचं कर्तव्य आहे. मग तो कोणी का असेना.''

''तुमचं हे गूढ बोलणं समजत नाही आपल्याला.''

''माझ्या अघळपघळ बोलण्याचा थोडक्यात मतलब इतकाच की, मिस्टर रंगराव तुम्ही अडचणीत आहात.'' सावंत त्याच्याकडे रोखून पाहात म्हणाले.

''मी? मी कशाला अडचणीत असेन? मी काय घोडं मारलंय कुणाचं?''

''घोडं नाही मारलं, पण गाढवपणा जरूर केलाय.''

रंगराव चपापला. त्याच्याशी अशा भाषेत पूर्वी कधी कोणी बोललं नव्हतं. संताप आवरत त्याने विचारलं.

''याचा अर्थ?''

''तुम्हांला ठाऊक आहे. उगाच वेड पांघरून पेडगावला जाऊ नका. गोखले रुग्णालयाच्या दोन डॉक्टरांचा रहस्यमय खून झालाय.''

''अच्छा? कधी? माझ्यासाठी ही न्यूज आहे.'' रंगराव अगदी सहजतेने बोलला. ''असं असलं तर तुमची सुरक्षाव्यवस्था कमी पडतेय इन्स्पेक्टरसाहेब. शहरातल्या प्रतिष्ठित लोकांचं जीवन धोक्यात...''

''प्लीज मिस्टर रंगराव, आमच्या कर्तव्याचं आम्ही पाहू. मात्र तुम्हांला नसेल पण मला ठाऊक आहे.''

''म्हणजे?''

''काल गोखले रुग्णालयाचे डॉ. मराठे यांची मध्यरात्री त्यांच्या माहीमच्या फ्लॅटवर हत्या झाली, तेव्हा तुम्ही कुठे होता?''

''मी कुठेही असेन... त्या घटनेचा माझ्याशी काय संबंध?''

''ते सांगतो ना! पण आधी तुमचा त्या वेळचा ठावठिकाणा आठवा.''

''मी अंधेरीला एका वेलफेअर प्रोग्रॅमच्या स्टार शोला उपस्थित होतो.''

''हं, स्पोर्ट्स कॉम्प्लेक्सवरचा कालचा कार्यक्रम किती वेळ होता तिथे?''

''मोठमोठे स्टार्स तिथून निघेपर्यंत. ती वेळ तुम्हांलाही ठाऊक असेलच.''

''ते ठीक आहे... पण तिथून कुठे गेलात?''

''एका नेत्याच्या घरी डिनर होतं. तिथे तुमचे वरिष्ठही होते. त्यांची माझी भेटही झाली.''

रंगरावाने सावंतांवर अप्रत्यक्ष दडपण आणण्याचा प्रयत्न केला.

या माणसाला वेगळ्या प्रकारे टॅकल करायला हवं, असा विचार करत सावंतांनी

वेटरला बोलावलं.

‘‘अँटिक्विटी एक पेग, नो आइस.’’ अशी ऑर्डर देत ते रंगरावला म्हणाले, ‘‘आत्ताच ड्यूटीची वेळ संपली...’’ त्यांनी एक घोट घेतला आणि रंगराववर नजर रोखून करड्या आवाजात म्हटलं, ‘‘डॉ. मराठे यांच्या हत्येत तुमचा हात असण्याचा सबळ पुरावा आहे माझ्याकडे... मी सध्या तरी ही माहिती माझ्यापुरतीच ठेवली आहे.’’

रंगराव काहीच बोलला नाही. सावंत बोलत होते,

‘‘डॉक्टरांच्या हत्येच्या वेळी तुम्ही प्रत्यक्ष हजर नसालही, पण सारं काही तुमच्या इशाऱ्यावरच चाललं होतं.’’

तरीही रंगराव गप्पच होता.

‘‘आणखी सांगतो, म्हणजे आठवेल रंगरावजी तुम्हांला.’’ सावंत त्याला डिवचण्याच्या हेतूने बोलले, ‘‘राजू आणि हनीफ ही तुमची माणसं सध्या काय करतायत तेवढं सांगाल? आणि कृपया हे कोण? असा भाबडा, नाटकी प्रश्न विचारू नका.’’

रंगराव शांतपणे व्हिस्की रिचवत होता. त्याच्या ‘धंद्यात’ आणीबाणीच्या प्रसंगी बिलकूल न डगमगणं हीच सर्वांत मोठी कसोटी होती. मंचिगसाठीचे खारवलेले काजू तोंडात टाकत तो निवांतपणे बोलला,

‘‘फारच होमवर्क करून आलायत इन्स्पेक्टर.’’

आता आला लायनीवर... असा विचार करत सावंतांनी प्रश्न टाकला.

‘‘मग माझ्या प्रश्नाचं उत्तर? राजू, हनीफ कुठायत?’’

‘‘असं संशयाने का विचारताय... माझी माणसं आहेत ती. माझ्याबरोबर काम करतात इतकंच.’’

‘‘त्यांनी चोख काम करावं, ही शिकवण तुम्ही त्यांना दिलीच असणार... प्रश्न एवढाच की, डॉ. मराठेंची हत्या झाली, त्या वेळी हे दोघे कुठे होते? त्यापैकी राजू कुठे होता, हे मीच सांगू शकतो.’’

‘‘सांगा.’’ रंगरावने ग्लास खाली ठेवला.

‘‘डॉ. मराठेंच्या फ्लॅटमध्ये!’’

रंगराव हादरल्याचं त्याच्या चेहऱ्यावरून स्पष्ट दिसत होतं.

‘‘मला काहीच माहीत नाही...’’

‘‘पण मला माहितेय ना? तुमच्या राजूबरोबर आणखीही एक जण होता.’’

‘‘अच्छा... मग त्याचाही पत्ता तुम्हांला माहीत असणारच.’’

‘‘नाही. पण तुमच्याकडून तो लवकरच समजेल पोलिसांना.’’

“माझ्याकडून?”

“मिस्टर रंगराव, राजूला डॉ. मराठेंच्या फ्लॅटमधून रक्ताळलेल्या अवस्थेत पळताना एका महिलेने पाहिलंय. ती ओळख परेडमध्ये त्याला सहज ओळखेल. मग दुसरा कोण? हे कळायला कितीसा वेळ लागणार... विचार करा.”

“ओह् शीऽट!” रंगराव स्वत:वरच संतापला.

“आता त्या दुसऱ्या माणसाविषयी. त्याला आत टाकायचं की नाही ते...” सावंत हसून बोलले,

“रंगराव, हाच तुमचा लाडका राजू गोखले रुग्णालयाच्याच दुसऱ्या एका डॉक्टरच्या खुनात गुंतलाय, त्यांचं नाव डॉ. गायकवाड. राजूला निश्चित ओळखणारा एक साक्षीदार नागपुरातही आहे.”

या इन्स्पेक्टरला गरजेपेक्षा जास्तच माहिती मिळालीय. त्याचं काहीतरी करायला हवं. रंगराव कान खाजवत विचार करू लागला.

“सावंत, या सर्व गोष्टी अधिकृतपणे किती वरपर्यंत पोहोचल्यात?” रंगराव खाऱ्या काजूंचा रवंथ करत बोलला. त्याच्या शांतपणाचं सावंताना आश्चर्य वाटत होतं.

“अधिकृतपणे असेल वा अनधिकृतपणे... सध्या तरी हे सर्व मला समजलंय.”

“मग मीच ते कमिशनरना सांगितलं तर? त्यांचा माझा चांगला परिचय आहे हे तुम्ही जाणताच.”

“नो... तसं तुम्ही करणार नाही.”

“का?”

“कारण सिंपल आहे. तुम्ही तसं करूच शकणार नाही.”

“का?”

“मी जॉइंट कमिशनर प्रामाणिक यांना हे आधीच सांगितलं असलं, तर? मोठ्या साहेबांचे नि त्यांचे संबंध तुम्हांला ठाऊकच असतील!” सावंत शांतपणे बोलले. रंगराव प्रथमच हादरला.

...खरंच चतुर आहे हा इन्स्पेक्टर... प्रामाणिकसारख्या अधिकाऱ्याशी संधान बांधून आपल्या सगळ्या वाटा बंद करूनच तो भेटीला आलाय. प्रामाणिकसाहेब यात असतील, तर सीपीही काही करणार नाहीत.

“मग, काय करायचं?” रंगरावाने हताशपणे विचारलं.

“आम्ही सेवेसाठी आहोत ना तुमच्या.”

“सावंत... या आडवळणाच्या गोष्टी सोडा. काय ते स्पष्ट बोला. किती जमा करायचे तुमच्या अकाउंटवर?”

''का चेष्टा करता? अकाउंटला ठेवण्याइतके पैसे मिळतात कुठे आम्हांला? आम्ही साधी माणसं...''

''मग?''

''तुम्हांला सगळं समजतं.''

''किती?''

''कपाट उघडल्यावर नोटा बघून समाधान वाटलं पाहिजे.''

''हे फारच झालं.''

''तुमच्या अडचणीच्या मानाने अगदीच क्षुल्लक...''

''पंचवीस?''

''अंहं... दुप्पट.''

रंगराव सावंतांकडे एकटक पाहात होता. या इन्स्पेक्टरने आपल्याला या क्षणी पुरतं जाळ्यात पकडलंय... या वेळी माघार घेणंच इष्ट. पुढचं पुढे बघू...

सावंतही विचार करत होते. हा माणूस हा अपमान सहजासहजी पचवू शकणार नाही... याच्यापासून सतत सावध राहायला हवं.

पन्नास लाख! म्हणजे दिल्लीच्या अतुल अगरवालने दिलेला सगळा पैसा हा माणूस फस्त करणार नि आपल्या हाती एवढा डाव खेळून उरणार फक्त कवड्या! ...रंगराव आतल्या आत धुमसत होता. त्या मूर्ख राजूने नसता घोटाळा करून ठेवलाय. आता हे नुकसान अगरवालकडूनच भरून काढायला हवं.

''ठीक आहे इन्स्पेक्टर... तुम्ही म्हणता तसंच होईल. पण दोन हप्त्यांत...''

''नो प्रॉब्लेम... तुम्ही शब्द दिला, यात सगळं आलं.''

''पण एक अट आहे. राजूला ओळखणाऱ्या साक्षीदारांचा पत्ता मला कळला पाहिजे.''

''मिळेल, पण आपला व्यवहार पूर्ण झाल्यावर!''

रंगराव पूर्णपणे हताशा अनुभवत होता. एवढ्या सहज पराभव स्वीकारावा लागण्याची त्याची पहिलीच वेळ होती. पहिल्यांदाच तो खालमानेने एखाद्या बैठकीतून बाहेर पडत होता. त्याच्या मनात मात्र अंगार पेटला होता.

बारमधून बाहेर पडताच सावंतांनी सिगारेट शिलगावली. स्वत:च्या चतुराईचं त्यांना विलक्षण कौतुक वाटत होतं. त्यांनी प्रामाणिकसाहेबांना फोन लावला,

''सर... काम फत्ते.''

''ठीक आहे.'' फोनवर जास्त बोलण्याची प्रामाणिकसाहेबांची पद्धत नव्हती.

त्यांनी फक्त ती वार्ता 'वर' पोहोचवली –

"पण एक लक्षात असू द्या... तुमच्या त्या सावंतांच्या चातुर्याच्या नादात या दोन्ही मर्डर केसमधल्या साक्षीदारांना काही होता कामा नये. आधीच या हत्यांमुळे खळबळ उडालीय. होम डिपार्टमेंट बारकाईने लक्ष घालतंय. त्यातच साक्षीदारांना काही झालं, तर आपली खैर नाही. मीडियातही या घटनांची जोरदार चर्चा चाललीय."

"ओके सर!"

"आणखी एक, सगळं व्यवस्थित झालं, तर प्रमोशनच्या वेळी तुमच्या सावंतांचं नाव माझ्यापुढे ठेवा... मी बघतो."

"थँक यू सर"

मध्यरात्री अतुल अगरवालच्या घरचा फोन खणखणला.

"या वेळी कोण?" अतुल संतापाने उठला.

"मी रंगराव. माझा माणूस राजू याचं नाव पोलिसांना समजलंय. त्याच्याबरोबर तुमचा तो राघवनही होता. पाणी तुमच्या गळ्याशी यायला वेळ लागणार नाही. सध्या मी त्या इन्स्पेक्टरला गप्प केलंय... पण या सगळ्या उपद्व्यापात मी अगदीच रंक झालोय. दुर्बुद्धी झाली नि तुमचं काम घेतलं असं झालंय..."

"रंगराव... गेट रिलॅक्स्ड! झोपा आरामात. पैशाची चिंता करू नका. मी आहे ना... सर्व व्यवस्था होईल. मी तुमचा तोटा कसा होऊ देईन?"

रंगरावाला थोडं बरं वाटलं. अर्थात, अतुल हे पैसे स्वतःच्या खिशातून थोडाच देणार होता. रंगरावचा फोन झाल्यावर त्याने अमेरिकेत निक स्टोनला फोन लावला. तिकडे तो दिवसा ऑफिसात होता. अतुलने निकला सारा घटनाक्रम समजावून सांगितला. निक बोलला, "लूक अतुल... यात स्मिथ फार्माचं नाव कुठेही येता कामा नये. स्वीडन, जर्मनीनंतर आता तुमच्या इंडियातही हीच चर्चा चाललीय."

"पण सर, इथे मामला पोलीस केसपर्यंत गेलाय."

"ते मला ठाऊक नाही. काही करून ही आग शमवा. त्यासाठी पैशांचा पाऊस पाडावा लागला, तरी हरकत नाही."

"थँक यू सर."

"अतुलला तरी दुसरं काय हवं होतं? भेदरलेल्या निककडून जास्तीत जास्त पैसे उकळून त्यातले थोडे रंगरावला देण्यातही बिझनेस होणार या विचारानेच त्याला आनंद झाला. शापात वरदान असतं ते असं! मग त्याने ताबडतोब राघवनला फोन करून उठवलं.

सगळं ऐकून घाबरलेल्या राघवनचं एकच म्हणणं होतं.

''सर, आम्हांला प्रत्यक्ष पाहाणाऱ्या त्या साक्षीदाराचा पत्ता द्या.''

''नो अमेरिकेतूनही तशाच सूचना आहेत. आता हे प्रकरण वाढवायचं नाही. साक्षीदारांना काही केलं, तर ते पाहणारे नवे साक्षीदार उभे राहाणार नाहीत कशावरून? ही साखळी इथेच तोडायची, त्यासाठी पैशाची तोड होतेय. अमेरिकेतून... डॉलर्समध्ये!''

''मी त्या साक्षीदारांना काही करणार नाही. फक्त ती नावं कळली, तर आपले सगळे प्रॉब्लेम सोडवणारा प्लॅन माझ्याकडे तयार आहे सर,'' राघवनच्या या बोलण्यावर अतुल विचारात पडला.

मैंया... मैंया...

रिंगटोननं शेफालीची झोप उडवली. तिच्या सेलफोनची रिंगटोन आणि अलार्म एकच होता. तिने मुद्दामच तशी योजना केली होती. अलार्मची ट्यून वेगळी असली, की ती बंद करून पुन्हा झोपावंसं वाटायचं... पण फोन वाजला असं वाटल्यावर उठणं भाग पडायचं.

अलार्म! आयुष्यातही काही छुपे अलार्म असतात का? काही घटना अलार्मिंग असतात, असं आपण म्हणतो, भविष्याचा संकेत त्यातून मिळत असतो. सावध होण्याची सूचना मिळत असते. हा अलार्म अंतर्मनात अनेकदा वाजतो. त्या अंतर्नादाकडे दुर्लक्ष केलं, तर त्याच्या परिणामांनाही सामोरं जावं लागतं. आपल्या मनात कसला अलार्म वाजतोय? शेफालीने स्वत:ला विचारलं... आणि उत्तर आलं-नीरजशी असलेलं आपलं नातं! खरंच त्याचे नि आपले संबंध दृढ होण्यापूर्वीच तुटणार की काय?

तिला आठवलं, सिंगापूरला जाण्यापूर्वीही तो झटपट श्रीमंत होण्याच्या कल्पनेने झपाटला होता. तो सिंगापूरला जाण्याआधी शेफाली त्याला म्हणाली होती की, काही डॉक्टर्स फार्मा कंपन्यांना अप्रत्यक्षपणे मदत करून लाभ उठवतात. त्यावर त्याचं म्हणणं होतं - 'मग त्यात काय बिघडलं?' ती या मुद्द्यावर त्याला विरोध करू लागली, तेव्हा तो रागाने निघूनही गेला... ते दृश्य शेफालीच्या नजरेसमोर जसंच्या तसं होतं. आजही नीरजचं मत तसंच असेल? तो सिंगापूरहून आल्यानंतर त्याच्याशी निवांत भेट झालीये कुठे? त्याचं एका फार्मा कंपनीच्या आमंत्रणावरून सिंगापूरला जाणं तिला रुचलं नव्हतं. पैसा मिळवण्यासाठीचे नीरजचे शॉर्टकट तिला मंजूर नव्हते. नीरज मात्र यात वावगं काय? या आविर्भावात एकटाच निघून गेला, ते दृश्य शेफाली विसरली नव्हती.

हा धक्का ताजा असतानाच अचानक डॉ. मराठेंची हत्या झाली. ही भीषण घटना घडली त्याच्या काही मिनिटं आधीच ते शेफालीशी फोनवर बोलले होते. त्या

आणीबाणीच्या क्षणी तिने नीरजला फोन करण्याचा प्रयत्न केला. पण त्याचा काहीच प्रतिसाद नव्हता. त्या रात्री तो कुठे होता, हे सांगतानाही नंतर तो गोंधळला होता. शेफालीच्या मनात येऊ लागलं होतं... नीरजच्या मनात नेमकं काय आहे?

विचारांच्या आवर्तनात वेळ कसा चाललाय, ते तिच्या लक्षातच आलं नाही. ओह् गॉड... लवकर पोहोचायला हवं हॉस्पिटलमध्ये... ती झटपट आवरून निघाली. एवढ्या सकाळी जाण्याचं कारण म्हणजे एक पोस्टमॉर्टेम करायचं होतं. ती गोखले हॉस्पिटलमध्ये पोहोचली, तेव्हा ऑटॉप्सी रूममध्ये सर्व तयारी झाली होती. शेफालीने हात धुऊन ग्लव्हज् चढवत असिस्टंटला विचारलं,

''पवार, या केसची हिस्टरी काय?''

''मॅम, त्याचं नाव मनीष हिंगोरानी आहे. सॉरी होतं.''

''गो ऑन...''

''हिंगोरानी काविळीनंतर हिपॅटिक कोमा होऊन आपल्याकडे ॲडमिट झाला होता.''

हिपॅटिक कोमा हे शब्द ऐकताच शेफाली चमकली. ''काय? हिपॅटिक कोमा?''

''येस मॅम... हिंगोरानी आपल्या डॉ. मराठेंचा पेशंट...'' पवार सहजतेने बोलला.

शेफालीने पवारकडे क्षणभर पाहात विचारलं, ''याला कधी एच. स्टेटीनची ट्रीटमेंट दिली होती?''

पवारने रुग्णाची मेडिकल फाइल तपासली आणि म्हटलं, ''येस मॅम!''

''शीट...'' शेफाली उद्गारली.

शवविच्छेदन करताना तिला नेमकं काय शोधायचं, ते कळलं होतं. लिव्हरच्या आसपासचं आवरण दूर केल्यावर तिला हिंगोरानीचं काळंठिक्कर पडलेलं लिव्हर दिसलं. तिची धास्ती खरी ठरली होती. आधीच्या काही ऑटॉप्सीत तिला असेच लिव्हर रिझल्ट मिळाले होते. खिन्नपणे तिने ऑटॉप्सी आटोपली.

''मॅम, रुग्णाच्या स्लाइड्स बनवतो.''

''त्याचा आता काय फायदा? पण ठीक आहे बनवा.''

शेफाली डिपार्टमेंटमध्ये परतली आणि केबिनमध्ये नीरजला पाहाताच तिला आश्चर्य वाटलं.

''आज इतक्या लवकर?'' तिने विचारलं.

नीरज साधारणपणे दहा-साडेदहाला कॉफीच्या वेळेला तिच्या डिपार्टमेंटमध्ये यायचा. तो सिंगापूरला गेल्यापासून त्यातही खंड पडला होता. ''अगं, सहज... म्हटलं, दिवसाचा आरंभ आपल्या माणसाला भेटून करावा.'' नीरज दिलखुलास हसत म्हणाला.

शेफालीला त्याचं वागणं जरा जास्तच लाऊड वाटलं. तो मुद्दाम आपल्याला खूश करण्यासाठी बोलतोय, हे न समजण्याइतकी काही ती दूधखुळी नव्हती.

"थँक्स! सकाळी सकाळी माझी आठवण आल्याबद्दल. बाय द वे, तुझी सिंगापूरची ट्रिप कशी झाली?"

अजूनही शेफालीच्या डोळ्यांसमोर हिंगोरानीचा मृतदेह तरळत होता. तेच एच. स्टेटीन, तोच लिव्हरचा आजार आणि तीच स्मिथ फार्मा... त्यांच्याबरोबरच नीरजची 'धम्माल' ट्रिप झाली होती.

"ओह्... सिंगापूर? शेफाली यू रियली मिस्ड अ लॉट. इट वॉज फँटॅब्युलस! आय एन्जॉइड लाइफ एनीथिंग!"

नीरजच्या नजरेपुढे माधवीचा सहवास येत होता... काय आनंद झाला या माणसाला सिंगापूर ट्रिपबद्दल विचारल्यावर... शेफालीच्या मनात आलं. आपल्या हॉस्पिटलमधल्या दोन डॉक्टरांची निर्घृण हत्या झाली त्याबद्दल अवाक्षरही काढायला हा तयार नाही. साधी चौकशी म्हणूनही त्याने हा विषय काढला नाही. आपल्याच श्रीमंती स्वप्नात तो गुंग आहे... शी...

"तुला एक सांगू?" नीरज पुढे काही बोलणार इतक्यात शेफालीने इंटरकॉमवरून कॉफीची ऑर्डर दिली. सिंगापूर हा विषय तिला फार आवडल्याचं त्याला दिसलं नाही. त्याने शिताफीने विषय बदलत म्हटलं,

"कुणाचं पोस्टमॉर्टेम होतं आज? रुटिन वर्कच होतं ना?"

"आता ते रुटिनच झालंय म्हटलं, तरी चालेल."

"म्हणजे?"

"एच. स्टेटीनमुळे लिव्हर खराब होऊन गतप्राण झालेला हा सलग पाचवा रुग्ण... म्हणजे रुटिनच नव्हे का?" शेफालीने मुद्दामच जोरकस शब्दांत तिरकसपणे विचारलं.

"कम ऑन! तुझा उगाचच एच. स्टेटीनवर राग आहे. अगं, त्या हिंगोरानीचा की कोणाचा मृत्यू इतर औषधांचा परिणाम किंवा मुळातच लिव्हर खराब असल्याने झाला नसेल कशावरून?"

"डॉक्टर नीरज, मीही डॉक्टर आहे... आणि पोस्टमॉर्टेम काही काल-परवाची गोष्ट नाही माझ्यासाठी. माझं अनुमान आहे की, हे रुग्ण एच.स्टेटीनच्या दुष्परिणामानेच गेलेत. सलग पाच केसेस."

पुन्हा तेच... चार-पाच केसेसवरून एखाद्या प्रसिद्ध फार्मा कंपनीच्या औषधाला नावं ठेवण्यात काय हशील?"

''म्हणजे? वेळ आली, तर तूही हे ड्रग प्रिस्क्राइब करशील?''

''व्हाय नॉट? ते काही मी निर्माण केलेलं नाही. जगप्रसिद्ध कंपनीचं भारतात चाचणीत उत्तीर्ण झालेलं इफेक्टिव्ह प्रॉडक्ट आहे.''

''नीरज, त्याचे इफेक्ट्स मी पाहातेय ना...''

''मग तुझा चष्मा बदल.'' नीरज गडगडाटी हसला... आणि शेफालीचा संताप अनावर झाला.

''नीरज, तुझ्यासारख्या मूठभर डॉक्टरांमुळे आपला आख्खा व्यवसाय बदनाम होतोय... केवळ पैशासाठी ही कसाईगिरी? डिस्गस्टिंग... आय हेट सच ॲटिट्यूड!''

शेफालीला संतापाने थरथरताना पाहून कॉफी घेऊन आलेला कँटिनचा पोऱ्याही घाबरला. नीरजने प्रसंगावधान राखून पवित्रा बदलला.

''शेफाली प्लीज. पराचा कावळा करू नकोस. कूल डाऊन... तू उगाच भडकतेयस माझ्यावर. माझा या सगळ्याशी काय संबंध?''

''नीरज, प्लीज लिव्ह माय केबिन.'' शेफाली बोलून गेली.

''म्हणजे तू मला गेट आऊट म्हणतेयस?''

''काहीही समज. पण मला आणखी इरिटेट करू नकोस... प्लीज... प्लीज लीव्ह मी अलोन!''

नीरजला संताप आला. त्याचा अपमान झाला होता. पण त्याच्या अंतर्मनात खोल कुठेतरी स्वत:च्या अपराधाची टोचणीही जाणवत होती. तो ताडकन् उभा राहून झपझप केबिनबाहेर गेला.

शेफाली टेबलावर डोकं ठेवून हुंदका दाबण्याचा प्रयत्न करू लागली.

ट्रेमधली कॉफी कधीच थंड होऊन गेली होती.

साक्षीदारांना आपण काही करणार नाही सर. तुम्ही मला फक्त त्यांची नावं द्या. माझ्याकडचा प्लॅन सांगतो. एका झटक्यात सगळे प्रॉब्लेम सुटतील. अतुलसरांना दिलेलं आश्वासन राघवनला आठवलं. रंगरावचं नाव मुंबई पोलिसांपर्यंत पोहोचलंय आणि डॉक्टर मराठेंच्या फ्लॅटमधून आपल्याला तसंच राजूला बाहेर पडताना पाहिलेला साक्षीदार आहे, हे अतुलकडून समजल्यावर राघवनच्या मेंदूत एक वेगळीच कल्पना घोंघावू लागली. त्यासाठीच त्याला साक्षीदारांची नाव हवी होती.

अर्थात, राघवनची मागणी पूर्ण करायला अतुलकडेच पुरेसा तपशील आला नव्हता आणि साक्षीदारांची नावं समजली तरी, त्यांना धक्का लागता कामा नये, असं अतुलने राघवनला स्पष्ट सांगितलं होतं. कारण त्यामुळे केसचा गुंता अधिक वाढण्याची

शक्यता त्याला वाटत होती.

राघवनने ही गोष्ट मान्य केली. परंतु साक्षीदारांच्या हालचालींवर नजर ठेवणं आवश्यक आहे, असं त्याला वाटत होतं. हे काम कोण करेल? रंगराव किंवा त्याच्या माणसांना आता यात गुंतवणं हितावह ठरणारं नव्हतं. डॉ. मराठेंच्या केसविषयी फारशी माहिती नसलेली कोण बरं व्यक्ती? विचार करताकरता राघवनला नाव सुचलं मनू! मनोहर दवारिया. *थर्ड आय* या प्रायव्हेट डिटेक्टिव्ह कंपनीचा चलाख माणूस. आधीही त्याने राघवनची दोन-चार कामं केली होती. दिल्लीत त्यांचं बस्तान बसलेलं असलं, तरी पूर्वी मुंबईत राहिल्याने त्या शहराची त्याला खडान्‌खडा माहिती होतीच सफाईदार मराठीही येत होतं.

पुढे येणाऱ्या संकटाचा मुकाबला करण्याची तयारी आत्तापासूनच करायला हवी, हे राघवनचं कार्यसूत्र होतं. आधी तयारीत असल्याने डाव जिंकणं सोपं जातं, हे त्याला अनुभवाने शिकवलं होतं.

साक्षीदारांची नावं समजली नसली, तरी कोणत्या दोन व्यक्तींवर आत्तापासूनच नजर ठेवायला हवी, हे राघवनने मनाशी पक्कं केलं. मुंबईच्या नवलोक रुग्णालयाचे डॉक्टर उदय सावे आणि गोखले रुग्णालयाची डॉक्टर शेफाली मांजरेकर! यांच्यापैकीच कोणीतरी पुढेमागे मोठी समस्या निर्माण करणार, असा त्याचा होरा होता.

त्याने मनूला फोन लावला.

टेबलावर डोकं टेकवून हताशपणे रडणारी शेफाली थोडी सावरली. वॉशरूममध्ये जाऊन चेहऱ्यावर गार पाण्याचे हबके मारताच तिला बरं वाटलं. आरशातल्या प्रतिबिंबाकडे आत्मविश्वासाने पाहात तिने स्वत:लाच हिप्नॉटाइज केल्यासारखी स्वयंसूचना दिली. पास्ट इज पास्ट! झालं गेलं गंगेला मिळालं! नीरज हा आता आपल्यासाठी भूतकाळ आहे. यापुढे माझं मन कधीच दुबळं होणार नाही. माझ्या कामात कोणीही व्यत्यय आणू शकणार नाही.

एकच विचार मनाला क्षणात दुर्बळ, तर क्षणात सबळ कसा बनवू शकतो, याचा प्रत्यय तिला गेल्या अर्ध्या तासात आला होता. स्वत:लाच न्याहाळत ती उद्‌गारली, ''कम ऑन शेफाली, यू हॅव टू फाइट इट आऊट!''

वॉशरूममधून बाहेर पडलेली शेफाली निराळीच होती.

जिद्दी आणि लढाऊ बाण्याची!

'आता पुढे काय?' हा प्रश्न स्वत:ला विचारत ती केबिनमध्ये शिरली आणि तिला उत्तर मिळालं. डॉ. उदय तिची वाट पाहात होता.

''उदय तू? आज इकडे कसा अचानक?''

''सांगतो. आधी कॉफीची ऑर्डर तर देशील आणि ही दोन कप कॉफी थंड होऊन का पडलीय?''

''काही नाही... तो भूतकाळ आहे.'' शेफाली बोलून गेली.

''काय म्हणालीस?''

''काही नाही रे. बोल, ताजी कॉफी मागवते.''

''तुझ्याशी फोनवरून बोलल्यावर वाटलं तुला प्रत्यक्ष भेटावं. हॉस्पिटलमधलं कामही आज जरा लवकर झालं. म्हटलं, चला, डॉक्टर मॅडमना भेटू या!''

''बरं झालं आलास. खूप बरं वाटलं.''

''शेफाली, एक विचारू?''

''हं''

''तुझे डोळे रडल्यासारखे लाल दिसतायत. काय घडलंय?''

''काही नाही. मन हळवं होतं कधी कधी. आय मीन व्हायचं. आता यापुढे नाही होणार.''

''ओके! मी कारण विचारणार नाही.''

''पण मी सांगते ना...'' म्हणत तिने एच. स्टेटीनवरून डॉ. नीरजशी उडालेल्या खटक्याचं वर्णन केलं आणि म्हटलं,

''मी काही चुकीचं वागले का यात?''

''वेल्...'' उदय गप्प झाला.

''एनी वे उदय, हा माझा पर्सनल प्रॉब्लेम होता. पण एच. स्टेटीन खरोखरच जोखमीचं औषध आहे, हे कसं सिद्ध करायचं?''

''तू तुमच्या डीनशी बोललीस? त्यांचं काय म्हणणं आहे?''

''त्यांचं म्हणणं असं की, पुरेसा पुरावा असल्याशिवाय ड्रग कंट्रोलरकडे औषधाविषयी तक्रार करता येणार नाही. शिवाय आमच्या रुग्णालयाच्या डॉक्टर मराठेंनीच त्या औषधाची चाचणी घेऊन हिरवा सिग्नल दिला होता, हेही विसरता येत नाही. त्यामुळे आमच्याच हॉस्पिटलने औषधाविरुद्ध तक्रार केली, तर हॉस्पिटलची विश्वासार्हता धोक्यात येईल, असं डीनसरांना वाटतंय.''

''त्यांच्या म्हणण्यात तथ्य आहेच, शेफाली. आता ही गोष्ट इथेच थांबवली तर?'' उदय म्हणाला.

''म्हणजे?'' शेफालीने चमकून विचारलं.

''पुरेसा पुरावा नसताना उगाच वेळ दवडण्यात काय अर्थ? त्यापेक्षा रोजच्या

कामात लक्ष घालावं, हे उत्तम!''

''हे तू बोलतोयस, उदय? अरे, स्मिथ फार्माच्या पार्टीपासून माझ्या स्लाइड शोपर्यंत प्रत्येकी वेळी एच. स्टेटीनविरुद्ध तूच बोलत होतास ना? आणि आता अप्रत्यक्षपणे औषधापायी डॉ. गायकवाड आणि डॉ. मराठे यांना जीव गमवावा लागलाय, नि काही पेशंट लिव्हर खराब होऊन मरत असताना आपण गप्प बसायचं?''

''डोंट गेट ॲनॉइड शेफाली! आपण सावधगिरी बाळगली पाहिजे. दोन डॉक्टरांच्या हत्यांनी आपल्याला धडा शिकवलाय.''

''पण तरीही हे सगळं विसरून जायचं ठरवलं असशील, तर तो तुझा व्यक्तिगत निर्णय आहे. मी मात्र गप्प बसणार नाही, ॲट एनी कॉस्ट!'' शेफाली तीव्र स्वरात बोलली.

''पण हे काम किती जोखमीचं...''

''आहे ना! मलाही ते कळतंय. डॉ. मराठेंचा मृतदेह मीच त्यांच्या घरी पहिल्यांदा पाहिलाय... म्हणून तर या प्रकरणाचा पुरता छडा लावायचाय. काहीही झालं तरी...''

डॉ. उदय एकदम जोराने हसला आणि हसताहसता गंभीर होत म्हणाला,

''मला पाहायचं होतं तुझी तयारी किती आहे ती. आता काळजी करू नकोस. हा उदय तुझी साथ करेल. अखेरपर्यंत. मग काय व्हायचं, ते होऊ दे. व्हॉट से!''

शेफालीने आदरमिश्रित कौतुकाने त्याच्याकडे पाहिलं.

''ओके! मग पुरावा शोधण्याचा आरंभ कुठून करायचा?''

''चल, हा विषय तुझा आहे. तेव्हा आधी उंदराकडे जाऊ...''

''उंदीर? कोण उंदीर? आय मीन कोणता उंदीर?''

''उंदीरच... नीट लक्ष देऊन ऐक.''

''उंदीर?'' शेफालीला वाटलं डॉ. उदय काहीतरी गमतीने बोलतोय.

''उदय, बी सिरियस! आपण एच. स्टेटीनच्या दुष्परिणामांविषयी बोलतोय. उंदीर मारण्याच्या औषधाबद्दल नव्हे.''

''मीही एक जबाबदार डॉक्टर आहे मॅडम. मलाही त्यातलं कळतंय की थोडंसं.''

''मग... ते उंदराचं काय मध्येच.''

''शेफाली, एखाद्या नव्या औषधाचे पहिले प्रयोग कोणावर होतात?''

''यू मीन, गिनीपिग?''

''येस... माकड, ससा, उंदीर यांच्यावर एखाद्या नव्या औषधाचा प्रयोग आधी होतो आणि या जिवांना कोणताही धोका नाही, असं सिद्ध झालं, तर मगच रुग्णांवर त्याचे प्रयोग होतात. अर्थात, त्यासाठी ड्रग डिपार्टमेंटची परवानगी आणि इतर कायदेशीर गोष्टी

पूर्ण करूनच असे प्रयोग करता येतात. त्यातही एखादं औषध चांगलं परिणाम करतंय असं लक्षात आलं, तरच त्याच्या उत्पादनाला परवानगी मिळते, अन्यथा नाही.''

शेफाली उदयचं बोलणं लक्षपूर्वक ऐकत होती.

''म्हणूनच एखादं औषध वाईट आहे हे ठरवण्यापूर्वी आपल्याला ससे, उंदरांवर त्याचे प्रयोग करावे लागतील. एच. स्टेटीनची आपण अशी टेस्ट घेतली आणि या प्राण्यांनाच ते अपायकारक ठरलं, तर त्याचे दुष्परिणाम रीतसर नोंदवून ते सिद्ध करता येतील आणि मग ते मार्केटमधून मागे घेण्यासाठी आग्रह धरता येईल.''

''थोडक्यात, एच. स्टेटीन हे हार्ट, ब्लड प्रेशर, डायबिटीस आणि कॉलेस्टेरॉलसाठी चांगलं समजलं जाणारं औषध लिव्हरसाठी वाईट आहे, हे आपल्याला सिद्ध करावं लागेल.''

''राइट! पण या सर्व परीक्षणांना आणि त्यांच्या निष्कर्षांना वेळ लागेल.''

''कितीही वेळ लागू दे. आपण हे काम करायचंच.''

''ठीक आहे. सुरुवात करू या?''

''ताबडतोब!''

''हो. पण असं प्राण्यांवरचं परीक्षण मुंबईत फक्त क्यूईएम रुग्णालयातच होतं. आपण गोखले हॉस्पिटलच्या डीनशी बोललो, तर ते क्यूईएम रुग्णालयाच्या डीनशी बोलतील आणि एच. स्टेटीनची रिट्रायल करणं सोपं जाईल.''

शेफालीच्या मुद्देसूद बोलण्यावर उदय खूश झाला.

''शेफाली, मला आणखी एक गोष्ट सुचतेय.''

''कोणती?''

''तुला आठवतंय? याच एच. स्टेटीनचं परीक्षण दिल्लीच्याही एका रुग्णालयाने केलं होतं. तिथे चौकशी करून गोखलेसारख्याच केसेस घडल्या आहेत का? याचा तपास करता येईल.''

''येस. त्यासाठी मी दिल्लीलाही जाईन.'' शेफाली उत्साहाने म्हणाली.

''मी सोबत आलो, तर चालेल?'' उदयने हळूच विचारलं.

''अर्थातच. आता हा संशोधन प्रकल्प आपल्या दोघांचा आहे.''

''थँक्स. दिल्लीच्या एन. एम. हॉस्पिटलचा डॉ. कार्तिक माझ्याबरोबर होता मेडिकलला. त्याच्याकडून एच. स्टेटीनचा अप्रत्यक्ष रिपोर्ट मिळू शकेल. दिल्लीतल्या रुग्णालयांमध्ये लिव्हरच्या विशिष्ट आजाराने मृत्यू झालेत का, त्याचं स्टॅटिस्टिक्स आधी मिळवू या.''

दहा-पंधरा मिनिटांत दोघांची *मोडस ऑपरेंडी* ठरली. या कार्यपद्धतीनुसार

दिल्लीतही संशोधनाच्या दृष्टीने चाचपणी करण्यावर एकमत झालं. आता अधूनमधून भेटून बाकीचं पेपरवर्क करायचं होतं.

नीरजच्या येण्याने आणि जाण्याने अपसेट झालेल्या शेफालीला उदयशी बोलल्यामुळे नवी उमेद आली होती. दोघांना पुढचा प्रवास एकत्र करायचा होता.

स्मिथ फार्माच्या अमेरिकेतील ऑफिसात पुन्हा एकदा एच. स्टेटीनचा विषय चर्चेला आला होता. गेल्या वेळी चेअरमन अँड्र्यू यांच्या स्पष्टीकरणाने समाधान झालेले डायरेक्टरही अनेक प्रश्न उपस्थित करत होते.

निक स्टोन तावातावाने बोलत होता.

''लिसन जेंटलमेन, मला काल मध्यरात्री दिल्लीच्या अतुल अगरवालचा फोन आला. ही इज अवर डिस्ट्रिब्यूटर देअर. त्याने जे सांगितलं त्यावरून आपण समजतो तेवढा एच. स्टेटीनचा प्रश्न सोपा नाही. नुसती निगेटिव्ह पब्लिसिटी नव्हे, तर निगेटिव्ह इफेक्ट्स जाणवायला लागलेत. वेळीच काही केलं नाही, तर तिथल्या जागरूक एनजीओ आणि मीडियाच्या रोषाचा सामना करावा लागेल आपल्याला.''

''इज इट? मग व्हाय आर वी सेलिंग धिस प्रॉडक्ट? बंद करा विक्री. आपण काही तत्त्वं पाळतो. लोकांना अपायकारक औषध त्वरित मागे घ्यायला हवं. तसं नाही केलं, तर केवढी बदनामी होईल आपली. कल्पना आहे का?'' एक डायरेक्टर कडाडला.

''येस... येस... पैशापेक्षा आपलं गुडविल, आपली आंतरराष्ट्रीय क्रेडिबिलिटी महत्त्वाची,'' दुसऱ्याने दुजोरा दिला.''

''प्लीज कूल डाऊन जेफर्सन. आपण हे काही जाणूनबुजून करत नाही. एखाद्या औषधाचे काही जणांवर विपरीत परिणाम होऊ शकतात. याचा अर्थ, औषधच टाकाऊ आहे असं नव्हे. एवढं एक्साइट व्हायची गरज नाही.''

प्रेसिडेंट अँड्र्यू स्मिथ अजूनही समजुतीच्या आणि काहीशा बेफिकिरीच्या सुरात बोलत होता. ''निक, गो अहेड, काय आहे तुझा रिपोर्ट?''

''मी भारतातल्या आपल्या लोकांना सांगितलंय की, हवा तेवढा खर्च करा, पण हे प्रकरण वाढू देऊ नका. पण सर ही केवळ सुरुवात आहे. कदाचित इंडियातला विरोध मावळेल. पण ब्रिटनमधल्या मेडिकल जर्नलमध्येही आता एच. स्टेटीनच्या विरोधात छापून येतंय. जर्मनीतले रिपोर्ट्सही चांगले नाहीत. आपल्या ड्रग्ज कमिशनरलाही विरोधी, विपरीत रिपोर्ट्स मिळाले, तर तपास होऊ शकतो.''

''हं. मामला बराच गरम झालेला दिसतोय. अँड्र्यू विचारात पडला. पण आपल्याला एच. स्टेटीन बाजारातून मागेही घेता येणार नाही. आधीच खूप खर्च

झालाय संशोधनावर. हे औषध तीनेक वर्षं तरी मार्केटमध्ये राहायला हवं.''

''पण ते लोकांच्या प्रकृतीला अपायकारक नसेल, तरच!'' मिसेस ज्युलिया बर्कसन एकदम उद्गारल्या.

''येस मॅडम. आय रिस्पेक्ट युवर फिलिंग्ज. पण कदाचित हे आपल्याविरुद्धचं कारस्थानही असू शकतं. त्याचा मुकाबला सिस्टिमॅटिकली करायला हवा.''

''यू मीन कॉन्स्पिरसी? ती कशी? त्यासाठी काय करायचं?''

''एच. स्टेटीन हे परीक्षणसिद्ध औषध आहे. त्याचा फायदा झालेले रुग्णही असतीलच की. त्यांच्याविषयी मेडिकल जर्नल्समध्ये छापून आणायचं.''

''पण असा काउंटर अ‍ॅटॅक करण्यापूर्वी आपण आपल्या ड्रगबद्दल नि:शंक आहोत का?'' जेफर्सननी पुन्हा विचारलं.

''जेफर्सन, शांतपणे विचार करा. भरपूर नफा कमवायचा, तर थोडी जोखीम घ्यायलाच हवी. इट्स अ पार्ट ऑफ बिझनेस!'' अँड्र्यूच्या या वाक्यावर कोणीच काही बोललं नाही.

''फ्रेंडस्... आपण एखादं औषध निर्माण करताना लाखो डॉलर्स खर्च करतो. संशोधनात कोणतीही त्रुटी ठेवत नाही. त्यानंतरच त्याचं मार्केटिंग-जाहिरात होते. यासाठीही खर्च येतो हे ठाऊकच आहे तुम्हांला! इतकं करून मार्केटमध्ये औषध स्थिरावायला दोन-तीन वर्षं लागतात. समजा, त्यात थोडीशी उणीव असली, त्यामुळे काही साइड-इफेक्ट्स होत असले, तर त्यात हळूहळू बदल करता येईल. पण ड्रग मागे घेण्यानेही आपल्या विश्वासाला तडा जाणारच. मग विक्रीतला फायदा का सोडायचा?''

आपलं म्हणणं इतरांच्या गळी उतरवण्याची अँड्र्यू स्मिथची हातोटी विलक्षण होती. कितीही वादळी चर्चा शेवटी त्याच्याच अंतिम वाक्याने संपायची. अँड्र्यूच्या प्रभावी बोलण्यानंतर एच. स्टेटीन मार्केटमध्ये कसं रुजवता येईल, त्याला होत असलेला विरोध फोल कसा ठरवता येईल, यावरच चर्चा सुरू झाली. विरोधाचे क्षीण सूर हवेतच विरले.

कोणत्या देशातल्या कुठल्या डॉक्टरांशी संपर्क साधायचा, कुठल्या रुग्णालयाच्या रुग्णांना एच. स्टेटीनचा फायदा झाल्याचे रिपोर्ट्स गोळा करायचे, याची आखणी सुरू झाली. एच. स्टेटीनच्या गुणवत्तेची महती गाणारी सेमिनार्स जगभर आयोजित करण्याचं ठरलं.

अँड्र्यू स्मिथ पुन्हा एकदा जिंकला.

शेफालीने नीरजला फोन लावला. रिंग वाजत होती, पण कोणी फोन उचलत

नव्हतं. तिने काही मिनिटांनी पुन्हा प्रयत्न केला. तरी तसंच घडलं.

नीरज हल्ली कोणत्या कामात बिझी असतो? केव्हाही फोन करा. फक्त रिंग वाजत राहते... की आपला नंबर पाहून नीरज फोन घेत नाही? आपण तरी नीरजला फोन का करतोय? काय आहे आता आपलं नातं? शेफाली विचारात पडली.

एच. स्टेटीनवरून नीरजशी झालेली वादावादी आणि उदयबरोबर दिल्लीला जायचा निर्णय घेतल्यावर रात्री अंथरुणावर पडल्या पडल्या शेफाली विचार करत होती.

किती सहजतेने जवळ आलो होतो आपण आणि तितक्याच वेगाने दूरही व्हायची वेळ आली. आयुष्यातला हा असा पहिलाच अनुभव. दोन माणसांनी सहजीवन स्वीकारायचं म्हणजे तडजोड मान्य. पण *पोलरायझेशन ऑफ थॉट्स* असेल, तर कसं व्हायचं? बरं झालं, एकमेकांचे स्वभाव, विचार लग्नाआधीच कळले. नाहीतर उदयसारखी दारुण अवस्था झाली असती. उदय त्याच्या मुलीला भेटायला किती व्याकूळ असायचा नि त्याची बायको त्याला बिलकूल प्रतिसाद द्यायची नाही... हे सारं कोणीतरी सांगितलेलं शेफालीला आठवलं.

आपल्या नात्यात असं काही होण्याआधीच पार्टिंग झालेलं उत्तम, म्हणूनच एकदा काय तो सोक्षमोक्ष लावण्यासाठी ती नीरजला फोन करत होती. पण तो रिस्पॉन्स देत नव्हता. शेवटी कंटाळून तिने त्याला एसएमएस केला. 'नीरज, फोन नसेल करायचा, तर एसएमएस वरून कळव पण आपण आजच संध्याकाळी भेटणं अत्यंत जरुरीचं आहे. लक्षात ठेव, आजच!'

त्याचा परिणाम झाला. नीरजने फोनच केला.

''बोल काय म्हणतेस?''

''आज भेटू या आपण... एक विशेष काम आहे.''

''खूप अर्जंट असेल, तर फोनवरच सांग ना.''

''नाही. प्रत्यक्ष भेटूनच बोलावं लागेल.''

''अं... असं म्हणतेस? ठीक आहे. कुठे भेटू या?''

''संध्याकाळी जुहू बीच किंवा मेरिएटमध्ये डिनर घेऊ या.''

''जुहूलाच भेटू या सात वाजता.''

''ओके!''

संध्याकाळी नीरजला काय सांगायचं, कसं सांगायचं, त्या शब्दांची जुळवाजुळव शेफालीच्या मनाशी सुरू झाली. फार बोलायचंच नव्हतं म्हणा. जे सांगायचं होतं, ते स्पष्टपणे नि नेमक्या, मोजक्या शब्दांत. शेफालीने निश्चय केला.

रिझर्व्ह केलेल्या टेबलापाशी रंगराव ठरल्या वेळी आला. गेल्या दोन दिवसांत इन्स्पेक्टर सावंतांचा 'आठवण' करून देणारा फोन आला होता. त्याबरोबर रंगरावाने दिल्लीला अतुलशी संपर्क साधून निरोप दिला. ''ताबडतोब पंचवीस लाखांची व्यवस्था करा. तो इन्स्पेक्टर तळमळतोय.'' त्यानुसार त्याला पंचवीस लाख मिळालेही होते.

सावंत थोडे उशिरा आले. रंगरावने सहेतुक घड्याळात पाहिलं. ''ओ, सॉरी, थोडा उशीर झाला, पण डिपार्टमेंटची कामं काय कमी असतात? त्यात वरिष्ठांचे फोन, आदेश... बरं आपल्या फंडाचं काय?''

''फंड? कसला?''

''तुमच्या पायाशी ठेवलाय तो.''

''महाहुशार आहे हा माणूस.'' रंगराव मुकुंद सावंतांना निरखत होता. तुझ्यासारख्या बेरकी माणसाशी हुशारीनेच वागायला हवं. सावंतही मनात म्हणत होते.

''थांबायला वेळ नाही,'' रंगराव शांतपणे बोलला. ''आणि हा फंड'' त्याने ब्रीफकेस सरकवली.

''थँक्स! बरीच कामं आहेत. रात्र थोडी नि सोंगं फार असा सारा मामला.''

''हां. ते बघा तुमचं तुम्ही, पण...''

''चला. निघतो मी.''

''बसा हो.. काय घाई आहे? तुम्ही साक्षीदारांची नावं सांगणार होता.''

''वेल्, ते राहिलंच नाही का? तर मिस्टर रंगराव, डॉक्टर मराठेंच्या हत्येनंतर दोघं जण त्यांच्या इमारतीच्या पायऱ्या उतरत असताना मध्यरात्री एका बाईने त्यांना पाहिलं.''

''म्हणजे तिला राजूचा चेहरा दिसला?''

''कसं बोललात! चेहरा नसेल दिसला, पण कानाची पाळी खाजवण्याची त्याची लकब तिने पक्की हेरली. त्याच तुमच्या लाडक्या राजूचे फिंगरप्रिंट्सही डॉ. मराठेंच्या फोनवर मिळालेत.''

''पण त्याला पाहणारी ती बाई कोण?''

''डॉक्टर शेफाली मांजरेकर.''

''डॉक्टर?''

''हो. तुम्ही ज्यांचा काटा काढला ते डॉक्टर गायकवाड आणि डॉक्टर मराठे या शेफालीचे बॉस.''

''म्हणजे तीही गोखले हॉस्पिटलची...''

''एकदम स्मार्ट डॉक्टर!'' सावंत हसून बोलले.

‘‘अच्छा ! पण तुम्ही नागपूरच्या साक्षीदारांविषयी सांगणार होता.’’

‘‘एक ब्रेक के बाद! एवढी काय घाई आहे मिस्टर रंगराव.’’

सावंतांनी बॅग उचलून रंगरावचा निरोप घेतला. रंगराव त्यांच्या पाठमोऱ्या आकृतीकडे पाहात, मनात शेफालीचा विचार करू लागला.

रंगरावने दिल्लीला फोन करून अतुलला कळवलं–

‘‘एक साक्षीदार आहे गोखले हॉस्पिटलची डॉ. शेफाली मांजरेकर.’’

अतुलने ताबडतोब ही लेटेस्ट इन्फर्मेशन राघवनच्या कानी घातली. कारण त्यालाही त्याच्या पुढच्या प्लॅनची उत्सुकता होती.

राघवनला एक नाव कळताच त्याने डिटेक्टिव्ह मनू दवारियाला फोन केला... ‘‘मनू, त्या शेफालीवर आणि उदय सावेवरही करडी नजर ठेव. हवी तर आणखी चार माणसं कामाला लाव. पण त्यांची बारीकसारीक हालचाल मला समजायला हवी.’’

मनूने त्याला ताबडतोब माहिती पुरवली.

‘‘शेफाली आणि उदय सकाळच्याच फ्लाइटने दिल्लीला गेलेत.’’

राघवन स्वत:च्याच प्लॅनवर खूश झाला.

दिल्लीला जाणाऱ्या विमानाने मुंबईहून वेळेवर टेक-ऑफ केलं. विंडोसीट मिळालेल्या शेफालीला खालचं विहंगम दृश्य दिसत होतं. उंच इमारती खेळण्यातल्यासारख्या वाटत होत्या. डोंगर रांगा आणि मधल्या दऱ्या दिवाळीत केलेल्या किल्ल्यांसारख्या भासत होत्या. माणसं रांगोळीच्या ठिपक्यांसारखी दिसत होती.

शेफाली हे सारं पाहाण्यात रमलेली असतानाच विमान ढगांत शिरलं. खालचं दृश्य काळ्या पटलाआड गेलं. सकाळी सात वाजता उडालेलं विमान सव्वादोन तासांत दिल्लीला पोहोचणार होतं. त्यानंतर लगेच एन. एम. रुग्णालयात जायचं म्हटलं, तरी दहा-साडेदहा वाजणार होते.

शेफालीच्या शेजारी बसलेला उदय सकाळचे पेपर वाचण्यात गुंतला होता. शेफालीला काल रात्री चांगली झोप लागली नव्हती. संध्याकाळी नीरजशी झालेलं बोलणं आणि सकाळी लवकर उठून एअरपोर्टवर जायची घाई यांमुळे तिची झोप अपुरी राहिली. तिने सीटवर मागे डोकं टेकून डोळे मिटून घेतले...आणि नीरजची कालची भेट नजरेसमोर तरळू लागली.

‘‘हाय, हाऊ द थिंग्ज आर?’’

नीरजने नेहमीप्रमाणेच शेफालीला पाहाताच म्हटलं. गेले काही दिवस दोघांमध्ये

एक प्रकारचं शीतयुद्ध चाललं होतं. पण असं काही घडत असल्याचं नीरजच्या चेहऱ्यावरून दिसत नव्हतं. वास्तविक *थिंग्ज आर गोईंग रॉंग* असा प्रकार होता. तरीही शेफाली औपचारिकतेने बोलली ''*फाइन* !''

दोघंही जुहू बीचवर आली.

''चल... थोडं पाण्यात जाऊ या.'' नीरज म्हणाला. दोघंही किनाऱ्यावर येणाऱ्या लाटांमधून पावलं जेमतेम ओली होतील, अशा बेताने चालू लागली. चालताचालता नीरज शीळ घालत होता. शेफाली गप्प गप्प होती. अचानक ती थबकली. नीरज त्याच क्षणाची वाट पाहात होता.

''बोल, काय अर्जंट काम आहे?''

''नीरज, आय थिंक इट्स ओव्हर!''

''ओव्हर? काय संपलं? कशाबद्दल बोलतेस तू?''

''आपल्या संबंधांबद्दल!'' शेफाली शांतपणे ठाम स्वरात बोलली आणि नीरजने एकदम धक्का बसल्यासारखं दाखवलं.

''म्हणजे? तुला काय म्हणायचंय, ते स्पष्ट सांग ना.''

''मला काय म्हणायचंय, ते तुला चांगलंच समजलंय. उगाच कशाला वेड पांघरून पेडगावला जायचं?''

''मला खरंच काही कळत नाहीये.''

''कळतंय तुला... पण वळत नाहीये. आपल्या नात्यात एक प्रकारचा दुरावा निर्माण झाल्याचं आपण एकमेकांपासून किती दिवस लपवून ठेवणार आहोत? कधीतरी याचा सोक्षमोक्ष लावायलाच हवा ना...''

''अगं पण.. इतक्या तडकाफडकी...''

आता जास्त वेळ गमवायची शेफालीची तयारी नव्हती. उगाच तर्क-वितर्कात वेळ घालवण्यात काय अर्थ होता? सारं काय ते एकदाच संपवून टाकायचा निर्णय तिने घेतला होता. म्हणूनच तिचं म्हणणं होतं... *इट्स ओव्हर* !

''हो. हा निर्णय याच टप्प्यावर घेतलेला बरा.''

''पण का?''

''नीरज, सहजीवनात स्वभावांची जुळणी महत्त्वाची असते. थोडीफार तडजोड मीही समजू शकते. पण दोन्ही बाजूंनी ती फार नसावी, असं मला वाटतं. विचारांचं ध्रुवीकरण झालेलं लक्षात येत असेल, तर एकत्र यायचंच कशाला? तुझे नि माझे जीवनविषयक मूलभूत सिद्धान्तच निराळे आहेत. मला काहीही करून पैसा मिळवण्यात इंटरेस्ट नाही. आपल्या डॉक्टरी व्यवसायात तर नाहीच नाही. हा व्यवसाय असला, तरी

नोबल व्यवसाय आहे... रादर असायला हवा. काल - परवापर्यंत आपण समव्यावसायिक मित्र होतो. त्यातूनच जवळीक वाढून जीवनसाथी व्हायचं ठरवलं. परंतु गेल्या काही दिवसांतल्या घडामोडी पाहाता पती-पत्नी म्हणून आपले वारंवार खटके उडतील, हे निश्चित. हवा कशाला हा संघर्ष? त्यापेक्षा पूर्वीसारखेच दूर राहू. कदाचित चांगले मित्र म्हणूनही वावरता येईल.''

बोलता बोलता शेफालीला धाप लागली होती. डोळे दगा देतायत, असं वाटत होतं. पण तिने स्वत:ला सावरलं. दृढ निश्चयाने पर्समधून एक डबी बाहेर काढाली.

''नीरज, तू मला दिलेली ही एन्गेजमेंट रिंग मी आज तुला परत करतेय. आपलं नातं आता केवळ परिचिताचं!'' बोलता बोलता शेफालीला हुंदका आला. तिने डोळे गच्च मिटून घेतले आणि तिला नजरेसमोर एक गोड गोष्ट दिसू लागली...

नीरज अशाच एका संध्याकाळी उत्साहात इथेच आपल्याला म्हणाला होता, ''शेफाली, लहानपणीची ती गोष्ट आठवतेय. एक राजकुमार घोड्यावरून दौडत येतो आणि अलगद राजकुमारीला कवेत घेतो... तिच्या स्वप्नातल्या राजकुमारीला कवेत घेतो.. तिच्या स्वप्नातला राजकुमार प्रत्यक्षात अवतरलेला पाहून ती धुंद होते...'' बोलता बोलता नीरजने तिचा हात हाती घेत हिऱ्याची अंगठी हळूच तिच्या बोटात सरकवली होती... त्या वेळी तरी आयुष्यातल्या सर्वोच्च क्षण अनुभवण्याचा आनंद तिला मिळाला होता नि आज डबडबलेल्या डोळ्यांनी तिने नीरजकडे पाहिलं. तोही दुखावला होता *पार्टिंग इज ऑलवेज पेनफुल*... मग तो दुरावा मतभेदावर आधारित का असेना... मनाला क्लेश देतोच.

तिने क्षणभरच नीरजच्या चेहऱ्याकडे पाहिलं आणि आतून सारं बळ एकवटून ती त्याच्याकडे पाठ फिरवून चालायला लागली. तो पुतळ्यासारखा स्तब्ध होऊन तिच्या पाठमोऱ्या आकृतीकडे पाहात राहिला. तिला थांबवण्याचं त्याला सुचलं नाही किंवा धैर्यच झालं नाही.. त्याला फक्त आठवत होतं. एन्गेजमेंट रिंग आणि तिला ती दिल्यावर घेतलेलं तिचं हळूवार चुंबन. आता तेवढीच आठवण त्याच्या मनात उरली होती... नि हातात परत आलेली हिऱ्याची अंगठी!

''काय झालं शेफाली?'' कोणीतरी काहीतरी विचारतंय, हे तिच्या लक्षात आलं. ती एकदम जागी झाली.

''तू रडतेयस का?'' शेजारी बसलेला उदय विचारत होता.

''काही नाही.'' तिने डोळे टिपत म्हटलं.

''वाईट स्वप्न पडलं का?''

स्वप्न कसलं? सत्यच... पण तेही स्वप्नवतच.

"उदय, आय ॲम ऑलराइट." म्हणत ती सीटबेल्ट सोडवत उठली आणि म्हणाली,

"जरा फ्रेश होऊन येते."

"शुअर!" काय झालं असेल हिला? उदय विचारात पडला, एनी पर्सनल प्रॉब्लेम, की एच. स्टेटीन प्रकरणाचं टेन्शन?"

फ्रेश होऊन आलेल्या शेफालीचा चेहरा प्रसन्न दिसत होता. एच. स्टेटीन प्रकारच्या मुळाशी जाऊन वैद्यकीय व्यवसायात काही जणांनी मांडलेला बेफिकिरीचा डाव उधळून लावण्यासाठी कटिबद्ध झाल्याचा आत्मविश्वास होता. गोखले हॉस्पिटलच्या दोन डॉक्टरांचा बळी घेणाऱ्या गुन्हेगारांना शोधून सजा देण्याचा विडा तिने मनोमन उचलला होता. तिचं हे क्षणात बदललेलं रूप पाहून उदयला विस्मय वाटला.

"या औषधाचा तपास करण्यासाठी मुंबईतून एवढ्या तातडीने?"

एन. एम. रुग्णालयाचे डॉ. कार्तिक आश्चर्याने डॉ. उदय आणि शेफालीकडे पाहात उद्गारले,

"हो, तशीच इमर्जन्सी आली म्हणून..."

"इज इट्? घडलंय तरी काय नेमकं?

"थोडक्यात सांगतो." उदय सांगू लागला.

एच. स्टेटीनचं भारतातलं यशस्वी परीक्षण, दिल्लीच्याच वितरकाकडून वितरणाचे प्रयत्न आणि गोखले रुग्णालयाचे डॉ. गायकवाड आणि डॉ. मराठे यांच्या रहस्यमय हत्या... नि सर्वांत महत्त्वाचं म्हणजे, एच. स्टेटीन घेतलेल्याच रुग्णांचा लिव्हर फंक्शन फेल्युअरने ओढवलेला मृत्यू!... डॉ. कार्तिक उदयचा प्रत्येक शब्द काळजीपूर्वक ऐकत होते. उदयचं बोलणं थांबल्यावर डॉ. शेफालीने स्वतःची ओळख करून देत या प्रकरणातले बारकावे त्यांच्या कानावर घातले. काही पोस्टमॉर्टेमचे धक्कादायक रिपोर्ट्स त्यांच्यासमोर ठेवले.

अनेक सेमिनार्समध्ये एकत्र येण्यापूर्वीही डॉ. कार्तिक डॉ. उदयला ओळखत होते. डॉक्टर होण्याआधी विद्यार्थी म्हणून ते मुंबईला आले तेव्हा या दोन वर्ष मागे असलेल्या मराठी मुलाशी त्यांची मैत्री झाली होती. वारंवार त्याच्या घरी जाऊन त्यांना बऱ्यापैकी मराठी यायला लागलं होतं. ग्रामीण भागात इंटर्नशिप करतानाही दोघांना परस्परांच्या अनुभवाचा फायदा होत होता. नंतर डॉ. कार्तिक घरी दिल्लीला परतले. तिथे त्यांच्या बिझनेसमन वडिलानी खरंतर क्लिनिक उघडण्याची तयारी केली होती... पण त्यांनीच एन. एम. सारख्या मोठ्या रुग्णालयात काही वर्ष काढण्याचं ठरवलं आणि अल्पावधीतच नाव कमावलं.

"वेल, मी उदयला अरे – तुरे करतोय, दोन वर्षांनी लहान आहे तो माझ्यापेक्षा."

"म्हणजे मी सहा वर्षांनी," शेफाली हसून बोलली.

"तेच म्हणतो, तुलाही नावाने बोलावलं, तर चालेल ना?"

"प्रश्नच नाही, सर."

"अं... सर नाही, कार्तिक. तर काय म्हणत होतो मी... हां तुम्हांला कदाचित कल्पना नसेल, पण आमच्या एन. एम. रुग्णालयातही या एच. स्टेटीनचं परीक्षण होणार होतं. डॉ. बादल ते परीक्षण करत होते."

"मग?"

"त्यांचं काम सॅटिसफॅक्टरी नसावं, अशी कुजबूज तेव्हा होत होती. नंतर मात्र काही चर्चा कानी आली नाही."

"पण लिव्हर एन्झाइमच्या आय मीन एसजीपीटीच्या वाढीमुळे मरण पावलेल्या काही केसेस तुमच्या रुग्णालयात घडल्या?"

"वेल्...ते डिपार्टमेंट निराळं असल्याने... मला ठाऊक नाही!"

"ओके! आपण डॉक्टर बादलना भेटू शकतो?"

"नाही. एच. स्टेटीन परीक्षणानंतरच त्यांच्याविषयी काहीबाही बोलण्यात येऊ लागलं आणि ते राजीनामा देऊन निघून गेले."

"मग आता कुठे असतील ते?"

डॉ. कार्तिक यांनी वर हात दाखवला.

"म्हणजे?"

"काही दिवसांपूर्वीच त्यांचा एका कार ॲक्सिडेंटमध्ये मृत्यू झाला."

उदय आणि शेफालीने परस्परांकडे सूचक नजरेने पाहिलं.

"मग, एच. स्टेटीनच्या परीक्षणाचं पुढे काय झालं?"

"मला वाटतं, दिल्लीत त्याबद्दल कोणी जास्त इंटरेस्ट दाखवला नाही. पण जी काही चाचणी झाली होती, त्यात डॉ. बादल यांचे सहकारी होते. मला वाटतं, डॉ. कान्जू."

"त्यांच्याकडून ते रिपोर्ट्स मिळतील पाहायला?"

"हो. पण तास-दीड तास लागेल."

"नो प्रॉब्लेम."

"येस, आपला लंच घेऊन येऊ आणि डॉ. कान्जूला भेटू."

"ओके!"

एच. स्टेटीनच्या चाचणी आणि परिणामांची माहिती जाणून घेण्यासाठी मुंबईहून

दोन डॉक्टर आलेत, हे कळल्यावर हॉ. कान्जू सावध झालेले दिसले.

"तुम्ही म्हणता, तसं परीक्षण झालं होतं खरं, पण आता हे सारंच इतिहासजमा झालंय. डॉ. बादलही गेले. त्यामुळे ते पेपर्स शोधायला बराच वेळ लागेल." असं डॉ. कान्जू म्हणाले, पण आम्ही डॉ. कार्तिक यांच्या आश्वासनामुळे मोठ्या आशेने तुमच्याकडे आलोत, असे उदयने वारंवार सांगताच मोठ्या नाखुशीने डॉ. कान्जू यांनी ते पेपर्स फोटोकॉपी करून दिले खरे. पण त्यातली महत्त्वाची माहिती गायब होती.

रिपोर्ट्स डॉ. उदयकडे देताना डॉ. कान्जूनी स्पष्ट केलं की, औषधाच्या परिणामांविषयी त्यांना काही देणं-घेणं नाही. अमेरिकेत स्मिथ फार्माकडून मिळालेल्या रिझल्टवरून त्यांनी फायनल रिपोर्ट बनवला होता.

ती फाइल घेऊन बाहेर पडताना शेफाली उदयला म्हणाली, "हा काय प्रकार आहे? अमेरिकन फार्मा कंपनी सांगते आणि हा माणूस त्यांना हवे तसे रिपोर्ट्स बनवतो. याचा अर्थ काय? रुग्णांवर औषधाचा काय परिणाम होईल याची फिकीर कोणालाच नसावी?"

"कूल डाऊन शेफाली. आजचं जगच असं आहे. सर्वच क्षेत्रांत मालप्रॅक्टिस बोकाळलीय. मग आपलं फिल्ड त्याला अपवाद कसं असेल?"

"अरे, पण मूळ औषधातच गडबड असतानाही?"

नव्या जगाची रीत बनलेली ही 'विपरीत' करणी शेफाली आजपर्यंत केवळ ऐकून होती. पण आता तिला त्याचे ढळढळीत पुरावे दिसू लागले होते.

"उदय, माणूस आजारी पडला की, तो ईश्वराइतकाच डॉक्टरवर विश्वास ठेवतो. हे आपण अनेकदा अनुभवलंय. त्यांच्या डोळ्यांतले भाव आपल्याला देवदूत समजणारे असतात. म्हणून डॉक्टर पेशंटचं नातं अतूट विश्वासाचं असलं पाहिजे पण एखाद्या डॉक्टरने या विश्वासाला तडा जाऊ दिला तर?"

"तर काहीच नाही. कारण असा विचार एखादी शेफाली किंवा एखादा उदय करतो... बाकीचे?"

"असं कसं म्हणतोस? असे अनेक उदय आणि शेफाली असतील आपल्या व्यवसायात. तेही परिस्थितीला शरण जात असतील. किंवा बंडखोरीचं डेरिंग करता येत नसेल त्यांना."

"खरं आहे तुझं म्हणणं... पण साध्या तरी एच. स्टेटीनची लढाई आपल्या दोघांनाच लढायचीय. बघू या, हळूहळू कोण साथ देतंय ते."

दिल्लीतलं काम आटोपून उदय - शेफाली रात्रीच मुंबईला परतली. शेफालीला जास्तच थकल्यासारखं वाटत होतं.

''कसा आहे मेरा खोया खोया चांद?'' नीरजच्या गालावर टिचकी मारत माधवीने खट्याळपणे विचारलं, ''काय रे, काय झालंय? भांडलास की काय शेफालीशी?''

पंचतारांकित हॉटेलच्या बारमध्ये बसल्यापासून नीरज कुठेतरी हरवल्यासारखा वाटत होता. म्हणून माधवी खोदून खोदून विचारत होती. नीरजने मद्याचे दोन घुटके घेतले.

''हे बघा, इथे असं उदास बसायचं असेल, तर सरळ घरी जाऊ या. मला फार काळ चिंताक्रांत राहता येत नाही!''

माधवीने अल्टिमेटम देताच नीरजचं तोंड उघडलं.

''काल संध्याकाळी शेफाली भेटली.''

''हे बरं आहे तुझं... कधी शेफाली कधी मी... नॉटी बॉय. बट सी, आय ॲम नॉट 'जे'ऑफ एनीबडी.''

''लिसन माधवी! डोंट गेट मी रॉंग....काल तिने मला अर्जंट कामासाठी बोलवलं होतं.''

''हं, लगेच लग्न करायचा हट्ट धरला असेल?''

''नाही तिने घटस्फोट घेतला...''

''म्हणजे?...''

''लग्नाआधीच घटस्फोट झाला आमचा. काल शेफालीने मी तिला दिलेली एन्गेजमेंट रिंग परत दिली आणि आमच्या संबंधांना पूर्णविराम दिला.''

''एवढंच ना! नसेल तिला तुझ्यात इंटरेस्ट. थोडक्यात सुटलास. मी आहे ना! कम ऑन चिअर्स!''

''तुला गंमत वाटतेय माधवी. पण मी हर्ट झालोय खूप.''

''कशामुळे? तिच्या नकारामुळे की, तिने तुझा पुरुषी अहंकार दुखावल्यामुळे?''

''नाही. एच. स्टेटीन औषध पेशंटना धोकादायक ठरतंय आणि त्याविरुद्ध आवाज उठवायला हवा, असं तिला वाटतं. डॉक्टर मंडळी फार्मा कंपन्यांना जे सहकार्य करतात, ते तिला पसंत नाही. तिच्यामते, त्यातून येणाऱ्या झटपट श्रीमंतीपेक्षा प्रिन्सिपल्स आणि व्यावसायिक एथिक्स महत्त्वाची. मी सिंगापूरला स्मिथ फार्माच्या टूरवर गेलेलं तिला बिलकूल आवडलं नाही.''

''फर्गेट इट! मूर्ख आहे शेफाली. बदलत्या जगाचे बदलते कायदेकानून तिला कळत नाहीत. अगदीच बाळबोध आदर्शवादी दिसतेय. म्हणून म्हणते, बरं झालं. सुटलास त्या आजीबाईच्या तावडीतून... अरे, अनेक औषधांचे साइड इफेक्टस् असतात. हे सर्वमान्य आहे. म्हणून काय डॉक्टरकी सोडायची? मुळात ही असली निष्फळ चर्चा

करायचीच कशाला?''

नीरज माधवीचं म्हणणं लक्षपूर्वक ऐकत होता. त्याच्या मनाला सुखावणारंच ती बोलत होती.

''ही शेफाली इतरांकडून फार अपेक्षा ठेवून स्वत:लाच दु:खी करणाऱ्या जमातीतली आहे. आधी इतरांकडून अवास्तव अपेक्षा ठेवायच्या आणि मग पस्तावायचं, असा या लोकांचा एककलमी जीवनक्रम असतो... माझं म्हणणं ऐकशील नीरज?''

''हं!''

''उद्यापासून माझ्याकडे राहायला ये.''

नीरजने चकित होऊन माधवीकडे पाहिलं.

''आश्चर्य वाटलं ना? तुला आठवतंय, नीरज, सिंगापूरमध्ये आपण क्रूझ-राइडवर असताना मी तुला म्हटलं होतं की, मला दोनच गोष्टींत रस आहे... पैसा आणि पुरुष! पैसा तर माझ्याकडे आहेच... नि पुरुष म्हणून तू मला आवडलायस. आता मी तुला आवडते की नाही, ते तू ठरवायचं.''

''तू मला आवडतेस यात शंकाच नाही. पण लग्नाचं म्हणशील तर...''

''वेडा की खुळा? तुला लग्न करायला कोण सांगतंय. मला नवरा नव्हे, पुरुषात इंटरेस्ट आहे. लिटरभर दुधासाठी म्हैस कशाला खरीदायची? गॉट इट? जस्ट मैत्री... लिव्ह इन रिलेशनशिप...''

''वॉव्! आय ॲग्री. मग उद्या कशाला, आजपासूनच येतो तुझ्याकडे. चालेल?''

''बाय ऑल मीन्स माय डियर'' म्हणत तिने त्याचा हात हाती घेऊन त्याच्या तळहाताचं दीर्घ चुंबन घेतलं.

त्या रात्री माधवीच्या बेडरूममध्ये नीरज आणि माधवीचा कामोत्सव रंगला असताना शेफाली तिच्या घरी दमून-भागून बेडवर पहुडली होती. विमान प्रवास असला, तरी एका दिवसात दिल्लीची ट्रिप जरा हेक्टिकच झाली.

बेडवर पडल्या पडल्या तिच्या मनात विचार येत होता. एच. स्टेटीनची अधिक माहिती मिळवण्यासाठी उद्या डॉ. माधवीला भेटायला हवं.

कार पार्क करून शेफाली क्यूईएम रुग्णालयाच्या आवारात उतरली. यापूर्वीही तिने हा परिसर अनेकदा पाहिला होता. ब्रिटिश अमदानीत स्थापन झालेलं हे भव्य रुग्णालय आता जगद्विख्यात झालं होतं. दरवर्षी इथून सुमारे दोन हजार विद्यार्थी वैद्यकीय पदवीचं आणि पदव्युत्तर शिक्षण घेऊन बाहेर पडत होते. दोन हजारांच्या आसपास खाटांची सोय असलेल्या या रुग्णालयात दरवर्षी वीस लाखांहून अधिक रुग्ण

उपचार करून घेत होते. हे हॉस्पिटल आणि बाजूची मेडिकल कॉलेजची इमारत हे शेफालीचं स्फूर्तिस्थान होतं. इथेच तिचं वैद्यकीय शिक्षण झालं होतं. आणि वैद्यकीय व्यवसाय सुरू करताना तिने रुग्णसेवेची शपथ घेतली होती.

देशातल्या अनेक आधुनिक उपचार पद्धतींचा आरंभ येथेच झाला होता. इथल्या नामवंत आणि समर्पित वृत्तीच्या अनेक ज्येष्ठ डॉक्टरांनी भूतकाळात वैद्यकीय व्यवसायाला उत्तुंग परिमाण दिलं होतं. भविष्यातही इथे असं संशोधन आणि कळकळीच्या वृत्तीने कार्य करणारी डॉक्टर मंडळी निर्माण होणार यात कुणाला संशय नव्हता. म्हणूनच तिथल्या भव्य प्रांगणात उभं असताना आपल्या भोवती या तपस्वी वास्तूचं कवच आहे, असं शेफालीला वाटलं. एक नैतिक बळ प्राप्त झालं.

''काय गं? आपलंच मेडिकल कॉलेज काय पाहातेयस?''

डॉ. उदयच्या आवाजाने शेफाली भानावर आली.

''या वास्तूत आलं की, प्रेरणा मिळते उदय. केवढं ऐतिहासिक कार्य झालंय या इमारतीतून. म्हणूनच मनात आलं की, आपल्या शोधयात्रेत क्यूईएम रुग्णालयाची मदत झाली, तर तिला वजन प्राप्त होईल.''

''शुअर...! प्रयत्न करायला काय हरकत आहे?''

''येस, व्हेअर देअर इज अ विल...''

''देअर इज अ वे!'' उदय हसत म्हणाला.

गोखले हॉस्पिटलच्या डीननी क्यूईएम रुग्णालयाच्या डीनशी बोलणं केलं होतं. त्यामुळे शेफाली आणि उदय यांना त्यांना भेटण्यात कोणतीच अडचण आली नाही. डीन रामप्रकाश यांच्याबरोबर सुपरिंटेंडंट डॉ. अत्रे आणि ॲनिमल लॅबचे प्रमुख डॉ. बसू होते.

औपचारिक परिचयानंतर शेफालीने एच. स्टेटीनच्या गोष्टी सुरू झाल्यापासून घडणाऱ्या एकेक विपरीत घटनेचा थोडक्यात पाढा वाचला. आधी डॉ. गायकवाड यांचा गूढ मृत्यू... अनेक रुग्णांचा लिव्हर खराब होऊन ओढवलेला मृत्यू आणि अलीकडेच एच. स्टेटीनला चांगल्या औषधाचं सर्टिफिकेट देणारे डॉ. मराठे यांचाही खून ! हे सारंच संशयास्पद आहे. वैद्यकीय व्यवसायावर लादलेलं कुटिल कारस्थान आहे, हे शेफालीने तडफदारपणे नेमक्या मुद्द्यांनिशी मांडलं.

''आणखी कुठे या औषधाचं परीक्षण झालं होतं?'' डीननी विचारलं.

''दिल्लीत!'' मग उदयने दिल्लीची हकिकत सांगितली.

''सर, दिल्लीच्या डॉक्टरने आमच्याशी ज्या प्रकारे बातचीत केली, त्यावरून असं वाटतंय की, त्यांनी या औषधांची चाचणी अर्ध्यावरच सोडली... मुंबईतल्या दोन

डॉक्टरांच्या गूढ हत्येविषयी सांगितलंच शेफालीने पण सर, दिल्लीतही याच औषधाशी निगडित डॉ. बादल यांनी नोकरीचा राजीनामा देताच त्यांचा अपघाती मृत्यू व्हावा, हा योगायोगही विचित्र वाटतो.''

''आणखी कोणाचं मत याबाबत अपेक्षित आहे?''

''डॉ. माधवी कामथ... पण इतर तीन चाचण्या संतोषजनक असल्याचं मला आणि शेफालीलाही वाटत नाही. त्यामुळे ससे आणि उंदरांवर या औषधाची चाचणी पुन्हा व्हावी असं आमचं मत आहे. सर, त्यासाठीच क्यूईएमच्या प्रसिद्ध ॲनिमल लॅबचं सहकार्य मिळावं, अशी विनंती आहे.''

डीन रामप्रकाश यांनी डॉ. बसूंकडे पाहिलं. त्यांनी आणि डॉ. अत्रे यांनी ही होकारार्थी मान हलवली. ते पाहून खूश झालेली शेफाली काही बोलणार, इतक्यात डॉ. बसू बोलले,

''पुनर्चाचणी शक्य आहे. पण त्यासाठी दिल्लीहून मेडिकल रिसर्च काऊन्सिलची परवानगी लागेल.''

''येस! डॉ. बसू म्हणतात ते खरं आहे.'' डीननी दुजोरा दिला.

ते ऐकताच उदय-शेफालीच्या चेहऱ्यावर निराशा पसरली.

''सर, या प्रक्रियेत महिना-दोन महिने सहज निघून जातील. तोपर्यंत या औषधामुळे किती रुग्णांवर संकट ओढवेल? काय सांगावं?''

''तुमचंही म्हणणं खरं आहे. शिवाय तुमची कळकळ मला दिसतेय. पण यंग डॉक्टर्स,एक लक्षात घ्या. काही फॉर्मल प्रोसिजर्स आवश्यक असतात. प्राण्यांवर प्रयोग करण्यासाठी त्याची आवश्यकता पटवून द्यावी लागेल. अन्यथा उद्या कोणीही उठसूठ अशी मागणी करेल. आय होप यू अंडरस्टँड, व्हॉट आय से....''

''एक गोष्ट मी करू शकतो. मेडिकल रिसर्च काऊन्सिलमध्ये माझी चांगली ओळख आहे. काम लवकर होण्याच्या दृष्टीने काही करता आलं, तर पाहातो.'' डॉ. बसू बोलले.

तिथून बाहेर पडताना शेफाली उदास स्वरात बोलली, ''उदय, आपण एच. स्टेटीनचे भयंकर परिणाम लवकर सिद्ध करू शकलो नाही, तर आणखी किती जणांच्या जिवाशी खेळ होईल.''

उदय काहीच बोलत नव्हता. त्याने शेफालीला इतकं निराश कधीच पाहिलं नव्हतं.

''ओह्, व्हॉट अ सरप्राइज! तू मला भेटायला अशी अचानक? बस.''

डॉ. माधवीने शेफालीचं तोंड भरून स्वागत करत पुढे म्हटलं,

"काय काम काढलंस माझ्याकडे? काही विशेष?" माधवीला वाटलं शेफाली नीरजचा विषय काढेल की काय...

"एक अर्जंट काम होतं."

"बोल ना. आय ॲम ऑलवेज देअर टू हेल्प यू आऊट"

ठाम निश्चय करूनच शेफाली आली होती. एच. स्टेटीनविषयी अधिक माहिती माधवीकडूनच मिळणं शक्य होतं. त्यामुळे तिने तडक रुग्णालयात जाऊनच तिची गाठ घ्यायची ठरवलं होतं.

"काय घेणार चहा, कॉफी की सॉफ्ट ड्रिंक?"

"कॉफी!"

"बोल."

"डॉक्टर म्हणून मला एक सांग माधवी, या एच. स्टेटीन औषधाविषयी तुझं काय मत आहे?"

"ओह, एच. स्टेटीन चांगलं ड्रग आहे. मी माझ्या पेशंटना नेहमीच प्रिस्क्राइब करते. का गं? एकदम एच. स्टेटीनचं काय?"

वास्तविक एच. स्टेटीन प्रकरणावरून नीरज – शेफालीचं नातं तुटल्याचं माधवीला ठाऊक होतं. पण तसं अजिबात न दाखवता इतरांच्या मनात काय आहे, ते काढून घेण्याचा तिचा स्वभाव होता.

"या औषधाची चाचणीही तू केली होतीस ना? त्या वेळी या औषधाचा लिव्हरवर काही विपरीत परिणाम झाल्याचं निदर्शनाला आलं होतं?"

"लिव्हर? नॉट ॲट ऑल! काही रुटिन साइडइफेक्ट्स जरूर होते. पण अगदीच मायनर, तत्कालिक, बिलकूल धोकादायक नसलेले..."

शेफाली माधवीकडे एकटक पाहात होती. किती सफाईदार खोटं बोलू शकते ही...तिची ती टोचणारी नजर असह्य होऊन माधवीने विचारलं,

"बाय द वे, तुला हे सगळं कशासाठी हवंय?"

"अं... काही खास कारण नाही... पण आमच्या मराठेसरांनीही या औषधाची ट्रायल घेऊन, ते चांगलं असल्याचा निर्णय दिला होता, पण नंतर तेच एकदा म्हणत होते की, या औषधाचे काही अनपेक्षित साइड इफेक्ट्स जाणवतायत म्हणून..."

"इज इट्? अगं, असं वाटतं काही वेळा... पण त्या दुष्परिणामांची वेगळीही कारणं असू शकतात. मराठे सरांच्या नंतर लक्षात आलंच असतं... पण त्यांचा किती ब्रूटली मर्डर झाला नाही? हाऊ सॅड!"

“मराठेसर या औषधाच्या पुनर्चाचणीचाही विचार करत होते...” शेफालीने खोटंच सांगितलं.

“ओह, पण आता त्याचा काय उपयोग? बाय द वे, माझ्या पेशंट्सकडून कोणतीही तक्रार नाही. सो, आय ॲम हॅपी! लेट्स फर्गेट धिस. बोल, एवढंच काम होतं, की आणखी काही?”

हिला ही गोष्ट ‘एवढीशी’च वाटणार. हितसंबंध गुंतलेत ना! पण मीही गप्प बसणाऱ्यातली नाही. शेफाली विचारात पडलेली पाहून माधवी म्हणाली,

“बाय द वे, शेफाली... कालच तुझा विषय निघाला होता.”

“माझा?”

“हो. नीरज आणि मी बारमध्ये बसलो होतो, तेव्हा तुझी आठवण आली. तुझा नीरज म्हणजे एकदम मस्त माणूस आहे. सिंगापूरला आमची खरी ओळख झाली. ही इज अ वंडरफुल मॅन. यू आर लकी शेफाली. यू हॅव हिम! तू का गं नाही आलीस सिंगापूरला?”

ही माधवी किती कावेबाज आहे, ते शेफालीला जाणवत होतं... नीरजच्या मतपरिवर्तनाचं हे कारण आहे तर! आणि ही मला मुद्दामच ‘तुझा’ नीरज म्हणतेय... खरं काय ते हिला पक्कं ठाऊक आहे. पण आत्ताच चिडून उपयोग नाही. हिच्याच ‘भाषेत’ हिला उत्तर द्यायला हवं.

“माधवी, तू काय किंवा नीरज काय, तज्ज्ञ डॉक्टर आहात. मी काय साधी पॅथॉलॉजिस्ट. मला सिंगापुरी ट्रिपचा खर्च कसा परवडणार? म्युनिसिपल हॉस्पिटलचं पे-स्केल तुला माहीतच आहे... बट ऑफ कोर्स आय ॲम हॅपी विथ माय जॉब अँड हॉस्पिटल टू.”

माधवीने खुर्चीवरून उठताउठता हसत म्हटलं आणि ‘थँक्स्’ म्हणत शेफाली निघालीसुद्धा! माधवीला पुढे काही बोलण्याची संधी न देता ती केबिनमधून बाहेर निघताच माधवी स्वत:शी पुटपुटली, फॉर युवर इन्फर्मेशन शेफाली ‘तुझा’ नीरज आता ‘माझा’ झालाय!”

शेफालीच्या तीक्ष्ण कानांनी ते अचूक टिपलं. ती गर्रकन् मागे वळून ताडकन् म्हणाली, “कॉन्ग्रॅट्स! एन्जॉय हिज कंपनी. ऑल द बेस्ट!”

माधवी तिच्याकडे पाहातच राहिली.

संतापाच्या भरात ती लिफ्टने उतरण्याऐवजी धाडधाड जिना उतरून खाली आली. कारमध्ये बसताच तिच्या मनात आलं. एका क्षणात किती बदलला नीरज... पक्का लोभी आहे. लागलाय माधवीपुढे गोंडा घोळायला पण ती पाळीव प्राण्यापेक्षा

जास्त किंमत देत नाही हे लवकरच कळेल मूर्खाला. सरड्यासारखे रंग बदलणाऱ्या या माणसापासून सुटका करून घेतली, ते उत्तमच झालं.

ती कार सुरू करणार इतक्यात कोणीतरी हाक मारली.

"शेफाली मॅडम..."

"अरे, कौशिक तू?"

डॉ. कौशिक काही काळ गोखले रुग्णालयात तिच्याच डिपार्टमेंटमध्ये होता. जास्त पगाराची नोकरी मिळाली म्हणून माधवीच्या हॉस्पिटलमध्ये आला होता.

"काय रे, कसं चाललंय?"

"मस्त! तुम्ही कशा आहात? आपले सर डॉ. गायकवाड यांचा खून झाल्याचं ऐकून मोठा धक्का बसला. वाईटही वाटलं... आणि अलीकडेच मराठेसरांची पण..."

"हा सगळा त्या एच. स्टेटीनचा प्रताप." शेफाली स्वत:शीच बोलली.

"मॅम, तुम्ही डॉ. माधवींना भेटायला आला होता ना?"

"हो, तिथूनच येतेय. चल, तुला कुठे ड्रॉप करू?"

"दादरला, मॅम. तिथे एक काम आहे."

"बस...!"

कौशिक कारमध्ये बसताच शेफालीने त्याला विचारलं, "तुला तुमच्या हॉस्पिटलमध्ये झालेल्या एच. स्टेटीनच्या ट्रायलविषयी काही माहितेय?"

"का? त्यासाठीच डॉ. माधवीना भेटलात?"

"हो."

"मग? काय म्हणाल्या त्या?"

"त्या म्हणतात की, एच. स्टेटीन चांगलं औषध आहे. त्याचे कोणतेही दुष्परिणाम नाहीत."

"मला वाटलंच..."

"म्हणजे?"

"त्या तसंच म्हणणार. मॅम, एच. स्टेटीनची टेस्ट इथे झाली असती, तर ब्लड सॅम्पल्स माझ्याचकडे आली असती ना?"

"..."

"डॉ. माधवी खरं सांगतायत. एच. स्टेटीनचे दुष्परिणाम नाहीत असंच त्यांना वाटणार..."

"याचा अर्थ, तुमच्याकडून त्या औषधाला ओके सिग्नल मिळायला."

"नाही!"

''स्पष्ट काय ते सांग ना? ती चाचणी कोणी केली?''

''कसली चाचणी नि कसलं काय, मॅम... चाचणीशिवायही रिपोर्ट बनवता येतो.''

''व्हॉट?''

''येस. माधवी मॅडमना कुठला एवढा वेळ? त्यांनी अमेरिकन कंपनीच्या रिपोर्ट्सवरून आपला रिपोर्ट बनवला नि...''

'माय गॉड! एवढा भ्रष्टाचार? एवढा विश्वासघात?' शेफाली मनात म्हणाली.

कौशिक सांगत होता,

''त्याचं काय झालं की, माधवी मॅडमनी तसाच रिपोर्ट बनवला, पण त्या एवढ्या मोठ्या कार्डिऑलॉजिस्ट. त्यांना कोण चॅलेंज करणार? शिवाय हॉस्पिटलचे दोन संचालकही त्यांच्याच तालावर नाचणारे. त्यांच्या व्यक्तिमत्त्वाचा प्रभावच आहे तसा.'' म्हणत डॉ. कौशिक 'व्यक्तिमत्त्व' शब्दावर जोर देत सहेतुक हसला. शेफालीला साराच प्रकार घृणास्पद वाटला.

''थँक यू कौशिक. गरज लागली, तर मीच तुला काँटॅक्ट करेन.''

''माय प्लेजर मॅम, बाय'' कौशिक दादरला उतरला.

घरी येईपर्यंत शेफालीला कोडं उलगडण्याचा आनंद होत होता. मात्र एच. स्टेटीनची रहस्यकथा जास्तच गहिरी होत चालली होती. माधवीचं बेफिकीर वागणं, नीरजचा अधाशीपणा आणि क्यूईएम हॉस्पिटलचा थंडा प्रतिसाद, हे सर्व ती क्षणात विसरली. तिने उदयला फोन लावला. चार-पाच वेळा की इन केल्यावर उदय भेटला.

''बोल.''

''मी एकदम खूश आहे.''

''का? काय घडलं. क्यूईएमकडून परवानगी मिळाली?''

''नाही, पण या गूढकथेचा एकेक धागा हाती येतोय.'' शेफालीने सारं उदयला थोडक्यात सांगितलं. शेवटी म्हणाली, ''म्हणजे आपण राइट ट्रॅकवर आहोत उदय, एच. स्टेटीनच्या दिल्ली, मुंबईतल्या सगळ्याच चाचण्या अर्धवट...आणि निष्कर्ष आधीच ठरवलेले आहेत.''

''राइट. मग आता पुढे?''

''तू सुचव ना काहीतरी.''

''माधवीच्या परीक्षणाचं गोलमाल सध्या जाहीर करायचं नाही. आणखी कोणाला हे माहितेय?''

''हो. डॉक्टर कौशिकला! त्यानेच तर मला सांगितलं.''

"ओके! आता क्यूईएमच्या डॉ. बसूंच्या मदतीने दिल्लीहून प्राण्यांवरच्या प्रयोगासाठी लवकरात लवकर परवानगी मिळवायची.''

"येस... लगेच कामाला लागू या.''

पुढच्या दोन दिवसांत दिल्लीतील कामाच्या दृष्टीने दोघांनी वेगवान हालचाली केल्या.

"डॉ. बसू तुम्ही स्वत: जबाबदारी घेत असाल, तर मी या औषधाच्या रिट्रायलची परवानगी देतो,'' दिल्लीच्या मेडिकल रिसर्च काऊन्सिलचे डॉ. गुरुदयाल शांतपणे म्हणाले.

दिल्लीच्या मेडिकल काऊन्सिलच्या प्रमुखांच्या विशाल केबिनमध्ये भारदस्त व्यक्तिमत्त्वाच्या डॉ. गुरुदयाल यांच्यासमोर डॉ. बसू, डॉ. उदय आणि डॉ. शेफाली बसले होते. डॉ. गुरुदयाल यांच्याविषयी डॉ. शेफालीने खूप ऐकलं होतं. त्यांचा वैद्यकीय क्षेत्रातला अनुभव, कौशल्य आणि राष्ट्रीय – आंतरराष्ट्रीय दबदबा हे सगळं तिला ठाऊक होतं. म्हणूनच आज त्यांच्याशी चर्चा करायला येताना तिच्या मनावर थोडं दडपण आलं होतं. डॉ. उदय त्यामानाने कूल होता. डॉ. गुरुदयाल यांनी एकदा नकार दिला, तर ती काळ्या दगडावरची रेघ, हे शेफाली जाणत होती. पण करारी मुद्रेचे डॉक्टरसाहेब स्वभावाने शांतच नव्हे, तर प्रेमळ वाटले. एखादं आदरणीय ज्येष्ठ व्यक्तिमत्त्व असावं, तसं!

दुसरी गोष्ट म्हणजे, डॉ. गुरुदयाल वेळेचे पक्के होते. दहा मिनिटं वेळ दिला, तर तेवढंच बोलणार... मग बोलणं अपुरं राहिलं, तरी त्यात बदल व्हायचा नाही. पण त्यांनी तिसऱ्याच मिनिटाला डॉ. बसूंना प्रश्न केला आणि बसू उत्तरले,

"येस. शुअर! आय विल टेक द रिस्पॉन्सिबिलिटी!''

"विचार करून उद्या सांगितलंत तरी चालेल. कारण एखाद्या औषधाची रिट्रायल म्हणजे रिसर्च काऊन्सिलच्याही विश्वासार्हतेचा प्रश्न असतो. या औषधाला एकदा परवानगी मिळाली आहे. त्यामुळे पुन्हा चाचणी घेण्याने जगभरच्या वैद्यकविश्वात त्याचे पडसाद उमटतील.''

"पण सर, जगातल्या अनेक देशांत या औषधांच्या परिणामांविरुद्ध...'' शेफाली न राहवून बोलली.

"आय नो... आय नो यंग लेडी...'' मी सारी मेडिकल जर्नल्स वाचत असतो. जगभर माझा संपर्क असतो. म्हणूनच मला वाटतंय की, व्हॉट यू से, होल्ड्स सम ग्राऊंड. तुमच्या म्हणण्यात तथ्य असावं, एवढा तरी विश्वास ठेवायला जागा आहे.

''सॉरी सर... मी इंटरप्ट केल्याबद्दल.''

''नॉट ॲट ऑल! उलट मेडिकल एथिक्ससाठी तुम्ही लढताय, हे बघून बरं वाटलं. कीप इट अप्!''

मग ते सर्वांना उद्देशून म्हणाले,

''ही रिट्रायल डबल - ब्लाइंड करावी लागेल. त्याचा अर्थ समजतोय ना, यू यंग डॉक्टर्स..?''

''येस सर, प्राण्यांवर प्रयोग करताना प्रयोग करणारा डॉक्टर आणि औषध दिल्यावर परीक्षण करणारा डॉक्टर यांना कळता कामा नये की, कुठल्या प्राण्याला खरं आणि कुठल्या प्राण्याला खोटं (प्लॅसिबो) औषध दिलंय...''

''गुड. यंग मॅन, यू सीम टू बी क्लेव्हर इनफ... ओके, डॉ. बसू, टाइम इज...''

''येस सर थँक यू!'' म्हणत डॉ. बसू उभे राहाताच उदय आणि शेफालीही अदबीने उभे राहिले. डॉ. गुरुदयालही या तिघांना सोडायला केबिनच्या दरवाजापर्यंत आले. आणि शेफालीकडे पाहात म्हणाले, ''आॅय ॲम इम्प्रेस्ड विथ युवर वर्क!''

''थँक यू सर!'' म्हणत शेकहँड करताना शेफालीच्या डोळ्यांत पाणी येणार होतं. केवढा मोठा माणूस पण किती आदबशीर वागणं.

''गो अहेड यंग डॉक्टर्स औषधांच्या रिट्रायलमध्ये तुमचं म्हणणं खरं ठरलं, तर तो वैद्यकीय इतिहासातला टर्निंग पॉइंट ठरेल. गुड लक!''

लिफ्टपाशी येईपर्यंत उदयचा फोन किणकिणला. पलीकडचा नंबर पाहून त्याच्या चेहऱ्यावरचे भाव पालटले. तो शेफालीपासून थोडा दूर गेला. दोन वाक्यं बोलून तो परतला, तेव्हा अपसेट होता. पण तसं न दाखवण्याचा प्रयत्न करत तो डॉ. बसूंशी बोलू लागला.

''एक लक्षात ठेवा, डॉ. गुरुदयाल यांना दर आठवड्याचा थेट रिपोर्ट द्यायचाय. त्यात एकदाही गफलत झाली, तर माझीही क्रेडिबिलिटी लयाला जाईल. मी केवळ तुमच्या भरवशावर शब्द टाकलाय!'' डॉ. बसू उदय आणि शेफालीकडे पाहात बोलले.

''डोंट वरी सर! आमच्यामुळे तुम्हांला कधीच खाली मान घालण्याची वेळ येणार नाही याची खात्री बाळगा.'' शेफाली म्हणाली. डॉ. गुरुदयाल यांनी केलेल्या प्रशंसेमुळे तिचा आत्मविश्वास शतगुणित झाला होता.

परतीच्या प्रवासात विमानाने टेकऑफ केल्यावर काही वेळाने उदय शेफालीच्या कानाशी कुजबुजला.

''एक बातमी आहे. बरी की वाईट ते मलाच कळत नाहीये. मुलीला न भेटण्याच्या अटीवर माझ्या बायकोने मला घटस्फोट द्यायचं कबूल केलंय.'' बोलताना

त्याच्या डोळ्यांत पाणी आलं. शेफाली यावर काय बोलणार? कजाग बायकोच्या तावडीतून सुटण्याचा आनंद त्याने व्यक्त करायचा, की प्रिय कन्येची कायमची ताटातूट होणार म्हणून दुःखात बुडून जायचं?

आयुष्य हे असंच असतं. अपेक्षांची स्वप्नं, अपेक्षाभंगाचं सत्य! शेफालीने तरी गेल्या पंधरा दिवसांत दुसरं काय अनुभवलं होतं? उदय आणि ती, दोघांनी परस्परांची नजर चुकवली. कारण दोघांच्याही डोळ्यांत पाणी दाटत होतं.

दिल्लीची ट्रिप यशस्वी झाली. मुंबईच्या रुग्णालयात एच. स्टेटीनसह प्राण्यांवर प्रयोग करण्याची परवानगी मेडिकल काऊन्सिलकडून मिळाल्याने खूश झालेली शेफाली उदयसह कामात गुंतली होती. एच. स्टेटीनचा वापर वाढण्यापूर्वीच सत्य समाजापुढे येणं आवश्यक होतं. रोजचं काम सांभाळून क्यूईएम रुग्णालयात हे संशोधन करायचं ठरलं. क्यूईएमचे डॉ. बसू त्यांना सर्वतोपरी मदत करत होतेच.

वेगवेगळ्या भागांतील केमिस्टकडून शेफाली आणि उदयने एच. स्टेटीनचा साठा खरेदी केला. औषध कुठून खरीदलं, त्याचा बॅच क्रमांक, एक्स्पायरी डेट या साऱ्याची व्यवस्थित नोंद करण्यात येत होती. बराच साठा जमा झाल्यावर डॉ. बसूंच्या ॲनिमल लॅबमध्ये प्रयोगाला प्रारंभ झाला. उंदरांवरच्या रिट्रायलची योजना डॉ. बसूंनी आखली होती.

अशा प्रकारच्या संशोधनात उंदरांना औषध टोचल्यानंतर ठराविक काळाने त्या उंदराला मारून टाकण्यात येतं. आणि मग त्याच्यावर संशोधन होतं. उंदराचं आयुष्य एरवीही कमीच असतं. त्याची शरीररचना बरीचशी मानवी शरीराशी मिळती-जुळती असते. त्यामुळे एखाद्या औषधाचा मानवी शरीरावर अनेक वर्षांनी होऊ शकणारा परिणाम उंदरावर कमी कालावधीत समजू शकतो. औषध दिलेल्या उंदराच्या रक्ताची विविध प्रकारे तपासणी होते. नंतर मारलेल्या उंदराच्या अंगांची बायॉप्सी केली जाते. प्रत्येक वेळी काय घडलं त्याची नोंद करणं अनिवार्य असतं.

प्रयोग सुरू झाले. निश्चित निष्कर्ष हाती येण्यासाठी धीर धरावा लागणार होता. शेफालीला खात्री वाटत होती की, अपेक्षित परिणाम हाती येऊन एच. स्टेटीनमुळे रुग्णांना होणारा त्रास उघडकीला येईल. या कामात ती एवढी गुंतली की, नीरजची साथ सुटल्याचं दुःखही विसरली. प्रेमभंगाचा विषाद नव्हता. नीरजला स्वतःकडे ओढणाऱ्या माधवीबद्दल असूया नव्हती. अगदी मुक्त, अलिप्त मनाने ती नव्या संशोधनात व्यग्र होती. एकच इच्छा तिच्या मनात जागत होती – डॉ. गायकवाड आणि डॉ. मराठेंना जाळ्यात पकडून त्यांची हत्या करणाऱ्यांचे कृत्य उघडकीला आणायचं, तेही विनाविलंब!

अजय चौहान यांचा मोबाईल किणकिणला. नागपूरचा हा हुशार पोलीस इन्स्पेक्टर आज नाइट ड्यूटीवर होता. पोलीस स्टेशनवर हालचाल नव्हती. अचानक अजयना वॉर्डबॉय गफूर आठवला. अनेक दिवसांत मेडिकल कॉलेजातला हा दारुड्या वॉर्डबॉय प्रत्यक्ष भेटला नव्हता की, फोनवरून त्याने काही खबर कळवली नव्हती.

मुंबईचे डॉ. गायकवाड यांची बॉडी देहदानाच्या स्वरूपात वेगळ्या नावाने मेडिकल कॉलेजला मिळाल्यावर मेडिकल स्टुडंट्स बायॉप्सी करत असताना, त्यात एक बुलेट मिळाली होती! आणि नंतर तो मृतदेह हॉस्पिटलमधून अचानक गायब झाला. यामागे दोन माणसांचा हात होता. क्लार्क कमलाकर पाटील आणि वॉर्डबॉय गफूर. मुंबईच्या डॉ. गायकवाड यांचं पंकज मोंडकर असं नामकरण करून त्यांची हत्या केलेला देह कोणीतरी हॉस्पिटलला 'दान' केला होता.

कमलाकर याविषयी फार बोलत नसला, तरी त्याला साथ देणारा दारुड्या गफूर त्याची माशूका मौसम हिच्याकडे बरंच काही बरळला होता. त्यातून 'बॉडी' नेणाऱ्यांपैकी एकाच्या, कानाची पाळी खाजवण्याच्या लकबीचं वर्णन अजयच्या लक्षात राहिलं होतं. या केसबाबत अजयची मुंबई इन्स्पेक्टर सावंतांशीही फारशी बातचीत झाली नव्हती. त्यांनी फोन हाती घेतला तोच रिंग वाजली. आता कोण? काय टेलिपथी आह! पलीकडे सावंत होते. ''हॅलो, इन्स्पेक्टर सावंत?''

''येस! बोला चौहानसाहेब... कसे आहात?'' सावंतांच्या आवाजातला उत्साह चौहानांना जाणवला.

''चाललंय. आज आमची कशी काय आठवण काढली?''

''पोलीसवाले आपण. केसशिवाय दुसरं काय असणार?''

''बोला''

''तर तुमच्या इथल्या मेडिकल कॉलेजातूनच एका डेडबॉडी मिसिंगची ती केस...''

''त्याचं काय?''

''त्यातील एका संशयिताच्या विचित्र लकबीविषयी तुम्ही बोलला होतात...''

''हो. पण आता त्याविषयी आणखी...''

''माहिती अशी हवीय की, अशी लकब असलेल्या माणसाविषयी माहिती देणाऱ्या तुमच्या त्या नागपूरच्या हॉस्पिटलमधल्या क्लार्कचं नाव काय?''

''कमलाकर पाटील.''

''गुड... मला मुंबईतही 'त्या' माणसाच्या याच लकबीला दुजोरा देणारा साक्षीदार मिळालाय.''

"कोण आहे हा संशयित?"

"ते कळायचंय."

"पण तसं सांगणारी दुसरी व्यक्ती कोण?"

चौहाननी विचारलं.

"हॅलो... नीट ऐकू येत नाहीये." म्हणत सावंतानी पुढची माहिती द्यायचं टाळून फोन बंद केला.

हा सावंत माझ्यापासून काहीतरी लपवतोय जरूर! मध्येच फोन कट् कसा होईल? मला तर छान ऐकू येत होतं... इन्स्पेक्टर चौहान मनातल्या मनात चडफडले. इकडे सावंत मात्र खुशीत होते. रंगरावला भेटून दुसरी बॅग मिळवायची होती. त्यासाठी दुसऱ्या साक्षीदाराचं नाव समजलं होतं.

सावंतांनी रंगरावला फोन केला.

"सर, तुमची क्लायंट डॉ. शेफाली मांजरेकर मुंबईच्या क्यूईएम रुग्णालयात कुठल्याशा औषधावर ट्रायल करतेय, असा माझा रिपोर्ट आहे." मुंबईहून प्रायव्हेट डिटेक्टिव्ह मनूचा असा रिपोर्ट कानी पडल्यावर राघवन हादरला. दिल्लीच्या थंड हवेतही त्याला घाम फुटला.

या पोरीची ही हिंमत? आमच्या औषधाची रिट्रायल करतेय? आधी त्या राजूच्या लकबीविषयी पोलिसांना माहिती दिली आणि आता थेट औषधालाच हात घातलाय तिने...

राघवनने अतुल अगरवालला सर्व कथन केलं. अतुलही भडकला. पण कोणतंही पाऊल उचलण्यापूर्वी मला कळव, ही निकने दिलेली ताकीद तो विसरला नव्हता. या नव्या घडामोडी अमेरिकेला त्वरित कळवणं गरजेचं होतं. अतुलने निक स्टोनला फोन लावला.

"बंद करा ती रिट्रायल. भलतेच परिणाम बाहेर आले, तर वी विल् बी नोव्हेअर!" निक चिडून बोलत होता.

"पण निक, तुला वाटतं, तेवढं हे काम सोपं नाही."

"मला शहाणपणा शिकवू नकोस अतुल. पैशाची शक्ती ठाऊक आहे ना तुला. आणि आम्ही इथून डॉलर्स ओतायला तयार आहोत... मग तुला कसली चिंता? यू जस्ट हॅव टू मॅनेज द थिंग्ज. डू इट एफिशिअन्टली. नाहीतर तुझे पैसे बुडाले म्हणून समज."

"या निकचं काय जातंय 'डू इट नाऊ' सांगायला? आपल्याला या देशात

राहायचंय. इथले कायदेकानून आपल्यालाच सांभाळायचेत.'' अतुल आपला त्रागा राघवनकडे व्यक्त करत होता. रंगरावकडून त्यांना मुंबईचे इन्स्पेक्टर सावंत यांच्याविषयी समजलंच होतं. त्यांनी सांगितलं होतं की, या केसमधल्या साक्षीदारांना त्रास होता कामा नये. अन्यथा गोष्ट आता मंत्रालयापर्यंत पोहोचायला वेळ लागणार नाही. मीडिया या गोष्टीवरून गदारोळ करेल, काय करायचं? मडकंही फोडायचं नाही आणि आतला भोपळा आख्खा बाहेर काढायचा! हे कसं जमायचं?

अतुल आणि राघवनपुढे असा पेच कधी पडला नव्हता.

शेफाली रोजच्याप्रमाणे कामावर हजर झाली. तेवढ्यात फोन वाजला, उदयशिवाय कोण असणार? आपण दोघंही एच. स्टेटीनच्या पुनर्संशोधनाने झपाटून गेलोत.ती त्याला काही बोलणार, तोच पलीकडून जरबेचा सूर उमटला,

''एऽऽ बोलायचं नाही बिलकूल! एकदम चूप रहनेका, क्या?''

''कौन है आप?''

''कोई भी हूँ.. तुम्हे उससे क्या?''

''क्या काम है?''

''एक ही काम है शेफालीजी. क्यूईएम अस्पतालमें तुम जो एक्स्परिमेंट कर रही हो, वो फौरन बंद करो.''

''कौनसा एक्स्परिमेंट?''

''वो भी मै ही सुनाऊँ? स्सा... सिर्फ मेरा कहा मान वरना बहुत पछताएगी...''

फोन कट्ट झाला. शेफाली सुन्न होऊन सेलफोनकडे पाहात होती. कोण होता हा मवाली माणूस... शिव्या देणारा... याचा काय संबंध एच. स्टेटीनशी?

शेफालीने तो नंबर चेक केला. वेगळाच वाटत होता. लँडलाइन नंबर असावा. पण मुंबईचा वाटत नव्हता. तिने नंबर टिपून ठेवला. काही वेळ तसाच गेला नि फोन वाजला. तिला वाटलं, त्याच भयंकर माणसाचा असणार... शिवीगाळ करणारा. पण नाही. पलीकडून कोणीतरी सौम्य शब्दांत बोलत होतं.

''नमस्ते डॉक्टर. सॉरी... व्हेरी सॉरी. रागाच्या भरात काहीबाही बोललो, पण एक रिक्वेस्ट आहे. प्लीज तुमचा नवा रिसर्च बंद करा. कारण त्यामुळे आमचं जेवढं नुकसान होईल, त्याच्या कितीतरी पटीने तुमचं होणार आहे.''

''आय सी! समजा, मी ही ट्रायल चालूच ठेवली, तर?'' शेफालीने थंडपणे विचारलं.

''आमच्या धंद्यात आम्ही कोणाला शिरकाव करू देत नसतो. तिथे आम्ही

म्हणू तसंच घडतं... घडलंच पाहिजे.''

''अच्छा! मग माझ्या व्यावसायिक तत्त्वांबाबतही मी करते तसंच घडतं. त्यात इतर कोणीही ढवळाढवळ करू शकत नाही. मी कुणाला तसं करू देत नाही, अंडरस्टुड?

''हं. बरीच जिगर दिसतेय. पण यंग लेडी, कशाला जिवावरचा खेळ खेळताय? तुमच्याच रुग्णालयाच्या दोन सीनियर डॉक्टरांचं काय झालंय, ठाऊक आहे ना?''

शेफाली थरारली. डॉ. गायकवाड यांच्या रहस्यमय मृत्यूविषयी तिने ऐकलं होतं. पण डॉ. मराठेंचा भीषण मृत्यू तिने स्वत: पाहिला होता. तेच खुनी आता थेट फोन करतायत? हॉरिफाइंग... काय तर म्हणे तुमचे प्रयोग बंद करा नाहीतर... थेट वरची वाट!

असे फोन चार-पाच वेळा आले. प्रत्येक वेळी वेगळ्या नंबरवरून. त्यापासून बचावण्यासाठी शेफालीने सेलफोन बंद केला. शेफाली विमनस्क मन:स्थितीत रात्री घरी पोहोचली. अजून तरी तिने उदयला याबाबत काही सांगितलं नव्हतं. सेलफोन सुरू केला की, थोड्या वेळात तसाच धमकीचा फोन यायचा. तिने आख्खी रात्र भीतीने जागून काढली आणि सकाळी उदयला फोन केला.

''आजही असे फोन आले, तर पोलिसात तक्रार करू या.'' हे उदयचं म्हणणं तिला पटलं.

त्या दिवशीही तसेच पाच-सात फोन आले. संध्याकाळी उदय तिच्याकडे आला.

''काय करू या उदय, पोलीस कम्प्लेंट?''

''अं ...त्यापेक्षा तू हा प्रोजेक्ट ड्रॉप कर.''

उदयच्या या वाक्याने तिला जेवढा धक्का बसला, तेवढा त्या मवाल्यांच्या धमक्यांनीही बसला नव्हता.

''उदय, आत्तापर्यंत मला सतत पाठिंबा देणारा तू. तू हे बोलतोयस? अरे, आता मागे नाही हटायची मी. जीव गेला, तरी बेहत्तर...''

''शेफाली, तुझ्या धैर्याविषयी, तळमळीविषयी माझ्या मनात तिळमात्र शंका नाही. पण ही माणसं खतरनाक आहेत. दुष्ट आणि निर्दय आहेत.''

''म्हणजे? माझ्यापेक्षा तूच जास्त घाबरलायस तर.''

''ओह्! डोंट गेट मी रॉंग... ही तुझ्या-माझ्या घाबरण्याची नव्हे, तर प्रॅक्टिकल विचार करण्याची गोष्ट आहे.''

''उदय, तुझ्या रुग्णालयात कॅन्सर पेशंट असलेल्या क्रिकेटर निंबाळकरांविषयी तूच अभिमानाने बोलतोस ना? सांगतोस ना की, निंबाळकरकाका म्हणतात, सत्य

कधीच सोडू नका. जग आपोआप एक दिवस तुमच्या बाजूचं झालेलं असेल...'' उदय गप्प झाला.

''त्या वेळी निंबाळकरांनी महात्मा गांधीचं उदाहरण दिलं होतं. मी काही गांधीजींएवढी मोठी नाही. पण त्यांच्या आदर्शाप्रमाणे चार पावलं तरी चालू या आपण. आय मीन मला तरी जाऊ दे. कारण काहीही असो. तुला या केसमधून बाहेर पडायचं असेल, तर माझी हरकत नाही. तू असं करण्यामागे काय आहे, कोण आहे, ते मी कधीच विचारणार नाही. इज दॅट क्लिअर?''

बोलता बोलता तिचे डोळे भरून आले.

''शेफाली, प्लीज...''

''नो, उदय... हे माझे अश्रू दुःखाचे, आनंदाचे कसलेच नाहीत. माणसाच्या नाकर्तेपणाबद्दलचे आहेत. अन्याय सहन करण्याच्या मुर्दाडपणासाठीचे आहेत. डॉ. गायकवाड, डॉ. मराठे तर गेलेच. पण असत्य समजल्यावर, ते सत्य मानून आपण जगत राहिलो, तर आपलीही किंमत कलेवरापेक्षा वेगळी ती काय? आपण फक्त पोस्टमॉर्टेम न केलेले जिवंत मुडदे. पण सद्सद्विवेकाची कात्री मनाची चिरफाड सतत करत राहील त्याचं काय? थँक्स, तू आत्तापर्यंत केलेल्या सहकार्याबद्दल. बाय... मुझे मेरे हाल पे छोड दो.''

उदय उभा राहिला. त्याचेही डोळे पाणावले होते. शेफालीचे हात हाती घेत तो बोलला,

''एऽऽ वेडी की काय? मी अशा गुणी मुलीची साथ सोडेन? नेव्हर... काय वाटेल ते होऊ दे. आय ॲम ऑलवेज विथ यू.''

इन्स्पेक्टर सावंत फोन करून थकले.

''गेला कुठे हा रंग्या, नेमकं काम आहे, तेव्हाच कुठे उलथलाय?''

डॉ. शेफाली आणि डॉ. उदय यांनी संध्याकाळीच पोलीस स्टेशनवर येऊन धमकीच्या फोनबाबत तक्रार नोंदवली होती. त्यांना दिलासा देऊन न घाबरण्याविषयी सांगताना क्यूईएम रुग्णालयात एच. स्टेटीनची रिट्रायल कशी चाललीय, तेही त्यांच्याकडून शिताफीने काढून घेतलं होतं.

उदय आणि शेफालीने अधिकृत फिर्याद नोंदवण्याचा आग्रह धरला, तेव्हा सावंतांनी आधी टाळाटाळ केली. पण नंतर त्यांना ती दाखल करून घ्यावी लागली. वरकरणी दिलासा देताना सावंत शेफालीला म्हणाले, ''काही काळजी करू नका मॅडम. तुमचं संशोधन तसंच सुरू ठेवा. तुमचं रक्षण करणं आमचं कर्तव्यच आहे.

साध्या वेशातला हवालदार तुमच्या रक्षणासाठी पाठवतो.''

उदय आणि शेफाली गेल्यावर सावंतांनी लगेच रंगरावला फोन करण्याचा प्रयत्न केला. अर्ध्या तासाच्या प्रयत्नानंतर फोन लागला.

''काय रंगराव? साक्षीदारांना त्रास न देण्याचं आश्वासन दिलंत ना तोंड भरून? मग त्या शेफालीला धमक्यांचे फोन कसे येतायत?''

''धमक्यांचे फोन? सावंतसाहेब, आम्ही कशाला असं करू?''

''तुम्ही स्वत: नाही, तर तुमचे दिल्लीवाले करत असतील. आजच माझ्याकडे तक्रार आलीय. मला त्यांना पोलीस प्रोटेक्शन द्यावं लागलंय.''

''पण साहेब...''

''पणबिण काही नाही. हे साक्षीदार वरपर्यंत तक्रार घेऊन गेले, तर मात्र तुझी खैर नाही रंगराव. वरपर्यंत म्हणजे मंत्रिमंडळापर्यंत सारा मामला गेला, तर मी तुझी काहीही मदत करू शकणार नाही.''

''पण मी काय करू, साहेब?''

''ज्या दिल्लीवाल्यांकडून तुला सुपारी मिळालीय, त्यांना गप्प कर... एक सांगू? अमेरिका नि दिल्लीवाले डीलर्स जाऊ देत खड्ड्यात. तू स्वत:ची मान यातून सोडवून घे. असा माझा तुला मित्रत्वाचा सल्ला आहे.''

सावंतांनी फोन कट् केला आणि रंगराव अवाक् झाला.

परिस्थिती अधिक बिनसण्यापूर्वीच दिल्लीला अतुल अगरवालला कळवायला हवं.

रंगरावाचा फोन आला तेव्हा अतुल ब्लू हेवनच्या बारमध्ये होता. रंगरावाचं बोलणं ऐकून तो शांतपणे बोलला,

''थँक्स! मी बोलतो राघवनशी...''

अतुलने राघवनला ताबडतोब सूचना दिली.

''राघवन, तुझं 'थर्ड आय'वालं ऑपरेशन ताबडतोब आवरतं घे.''

''सर, फोन बंद होतील, पण एच. स्टेटीनच्या रिट्रायलचं काय? तुम्ही त्या निकला सांगा की, ही रिट्रायल बंद झाली आहे.''

''अरे पण का?''

''ऐका माझं सर. रिट्रायलचे रिझल्ट यायला खूप वेळ लागेल. तोपर्यंत आपण पोलिसांच्या नजरेतून निसटून जाऊ.''

अतुलने ताबडतोब निक स्टोनला कळवलं की, ''मुंबईतली एच. स्टेटीनची

रिट्रायल थांबवण्यात आम्हांला यश आलंय.''

"गुड...! वेलडन, मिस्टर अतुल..."

निकने उत्साही आवाजात अतुलचं कौतुक केलं.

आता सगळं ठीक चाललं होतं. इन्स्पेक्टर सावंतांना भेटून तक्रार नोंदवल्यानंतर धमकीचे फोन बंद झाले होते. शेफाली आणि उदयचं क्यूईएम रुग्णालयातले एच. स्टेटीनच्या रिट्रायलचे प्रयोग निर्वेध सुरू होते.

एका संध्याकाळी उदयच्या कारमधून घरी परतताना वाटेत शेफाली म्हणाली,

"थांबव! जरा इथेच थांबव!"

"अगं पण इथे भर रस्त्यात? पार्किंगला जागा शोधायला हवी!"

"ती बघ. समोरचीच कार तो माणूस बाहेर काढतोय. चल, तिथे पार्क कर."

"पण..."

"काही नाही रे. आज बऱ्याच दिवसांनी रिलॅक्स्ड वाटतंय. पाणीपुरी खाऊ या?" शेफाली बालसुलभ उत्साहाने म्हणाली. तिच्या चेहऱ्यावरचे ते निरागस भाव पाहून उदय विचारात गढला असताना,

"भैया, पानीपुरी देना... एकदम तीखा." तिने धावत जाऊन ऑर्डरही दिली.

"कमाल आहे. तू एक डॉक्टर आहेस ना शेफाली? मग रस्त्यावर उभी राहून अशी ठेल्यावरची पाणीपुरी!"

"कम ऑन! कधीतरी आब-रुबाब विसरून सर्वसामान्यांसारखं वागावं रे! तुला नाही वाटत पाणीपुरी खावीशी."

"वाटते ना... चल."

दोघांनी भरपूर पाणीपुरी चापली. तिखटाने भाजलेलं तोंड कुल्फीने थंड करत दोघं कारमध्ये बसली.

"शेफाली, तुला माहितेय? दिल्लीत एक महत्त्वाची मेडिकल कॉन्फरन्स होणार आहे."

"अच्छा? काय टॉपिक आहे?"

"कॉलेस्टेरॉल अँड हार्ट..."

"फाइन... बघू या काय म्हणतात आपले सीनिअर्स?"

"विशेष म्हणजे, त्यातला एक विषय आहे - हार्ट डिसिझ आणि एच. स्टेटीन."

"काय? असा विषय कोणी ठेवला?"

"कोणी का असेना... पण एच. स्टेटीनवर आपला पेपर पाठवण्याची नामी संधी चालून आलीय."

“गुड जोक उदय तुला काय वाटतं, ते आपल्या रिसर्च-पेपरचं स्वागत करतील?”

“ते माझ्यावर सोपव...”

“कधी आहे कॉन्फरन्स?”

“पुढच्याच आठवड्यात...”

“एवढ्यात कशी तयारी करणार?”

“रात्रीचा दिवस करू... टेक इट ॲज अ चॅलेन्ज...”

“येस बॉस!”

शेफालीने मान झुकवून कुर्निसात केल्याचा अभिनय केला. उदय खो खो हसू लागला.

दोघं आपापल्या घरी पोहोचल्यावर, उदयच्या मनात विचारचक्र सुरू झालं... ताबडतोब तयारीला लागलं पाहिजे.

सकाळी तो नवलोक हॉस्पिटलमधल्या त्याच्या केबिनमध्ये येताच टेबलाचे ड्रॉवर्स उपसू लागला. कुठलंसं व्हिजिटिंग कार्ड त्या कागदाच्या गठ्ठ्यात हरवलं होतं. एकदाचं ते मिळालं नि उदयचा जीव भांड्यात पडला. सकाळचे साडेदहा वाजले होते. ओपीडीत जाण्यापूर्वीच ते काम करायला हवं होतं.

त्याने केबिनमधल्या डायरेक्ट लाइनवरून नंबर डायल करायला सुरुवात केली... आणि फोन लागताच तो बोलला,

“गुड मॉर्निंग, मिस्टर किशोर चावरे! मी डॉ. उदय सावे.”

“येस...”

“मला तुमच्या दिल्लीच्या त्या अतुल अगरवालला भेटायचंय, अर्जंट...”

उदयचा आवाज ऐकताच चावरे थोडा घाबरलाच. कारण एच. स्टेटीन औषधावरून त्याची सावेशी बाचाबाची झाली होती आणि सावेंनी त्याला केबिनमधून जवळजवळ हाकलून दिलं होतं. त्यावेळी त्यानेही बघून घेईन अशी धमकी देत केबिन सोडली होती... आणि आज अचानक या कर्तव्यदक्ष सावेचाच फोन? चावरे गोंधळला. काय सांगावं या डॉक्टरला? तो विचारात पडला.

“काय चावरे... धक्का बसला ना? पण मीच बोलतोय. मी अगरवालना भेटू शकतो की नाही, तेवढं सांगा.”

“पण इतकं काय अर्जंट काम आहे, मला तरी कळू द्या. मी तुमचा मेसेज लगेच दिल्लीला कळवतो.”

“मेसेज असा आहे चावरे, तुम्ही म्हणता तेच खरं आहे. वैद्यकीय व्यावसायिक आणि फार्मा कंपन्यांमध्ये उगाच वितंडवाद हवेत कशाला?”

"ओह, यू मीन टीसी?"

"टीसी? तो कुठे आला मधेच?"

"डॉक्टर, टीसी म्हणजे तात्त्विक चर्चा हो. फुकट तोंडाची वाफ दवडणारे बरेच जण आतून पक्के ढोंगी असतात, हे मलाही माहितेय नि तुम्हांलाही."

"तेच तर मीही म्हणतोय. फॉच्युनेटली म्हणा, अनफॉर्च्युनेटली म्हणा आपण अशाच जगात जगतोय खरं."

अचानक या डॉक्टर उदयचा 'ज्ञानोदय' कसा झाला? त्याच्या अकलेच्या होकायंत्राची सुई एकदम विरुद्ध दिशा कशी दाखवायला लागली? यात काही काळंबेरं तर नसेल? पण या डॉक्टरला काहीतरी उत्तर तर द्यायलाच हवं.

"मी नेमकं काय करू डॉक्टर?"

"काही नाही. मी भेटायला येतोय, हे अगरवालना कळवा. आधी मी फोनवर बोलतो हवं तर. तुमचं एच. स्टेटीनबद्दलचं म्हणणं विचारांती मला पटलंय... आणखी एक, अगरवालच काही कारणाने मुंबईत येत असतील, तर जास्त बरं..."

"ठीक आहे. मी सांगतो साहेबांना... आणि कळवतो."

"लवकर. तुमच्या एच. स्टेटीनबाबत माझ्या मनात दोन-तीन प्लॅन आहेत म्हणून भेट लवकर होईल, तेवढं चांगलं."

सावेंचा फोन झाल्यावर किशोर चावरे बराच वेळ हातातल्या सेलफोनकडे पाहात होता... अचानक हे आक्रित कसं घडलं? हे अजूनही त्याच्या डोक्यात शिरत नव्हतं.

त्याने अतुलला फोन लावला.

"सर, तो डॉक्टर सावे माहितेय ना."

"चावरे पाल्हाळ नको. मुद्द्याचं बोल."

"तर तो तुम्हांला भेटायचं म्हणतोय. त्याचं एच. स्टेटीनबाबतचं मत बदललंय म्हणे."

"ओह! बऱ्याच दिवसांनी गुड न्यूज दिलीस. थँक्स!"

"सर तुम्हीच मुंबईला याल का?"

आणि दुसऱ्याच दिवशी अगरवाल मुंबईत दाखल झाला.

"अतुलजी, गोखले रुग्णालयाच्या डॉ. शेफाली मांजरेकरच्या म्हणण्यावर विश्वास ठेवून मी तिच्यासह मुंबईच्या क्यूईएम रुग्णालयात एच. स्टेटीनच्या रिट्रायलमध्ये भाग घेतला खरा. पण त्या परीक्षणाच्या वेळी माझ्या लक्षात यायला लागलं की, या

औषधाबद्दल माझ्या मनात उगाचच गैरसमज निर्माण झाला होता.''

''गुड... देर से आये दुरूस्त आये! बोलो, मैं क्या कर सकता हूँ आप के लिये?

''मला माझा संभ्रम दूर करून तो या क्षेत्रातल्या सर्वांसमोर मांडायचाय.''

''म्हणजे?''

''पुढच्या आठवड्यात दिल्लीत एच. स्टेटीनविषयी जे सेमिनार होतंय, त्यात आम्ही आमचा पेपर औषधाच्या फेवरमध्ये सादर करू.''

''पण डॉक्टर मांजरेकर ऐकतील?''

''दॅट्स फाइन!'' अजूनही अतुलला उदयच्या एकदम बदललेल्या भूमिकेचा अंदाज येत नव्हता,

''शंका वाटतेय का तुम्हांला? हवं तर आधी तो पेपर तुम्हांला दाखवून ओके करून घेतो. मग तर झालं?''

''पण यात मी काय मदत करणार?''

''तुमच्याशिवाय कोण मदत करू शकणार, अगरवालसाहेब? तुमची स्मिथ फार्मा शेफालीचं नाव जाणते. माझाही रेकॉर्ड असेलच त्यांच्याकडे. गोखले हॉस्पिटलच्या दोन डॉक्टरांची संशयास्पद हत्या आणि एच. स्टेटीनचा अप्रत्यक्ष संबंध याची कुजबूज सगळ्या वैद्यकीय क्षेत्रात होतेय.''

अतुल पुरता भांबावला होता. हा डॉक्टर म्हणतोय, ते खरं आहे. आक्षेप घेणाऱ्यांनीच गुणवत्तेचं सर्टिफिकेट दिलं, तर सोन्याहून पिवळं!

''तुम्ही म्हणता ते खरं आहे डॉक्टर. स्मिथ फार्मावाले तुमच्यावर नाराज आहेत.''

''म्हणूनच तुम्ही आमच्या बदललेल्या मताची त्यांना जाण करून देऊन आमच्या वतीने हमी द्या.''

''डॉक्टर, खरंच एच. स्टेटीनमध्ये ॲडव्हर्स इफेक्ट्स करणारं काही नाही?''

''खरंच काही नाही. एकदम उत्तम औषध आहे ते.''

''प्रॉमिस?''

''प्रॉमिस!''

''मग मीही तुम्हांला दिल्लीच्या सेमिनारमध्ये पेपर प्रेझेंटेशनसाठी निश्चित मदत करेन. आणखी एक...''

''काय?''

''यापुढे तुम्हांला आमच्या या नव्या प्रॉमिसिंग ड्रगसाठीच्या कॅम्पेनमध्ये भाग

घ्यावा लागेल. ते प्रिस्क्राइब करावं लागेल. त्याविषयी ठिकठिकाणी लेक्चर्स द्यावी लागतील आणि...''

''आणि त्या बदल्यात आम्हांला मिळेल कॅश, गिफ्टस् आणि जगप्रवासाची अपूर्व संधी!'' उदयने अतुलचं वाक्य पूर्ण करताच दोघंही मनापासूनच हसले.

''सर तुम्ही त्या डॉक्टरला पेपर प्रेझेंटेशनचं प्रॉमिस देण्यात घाई केलीत, असं वाटतंय मला. कालपर्यंत आपल्याविरुद्ध गरळ ओकणारा हा साप एकदम आपल्या तालावर डोलायला कसा तयार झाला? तो रिट्रायलमध्ये काहीतरी गडबड करून सगळ्यावर बोळा फिरवेल.'' राघवन पोटतिडिकीने बोलत होता.

''राघवन... तुला माणसांची पारख असल्याचा अहंकार आहे ना? मग त्या राजूने ऐन वेळी घोटाळा करून डॉ. मराठेंचा जीव कसा घेतला? अंधविश्वासच ठेवलास ना तू त्याच्यावर. ते प्रकरण निस्तरताना माझ्या नाकीनऊ आले.''

''सॉरी सर, माझा तुमच्या निरीक्षणशक्तीवर पूर्ण भरवसा आहे. पण त्या डॉक्टरवर बिलकूल नाही. सर, कोणत्या तरी बहाण्याने एकदा का सेमिनारमध्ये प्रवेश मिळाला, की तो आपल्याविरुद्ध वाटेल ते बकायला कमी करणार नाही.''

''नाही राघवन. शेवटी 'एम' व्हिटॅमिन ही चीजच अशी आहे की, भल्या-भल्यांच्या सद्सद्विवेकाला गंज चढतो. शेवटी उदय सावेसुद्धा माणूसच आहे. पैशांनी मिळणारी सुखं लाथाडायला तो कोणी साधू नव्हे.''

''किती मागतोय तो?''

''या क्षणी तरी काही नाही. एकदा त्याला आपल्या बाजूला येऊ दे. मग मीच त्याला पैशाची आंघोळ घालून कायमचा मिंधा करतो की नाही बघ.''

''आणि ती शेफाली... उदयची सहकारी?''

''तिला सारं पटवून देण्याची जबाबदारी उदयने घेतलीय.''

''मला हा सारा मामला तितकासा सरळ वाटत नाही.''

''कम ऑन! शाळेत असताना आम्ही संस्कृत शिकताना 'संशयात्मा विनश्यती' असंही घोकलं होतं. संशयी आत्मा स्वत:चाच विनाश ओढवून घेतो, राघवन. अरे, या जगात केव्हातरी कोणावर तरी विश्वास ठेवावाच लागतो.''

''हो सर... पण कालपर्यंत विरोधात असलेल्यावर?''

''कालपर्यंत विरोध करणारा जेव्हा आपल्याकडे डेरेदाखल होतो, तेव्हा आधीच गिल्टी असतो. तो काय बंड करणार?''

''खूप मोठी रिस्क घेताय सर.''

“मोठ्या रिस्कशिवाय मोठं यशही मिळत नाही, राघवन... आणि समज, तू म्हणतोस तसा तो डॉक्टर ऐन वेळी आपल्यावर उलटला, तर त्याचा बंदोबस्त करण्याची योजनाही असेलच ना माझ्याकडे!”

“सऽऽ र!”

“डोंट वरी माय फ्रेंड! मीही काही कच्चा गुरूचा चेला नाही. तुम सिर्फ देखते रहो, आगे आगे होता है क्या?”

राघवनला अतुलसरांच्या बुद्धिमत्तेचं कौतुक वाटत होतं. आता त्याची काहीच तक्रार नव्हती.

बुटाच्या टाचेखाली सिगारेट विझवून इन्स्पेक्टर सावंत पब्लिक फोन-बूथमध्ये शिरले. या लोकांना वेळीच चाप लावला नाही, तर परिस्थिती आणखी बिघडेल... त्यांनी नंबर फिरवला.

“रंगराव... सावंत हियर!”

“बोला साहेब, काय हुकूम?”

आता सगळा सौदा झाल्यावर इन्स्पेक्टरचं आपल्याकडे काय काम, ते रंगरावला कळेना.

“रंगराव, मी सांगितलं होतं, ते तुझ्या त्या दिल्लीवाल्यांना कळवलं ना?काय सांगितलं?”

“हेच की, ती फार्मा कंपनी जाऊ दे खड्ड्यात. तुम्ही लोक या केसपासून दूर राहा.”

“तुझं ऐकतील ते?”

“हां साहेब, एकदम स्मार्ट लोक आहेत.”

“ऐक, आता तुलाही जास्त स्मार्ट व्हावं लागेल. आमच्या प्रामाणिकसाहेबांना आपल्यातल्या व्यवहाराची शंका आलीय.”

“काय सांगता साहेब?”

“ऐक. मध्ये बोलू नको. सकाळीच साहेबांनी मला दम दिला. म्हणाले, “शहरातल्या नामांकित हॉस्पिटलच्या दोन डॉक्टरांची रहस्यमय हत्या होणं, ही आपल्याला नामुष्कीची गोष्ट आहे. याची खबर गृहमंत्र्यांपर्यंत गेलीय. यात कुठल्या गँगचा कोणी जास्त शहाणपणा करत असेल, तर चकमकीत...”

“बाप रे! एन्काउंटर?” ...रंगरावाला एसी रूममध्ये घाम फुटला.

“कळलं ना? या थराला गोष्टी पोचल्यायत. तेव्हा तू तुझ्या बिळातच राहा.

उगाच फणा काढून दाखवू नकोस.''

रंगराव सुन्न होऊन ऐकत होता. इतरांचा सहज काटा काढणारा स्वत:च्या मृत्यूच्या कल्पनेनेच सशासारखा घाबरला होता.

''साहेब, तुम्ही म्हणता, तसंच होईल. पण आपली काळजी घ्या साहेब.'' फोन बंद करताना रंगरावाने कपाळावरचा घाम टिपला.

डॉ. उदय गोखले हॉस्पिटलच्या पॅथॉलॉजी लॅबमध्ये अचानक आलेला पाहून असिस्टंट डॉक्टर शुभमला आश्चर्य वाटले. शेफाली मायक्रोस्कोपखाली काही निरीक्षणं करण्यात गुंतली होती. सकाळीच क्यूईएममध्ये ज्या उंदरांची बायॉप्सी केली, ती बारकाईने तपासत होती. उदय मागे केव्हा येऊन उभा राहिला, ते तिला कळलंच नाही. पाच मिनिटं अशीच गेली. उदयनेही तिला डिस्टर्ब केलं नाही. ती मागे वळेपर्यंत त्याने वाट पाहिली. त्याला पाहाताच ती आश्चर्याने म्हणाली,

''उदय तू? आत्ता अचानक? काही विशेष?''

''किती प्रश्न एका वेळी? मला येऊन बराच वेळ झाला.''

''मग मला हाक मारायची.''

''कशाला? तुझं देखणं रूप मूकपणे डोळ्यांत साठवणं गैर आहे?''

''आज एकदम काव्यमय मूड दिसतोय? कुठे कविसंमेलनाला जाऊन आलास की काय?''

''सहज गंमत केली.''

''अच्छा! पण मला माझ्या सौंदर्याची जाण आहे बरं का.''

''म्हणजे, मी सत्य तेच बोललो.''

दोघंही हसली.

''एऽ मस्का मारू नको. काय ते स्पष्ट बोल. काय हवं तुला?

''एक स्ट्रॉंग कॉफी''

''बस्स? त्यासाठी इतकी तारीफ?''

''वेल. फन अपार्ट... कामाची गोष्ट!''

''ओके! काय म्हणतोय तुझा अतुल अगरवाल?''

''हेच, की आपण दिल्लीच्या सेमिनारमध्ये एच. स्टेटीनची भरपूर स्तुती करायची. त्या बदल्यात मी काय मागितलं असेल?''

''काय?''

''रोख रक्कम आणि ऑल पेड फॉरिन ट्रिप्स.''

"उ...द...य!"

शेफालीचा उदयच्या बोलण्यावर विश्वास बसत नव्हता.

"उदय... तूही नीरजसारखाच निपजशील, असं वाटलं नव्हतं." ती कडवटपणे बोलली.

"कूल डाऊन. हे मी आपल्यासाठी फक्त मागितलंय. अजून आपण आणि त्याने एकमेकांना कुठे काय दिलंय?"

"पण हा असला सौदा म्हणजे स्वत: विकलं जाणं. उदय, मी प्राण गेला तरी..."

"माय डियर. ऐक तरी नीट. मी तुला दिलेलं वचन कधीच मोडणार नाही. तू एच. स्टेटीनची रिट्रायल सुरूच ठेव. तुझा पेपर तयार कर. मी माझा करतो."

"पण उदय, आपले पेपर्स त्या सेमिनारमध्ये वाचायला परवानगी मिळेलच कशी?"

"ती मिळालीय असं समज. माझ्यावर विश्वास आहे ना? बस्स! आता मनात कोणताही किन्तु न आणता वेगाने कामाला लाग."

शेफाली रोज पंधरा तास काम करत होती. उंदरांवरच्या रिट्रायलचा परिणाम स्पष्ट होऊ लागला होता. उंदराचे ब्लड, टॉक्सिन, बायॉप्सी रिपोर्ट्स हाती आल्यावर तिने त्याची झटपट नोंद केली. तिची धास्ती खरी ठरली होती. एच. स्टेटीन घातक औषध होतं. शेफालीने ताबडतोब डॉ. उदयला फोन लावला.

"उदय, आपली भीती खरी ठरतेय. दहापैकी तीन उंदीर एच. स्टेटीनच्या दुष्परिणामामुळे मेलेत. आणखी तीन उंदरांच्या लिव्हर एन्झाइममध्ये म्हणजे एसजीपीटीत भयावह वाढ झालीय. मी ज्या पाच रुग्णांच्या ऑटॉप्सी केल्या होत्या, त्यांच्या लिव्हरचंही असंच नुकसान झालं होतं! हे एच. स्टेटीन तारक नव्हे, मारक औषध आहे, हे नक्की."

त्या रात्री शेफालीला झोप लागत नव्हती. रिट्रायल पूर्ण होऊन एच. स्टेटीनचे दुर्गुण शोधण्यात यश आल्याचा आनंद मानावा, की भ्रष्टाचारातून ते रुग्णांपर्यंत जाऊन अनेकांना प्राण गमवावे लागले, त्याचं दु:ख मानावं? पण निदान यापुढचे रुग्ण तरी वाचतील! एक चांगलं, खऱ्या अर्थाने वैद्यकीय पेशाला साजेसं काम झालंय आपल्या हातून! हे औषध हृदयविकार असलेल्यांना उपकारक ठरण्यापेक्षा अपायकारकच ठरतंय, हा आपला होरा खरा ठरला. याचा अर्थ, डॉ. मराठे आणि डॉ. माधवी यांनी खोटे रिपोर्ट सादर केले होते. हे सगळं उघडकीला येणार होतं. सगळं काम पूर्ण झालं तरी, काहीतरी राहून गेलंय, असं वाटत होतं. दातात अडकलेल्या एखाद्या तंतूसारखा तो

विचार तिचं मन पोखरू लागला.

सकाळी तशाच अवस्थेत ती रुग्णालयात गेली.

काहीतरी चुकलंय, काहीतरी विसरलंय. कसला सल मनाला सतावतोय? ती डोकं धरून बसली. तिची नजर पलीकडे टेबलावर ठेवलेल्या पर्सकडे गेली आणि अचानक साक्षात्कार झाल्यासारखी ती एकटीच ओरडली ''येस् गॉट इट्!''

तिने पर्स टेबलवर उपडी केली. त्यात अनेक वस्तू होत्या. पेट्रोलचं बिल, फोन नंबर लिहिलेले कागद, लिपस्टिक, सुटे पैसे... त्यातून तिची नजर काहीतरी शोधत होती. पाच मिनिटांत तिला ते सापडलं.

हुश्श! तिने सुस्कारा सोडला. एका छोट्याशा कागदावर डॉक्टर सुधीर गायकवाड यांचा पासवर्ड नोंदलेला होता. सुटीवर जाण्यापूर्वी त्यांनीच तो तिला दिला होता. पण नंतर त्यांची रहस्यमय हत्या झाली आणि इतर इतक्या घडामोडी घडल्या, की त्याबद्दल ती विसरूनच गेली.

तिने तातडीने शेजारच्या केबिनमधला, डॉक्टर गायकवाड यांचा कॉम्प्युटर 'ऑन' केला. त्यांनी दिलेला 'पासवर्ड' फीड केला. स्क्रीनवर अनेक फोल्डर्स दिसू लागले. ते नीट न्याहाळताना एका फोल्डरवर तिची नजर स्थिरावली. डोळे विस्फारून ती पाहातच राहिली.

त्या फोल्डरचं नाव होतं – 'शेफाली!'

म्हणूनच सरांनी स्वत:चा पासवर्ड मला दिला होता तर... ती स्वत:शीच पुटपुटली. तिने फोल्डरवर क्लिक करून तो ओपन केला. त्यात एक पत्र होतं. डॉ. गायकवाड यांनी डॉ. शेफाली मांजरेकरला उद्देशून लिहिलेलं!

पत्र वाचतावाचता तिचे डोळे भरून येऊ लागले. डॉ. गायकवाड यांनी लिहिलं होतं –

डियर शेफाली,

तू हे वाचत असशील, तेव्हा कदाचित मी या जगात नसेन. म्हणूनच तुला पासवर्ड देऊन ही नोंद तुझ्यापर्यंत पोहोचवण्याची व्यवस्था करतोय.

खरं सांगू? माझ्यावर कसल्याशा संकटाची सावली पडल्याचं जाणवतंय. ते माझा बळीही घेऊ शकतात. अर्थात, असं घडलं तरी त्यालाही माझीच विपरीत करणी जबाबदार असेल.

फार विस्तारपूर्वक लिहीत नाही. पण पत्नीच्या आकस्मिक निधनानंतर मला शेअरबाजारातल्या व्यवहारात वेळ घालवण्याचं साधन मिळालं. त्याचंच पुढे व्यसनात

रूपांतर झालं. जुगारात एकदा हरलेला पुनः पुन्हा नव्या आशेने पैसे लावत राहातो. तसंच माझंही झालं. मी पुरता कर्जाच्या गर्तेत अडकलो. यातून सुटण्याचा मार्ग मला अचानक सापडला.

डॉ. मराठे यांनी एच. स्टेटीनची केलेली भलामण चुकीची होती. त्या औषधाने लिव्हर बिघडून जीव गमावलेल्या रुग्णाचे रिपोर्ट्स माझ्याकडे होते. पण डॉ. मराठे काही कारणाने त्या औषधाची शिफारस करत होते. गुड कॉलेस्टेरॉल, वाढवून हृदयरुग्णांना वरदान ठरणारं औषध, अशी एच. स्टेटीनची जाहिरात होऊ लागली होती, पण त्याच्या दुष्परिणामांपायी रुग्णांच्या लिव्हरमधलं एन्झाइम, 'एसजीपीटी' वाढून रुग्णांना त्रास होत होता. काहींना प्राण गमवावे लागत होते. हे सगळं डॉ. मराठेंना माहीत होतं, तरीही त्यांनी त्या कंपनीशी हातमिळवणी करून एच. स्टेटीनची शिफारस केली, त्याला गुणवत्ता प्रमाणपत्र दिलं.

शेफाली, लवकरच ते ड्रग बाजारात येईल. रुग्णांना त्याचा भयंकर दुष्परिणाम भोगावा लागेल. मला हे समजताच मी डॉक्टर मराठेंना भेटलो. शेफाली, तुझं माझ्याबद्दलचं मत मला ठाऊक आहे आणि मी पुढे जे लिहिणार आहे, त्या क्षणापर्यंत ते खरंही होतं. मी... मी एक साधा प्रामाणिक डॉक्टर होतो. विपन्नावस्थेतून वर येऊन स्वकर्तृत्वावर गोखले हॉस्पिटलच्या पॅथॉलॉजी विभागाचा प्रमुख झालो, याचा मला अभिमान होता.

तुला धक्का बसेलच... पण माझा नाइलाज होता. कर्जाचा डोंगर खुणावत होता. कसे फेडायचे लाखो रुपये सरकारी नोकरीच्या पगारातून?

मी काळजावर दगड ठेवून एक निर्णय घेतला- डॉ. मराठेंना ब्लॅकमेल करण्याचा! त्यांनी सरळ दिल्लीच्या अतुल अगरवालकडे बोट दाखवलं. त्याचीच कंपनी भारतात एच. स्टेटीनचं वितरण करणार होती.

त्याची माझी भेट झाली. मी गप्प राहावं म्हणून त्याने मला पंधरा लाख रुपये दिले. पण तेवढ्याने माझी गरज भागणारी नव्हती. मी आणखी पस्तीस लाख मागितले.

तो तेवढे पैसे द्यायलाही तयार झालाय. त्यासाठीच त्याने मला मध्य प्रदेशातल्या पंचमढीला बोलावलंय. पहिला हप्ता तरी त्याने काही खळखळ न करता मुंबईतच दिला होता. पण आता त्याचा आग्रह आहे, मी त्याला पंचमढीला भेटण्याचा. तिथे तो मला खरोखरच पस्तीस लाख रुपये देईल किंवा माझा काटाही काढेल.

दुसरी शक्यता जास्त वाटतेय. मनाचा थरकाप होतोय. पण आता मीच स्वतःला सापळ्यात अडकवून घेतलंय. त्यामुळे माघार घेता येणार नाही. कोणाला काही सांगणंही शक्य नाही. म्हणूनच तुला हे पत्र लिहून माझा पासवर्ड देतोय.

समजा, मला काही दगाफटका झालाच, तर अगरवाल आरामात एच. स्टेटीन

विकून गडगंज पैसा मिळवेल. डॉ. मराठेसारखे त्याचे साथीदारही श्रीमंत होतील. तसं घडू नये म्हणून तुला सारं प्रामाणिकपणे सांगतोय. माझ्या जीवनातली ही कदाचित शेवटचीच प्रामाणिक गोष्ट असेल.

पत्राच्या शेवटी मी एका साइटची लिंक दिलीये. तिथे क्लिक कर म्हणजे डॉक्टर मराठेंच्या निष्कर्षाचे मूळ रिपोर्ट्स आणि त्यात त्यांनी केलेला फेरबदल दोन्हीही तुला मिळेल. ते वाचून काय तो योग्य निर्णय घे.

शेफाली, मी आयुष्यात एकदाच चुकलो. त्याची किंमत मला मोजावी लागणारच, असं माझं मन सांगतंय. माझी पत्नी गेल्यानंतर, एकाकी अवस्थेत दिवस कंठत असताना का कोणास ठाऊक, तुझ्याबद्दल मनात मुलीसारखी माया निर्माण झाली. आम्हांला मूल नसल्यामुळेही असेल. पण माझी पितृत्वाची हौस मी तुझं कौतुक करून, तुझ्याही नकळत पूर्ण करायचो.

माझं जीवन संपलं, तरी एक डॉक्टर म्हणून मी न करू शकलेलं कर्तव्य तू माझी मुलगी म्हणून पूर्ण करावंस, एवढीच इच्छा आहे. माझ्या शापित जीवनाचा तो मरणोत्तर उःशाप असेल.

शेफाली, मुली, आयुष्यभर सुखी राहा!
माझ्या सदिच्छा सतत तुझ्या सोबत राहतील!
तुझा पित्यासमान दुर्दैवी बॉस,
डॉ. गायकवाड.

शेफालीने कितीतरी वेळा ते पत्र वाचलं... काय केलंत सर हे तुम्ही? उतारवयात कशाला कर्जाचं ओझं डोक्यावर घेतलंत आणि का भ्रष्ट मार्गाने गेलात? तुमच्या चांगुलपणाच्या कितीतरी घटना मला या क्षणी आठवतायत. खरंच, तुम्ही माझ्यावर मुलीसारखी माया केलीत. शेफालीला हुंदका आवरेना. किती विलक्षण असतं माणसाचं आयुष्य? कधी कोणतं अनपेक्षित वळण घेईल, काय सांगावं?

खिन्न आणि सुन्न अवस्थेतून स्वतःला सावरत शेफालीने डॉ. मराठेंनी एच. स्टेटीनच्या केलेल्या चाचणीचे खरे आणि खोटे रिपोर्ट्स मिळवले.

संध्याकाळी ती डॉ. उदयला भेटली, तेव्हा हे सारं सांगतानाही तिला रडू आवरत नव्हतं.

''कम ऑन शेफाली! जे झालं, त्यात आता बदल होणे नाही. कटू असलं, तरी हे सत्य स्वीकारायलाच हवं. मला वाईट वाटतं ते एवढ्यासाठीच की, एका बोगस औषधापायी दोन निष्णात डॉक्टरांचा बळी गेला. क्षणिक पैशाला भुलून त्यांना आपली

करियरच नव्हे, तर प्राणही गमावले.''

शेफालीने नुसती मान हलवली.

''अर्थात, त्या दोघांनाही त्यांच्या कृष्णकृत्यांचीच सजा मिळाली. एच. स्टेटीन विरुद्धच्या लढ्यात त्यांना मरण आलं असतं, तर ती वैद्यकीय व्यवसायाला अभिमानाची गोष्ट ठरली असती... पण इथे उलटंच घडलंय. ते वाईट आहेच. पण वाईटाच्या लालसेतूनच घडलंय, हेही लक्षात घे. इतक्या सीनियर डॉक्टरांनाही असा पैशाचा लोभ सुटावा? शेवटी पैसा कशासाठी असतो? सुखाचं साधन म्हणूनच ना? ते सुखच जिवासकट नष्ट झालं, तर मागे उरलेल्या नाणी आणि नोटांना काय अर्थ?''

''केवळ शून्य!''

''दॅट्स इट! म्हणूनच तू फार मनाला लावून घेऊ नकोस. करावं तसं भरावं याचाच प्रत्यय त्या दोघांना आला. कदाचित तीच त्यांची नियती होती, असं म्हणू या हवं तर.''

''थँक्स... मला इतका तार्किक दिलासा दिल्याबद्दल...'' शेफाली एकदम उदयला बिलगली... ''उदय आपल्याला मात्र आयुष्यात अशी दुर्बुद्धी होऊ नये म्हणजे मिळवली!''

''त्यासाठी अंतरीचा विवेकाचा दिवा सतत तेवत ठेवायला हवा.''

नंतरचा दिवस दोघांच्याही दृष्टीने खूप कामाचा होता. क्यूईएममधल्या एच. स्टेटीनच्या रिट्रायलवर अखेरचा हात फिरवायचा होता. त्याच्या रिपोर्ट्सवर अधिकृत शिक्कामोर्तब व्हायचं होतं. डॉ. बसूंचं मत महत्त्वाचं होतं. पण त्याआधीच उदय आणि शेफालीने दिल्लीच्या सेमिनारमध्ये वाचण्यासाठीचा पेपर तयार करायला सुरुवात केली.

दोघांनी परस्परांचे पेपर एकमेकांना दाखवले.

''चल, आता एकमेकांची वाहवा घेऊ या.''

''आय ॲम रेडी!''

आधी उदयच्या पेपरवर चर्चा झाली. शेफालीने विचारलेल्या प्रश्नांना तो समर्पक उत्तरं देत होता.

''ओके पास!'' शेफाली आनंदाने म्हणाली.

''आता माझा पेपर.''

''येस. मी कठीण प्रश्न विचारणार, मॅडम!''

''काय वाटेल ते विचार. मी घाबरते की काय? ॲम अ ब्राइट स्टुडंट थ्रूआऊट!'' शेफालीने आव्हान स्वीकारलं.

''लिसन शेफाली! माझ्या पेपरची एक कॉपी दिल्लीला अतुल अगरवालला

कुरिअरने पाठवतो.''

''पाठव. म्हणजे त्याची खात्री पटेल की, आपण एच. स्टेटीनच्या विरोधात नाही.''

''शेफाली, तू मात्र तुझा पेपर उद्याच इंग्लिश मेडिकल जर्नलसाठी लंडनला पाठवून दे. त्याच्या प्रसिद्धीची अर्जन्सीही त्यांना कळव.''

''येस बॉस!'' म्हणत शेफालीने उदयला सॅल्यूट ठोकला!

'कॉलेस्टेरॉल अ‍ॅण्ड हार्ट सेमिनार'ची आमंत्रणं मुंबईच्या वैद्यकीय वर्तुळात अनेकांना मिळाली होती. दिल्लीच्या या सेमिनारसाठी जगभरचे हृदरोगतज्ज्ञ येणार होते. दिल्लीच्या विज्ञान भवनात हे सेमिनार व्हायचं होतं. स्मिथ फार्मानेच सेमिनार आयोजित केल्याने अतुल अगरवालच्या नेतृत्वाखाली राघवन, कामथ, चावरे आणि कंपनी कामाला लागली होती.

''डॉ. कामथ, हे तुमचं दिल्ली-मुंबईचं विमानाचं तिकीट आणि फाइव्ह स्टार हॉटेलचं बुकिंग.'' किशोर चावरे सुहास्य वदनाने माधवीला सांगत होता. त्या वेळी तिथे बसलेल्या नीरजकडे पाहात तो म्हणाला. ''सर, तुमचंही इन्व्हिटेशन इथेच दिलं, तर चालेल?''

''बाय ऑल मीन्स!''

मग दिल्ली ट्रिपसाठीच्या आवश्यक गोष्टी चावरेने त्या दोघांना दिल्या.

''तुमचं दोघांचंही बुकिंग ब्लू हेवनमध्ये आहे. एअरपोर्टपासून एक कार सतत तुमच्या तैनातीला असेल. मॅडम, शॉपिंग वगैरे भरपूर करा. तुम्ही तर आमच्या विशेष अतिथी आहात. एच. स्टेटीनचा फेवरेबल रिपोर्ट तुम्हीही दिलाय. बरं, चलतो मी. आणखी बरीच आमंत्रणं बाकी आहेत.''

''ओके!''

किशोर निघाला.

आधी गोखले हॉस्पिटलच्या डॉ. शेफालीना आमंत्रण द्यावं आणि शेवटी नवलोकचे डॉ. उदय सावे! चावरेला हसू आलं. पहिल्याच भेटीत या माणसाशी कसली गरमागरम चर्चा झाली होती. पण त्याचं मत आता एकदम उलटंपालटं झालंय. एकदम अपसाइड डाऊन! अतुलसर काय करतील सांगता यायचं नाही. सगळा 'एम' व्हिटॅमिनचा खेळ आहे. एम फॉर मनी! पैसा हवं ते वदवतो!

हळूहळू जगभरची डॉक्टर मंडळी दिल्लीत डेरेदाखल होऊ लागली. निक स्टोन

चार दिवस आधीच आला होता. त्याची, अतुलची आणि राघवनची धावपळ सुरू होती. संशयाचं मळभ दूर होऊन एच. स्टेटीन बाजारात नव्या दिमाखाने अवतरणार होतं.

हॉटेलमध्ये पोहोचल्यावर उदयने इंटरकॉमवरून शेफालीला आठवण करून दिली, ती संध्याकाळच्या पार्टीविषयी.

संध्याकाळी मूड बारमध्ये महत्त्वाचे पाहुणे जमले होते. शेफालीला पाहाताच उदय एकदम ओरडला - "वॉव्ऽऽ."

शेफाली जॉर्जेट सिल्कची पांढरी साडी नेसली होती. शुभ्र वेश आणि गळ्यात मोत्यांचा हार. तिची कमनीय काया या वेशात फारच आकर्षक दिसत होती.

"हाय श्वेतांबरा! यू लूक स्टनिंग!" उदय तिच्यापाशी येत बोलला, "आत्तापर्यंत तुझं हे अप्सरेचं रूप कुठे दडवून ठेवलं होतंस?"

"अं... आजच्या याच क्षणासाठी" म्हणत शेफाली खळाळून हसली 'अरे, हिच्या गालाला खळीही पडते की अस्फुटशी...'

गालावर खळी, डोळ्यांत धुंदी... जाऊ नको दूर तू... उदय नकळत गाणं गुणगुणू लागला.

"ओ... मिस्टर, जागे व्हा. तुझ्याप्रमाणेच इतरही सारे पाहातायत माझ्याकडे."

"येस... बोल काय घेणार?"

"जिन विथ लाइम ॲण्ड लॉट्स ऑफ आइस."

बारच्या एका टोकाला बँडचे सूर उमटत होते. वातावरणाचा 'मूड' बारच्या नावाप्रमाणे धुंद होता.

उदय आणि शेफाली पार्टीत फिरत होते. ओळखीची अनेक माणसं भेटत होती. अनोळखी लोकांचा परिचय होत होता.

एवढ्यात परिचित स्वर तिच्या कानी पडला.

"हाय शेफू...!"

शेफालीने चमकून पाहिलं. डॉ. माधवी कामथ हसून विचारत होती. पलीकडे नीरज उभा होता, परक्यासारखा.

सिल्कचा ब्लॅक गाऊन, हिऱ्यांचा नाजूक नेकलेस, तशाच इअररिंग या वेशात माधवी अत्यंत सुंदर दिसत होती.

"यू लूक सिम्पली माईंड ब्लोईंग माधवी..." शेफालीने मनापासून तिला दाद दिली.

"थँक्स!"

''बाय द वे, तुझी हार्टस् काय म्हणतात?''

प्रत्येक पार्टीत शेफाली हा प्रश्न माधवीला विचारायची नि तिचंही उत्तर ठरलेलं असायचं.

''अरे यार, मला पाहूनच त्यांची हृदयं बिघडतात.'' माधवी हसून म्हणाली. दोघीही मुक्तपणे हसल्या.

''त्यातलंच एक बिघडलेलं 'हृदय' सोबत घेऊन आलेय.'' माधवी नीरजकडे कटाक्ष टाकत बोलली.

काही महिन्यांपूर्वी ओबेरॉयमधल्या पार्टीत शेफाली आणि माधवीला एकत्र पाहिल्यानंतर नीरजच्या मनात आलं होतं. या दोघींपैकी एकीची निवड करायची झाली, तर कुणाची करावी?

नंतरच्या काही दिवसांत त्याला साधी सरळ शेफालीच आवडली. त्याने तिला एन्गेजमेंटची रिंगही दिली. पण मग परस्परांचा जीवनविषयक दृष्टिकोनच भिन्न असल्याचं दोघांच्या लक्षात आलं. तोपर्यंत सिंगापूरच्या ट्रिपमध्ये नीरजला माधवीचं इहवादी तत्त्वज्ञान भावलं होतं. झटपट श्रीमंतीचं त्याचं स्वप्न त्याच मार्गाने पूर्ण होणार होतं.

नीरजने शेफालीकडे न बघता उदयला 'हाय' केलं. खरं तर, शेफालीच्या नजरेला नजर देण्याची त्याची हिंमतच नव्हती.

''हाय नीरज! कसा आहेस?'' उदय म्हणाला.

''फाइन! पण तू आणि शेफाली इथे कसे? तुमचा तर स्मिथ फार्माच्या एकूणच व्यवहाराला नि विशेषत्वाने एच. स्टेटीनला विरोध...''

''होता!'' नीरजचं बोलणं तोडत उदय बोलला.

''म्हणजे?''

''कोणतीही गोष्ट स्वत: तपासून मगच स्वीकारावी, अशा मताचे आम्ही आहोत... म्हणजे मी आणि शेफाली. सुरुवातीला टाकाऊ वाटलेली गोष्ट अधिक तपासांती स्वीकारार्ह वाटते आणि काही वेळा आवडलेली गोष्ट टाकाऊ ठरते.'' उदय शांतपणे म्हणाला.

त्याने उगाचच आपल्याला टोमणा मारला, असं नीरजला वाटलं. शेफालीने त्याला सेकंड थॉटमध्ये सोडलं होतं ना! पण त्याने तसं चेहऱ्यावर दाखवलं नाही.

''तुझ्या विचारातला बदल पॉझिटिव्ह आहे, उदय!''

''डिपॉझिटिव्ह म्हण! मलाही तुझ्यासारखा फॉरिन टूर्स आवडायला लागल्यात... आणि पैशाशिवाय ही मौज कशी करता येणार?''

''चला, डॉ. उदय.'' शेफाली थोड्या वेळाने उदयपाशी येत बोलली.

"पाच मिनिटं. एवढा पेग..."

"राहू दे. उद्या आपल्यासाठी *डूम्स* डे असणार आहे... लक्षात आहे ना?" तिने त्याला पार्टीच्या धुंदीतून खाडकन् जागं केलं.

कॉन्फरन्सचं उद्घाटन राष्ट्रपतींच्या हस्ते असल्याने जबरदस्त सिक्युरिटी होती. एन्ट्री पासेस तीन-तीन वेळा चेक केले जात होते. जगभरचे आठशेहून अधिक डेलिगेट्स जमले असल्याने अशी दक्षता घेणं आवश्यकच होतं.

काल पार्टीत जरा जास्तच झाली आणि दिल्लीत थंडीही बरीच होती. त्यामुळे उदयचा घसा बसला होता. सेमिनारमध्ये पेपर प्रेझेंट करायचा नि घशाचा त्रास. तो लॉजेन्जिस घेऊन गळा मोकळा करण्याचा प्रयत्न करत होता. सोबत गरम पाण्याची बाटलीही होती.

"डोंट वरी उदय! तुझं प्रेझेंटेशन दुपारी चारच्या आसपास आहे. तोपर्यंत घसा सुटेल."

आत पाऊल टाकताच दोघांना विज्ञान भवनाच्या भव्यतेची जाणीव झाली. कितीतरी राष्ट्रीय-आंतरराष्ट्रीय परिषदा इथे होत असतात. जगभरच्या अनेक मान्यवरांची उपस्थिती या वास्तूने पाहिलीय...शेफाली आजूबाजूला पाहात विचार करत होती.

स्मिथ फार्माचा भारतविषयक अधिकारी निक स्टोन पहिल्या रांगेत बसला होता. अतुल अगरवाल त्याची अनेकांशी ओळख करून देत हेता. उदयबरोबर शेफालीला पाहाताच राघवन अतुलच्या कानात काहीतरी कुजबुजला.. अतुलने शेफालीला आपादमस्तक न्याहाळत म्हटलं... *अच्छा! ही आहे तर ती डेरिंगबाज डॉक्टर... एच. स्टेटीनची रिट्रायल करत होतीस नाही का? शेवटी आलीसच ताळ्यावर. आता आमच्या बाजूने बोलेल तुमची जोडी पोपट-मैनेसारखी!*

राष्ट्रपतींनी त्यांच्या भाषणात सर्व पाहुण्यांचं स्वागत करून जगातल्या वैद्यकीय संशोधनाला सदिच्छा दिल्या. "हृदयासारख्या विषयावर आणि हृदयविकारांवरच्या उपचारांबद्दल आपण सारे ॲट द बॉटम ऑफ हार्ट बोलाल याची खात्री वाटते. माझ्या पुन्हा एकदा हार्दिक शुभेच्छा!" हार्दिक शब्द राष्ट्रपतींनी असा उच्चारला की, सभागृहात हास्याची हलकी लहर पसरली. नंतर कॉन्फरन्सच्या चेअरपर्सनचं छोटेखानी भाषण झालं आणि राष्ट्रपतींनी सर्वांचा निरोप घेतला.

मग दहा मिनिटांचा ब्रेक होता. चहा-कॉफीसाठी. त्यानंतर गेस्ट लेक्चर, की नोट ॲड्रेस यांत सकाळची वेळ संपली. आता 'डायबिटिस ॲण्ड हार्ट' आणि 'कॉलेस्टेरॉल ॲण्ड हार्ट' या विषयांवर पेपर्स वाचले जाणार होते.

दुपारचा टी ब्रेक झाला, तरी उदयचा घसा बसलेलाच होता. या पुढच्या सेशनमध्ये केवळ 'एच. स्टेटीन आणि गुड कॉलेस्टेरॉल' हाच विषय शिल्लक होता.

शेवटच्या सत्राचं पहिलं लेक्चर संपत आलं. आता उदयच्या प्रेझेंटेशनसाठी अवघी दहा-पंधरा मिनिटं उरली होती. त्याच वेळी शेफालीच्या लक्षात आलं की, पहिल्या रांगेत बसलेला अतुल अगरवाल आणि त्याचा साहाय्यक राघवन एकदम उठून बाहेर गेलेत. काही क्षणातच राघवन परतला आणि पहिल्या रांगेत बसून लक्षपूर्वक चर्चा ऐकणाऱ्या निक स्टोनला म्हणाला,

"सर, प्लीज काही मिनिटं बाहेर येता?"

"का?" निकने त्रासून विचारलं,

"सर, अगरवाल सरांनी एका अर्जंट कामासाठी तुम्हांला बोलवायला सांगितलंय मला."

"कुठे आहे अतुल? व्हॉट्स द प्रॉब्लेम?"

"सर, तिकडे पाहा."

'एका छोट्या हॉलच्या बाहेर लिहिलं होतं. मीडिया कॉन्फरन्स हॉल.'

"अरे, इथे कशाला आणलंस मला?.. आपण प्रेसला नंतर ब्रीफिंग देणार आहोत."

"सर, आत बघा तर खरं..."

आणि आतलं दृश्य पाहून निक स्टोन जागच्या जागीच खिळला!

एका मोठ्या टेबलापाशी अतुल अगरवाल बसलेला! त्याच्या पुढ्यात विविध न्यूज चॅनल्सचे पाच-पन्नास मायक्रोफोन होते. निक विस्मयचकित होऊन ते दृश्य पाहात होता. त्याला वाटलं, आता अतुल आपल्या उपस्थितीत एच. स्टेटीनचं जोरदार लॉन्चिंग करण्याची घोषणा करणार! व्हॉट ॲन आयडिया! आत ऑडिटोरियममध्ये नामवंत डॉक्टर-संशोधकांची मांदियाळी आणि बाहेर प्रेसला हे नवं खाद्य! वॉव्! अतुल, यू आर ग्रेट!...

निक अतुलचं बोलणं एकाग्रतेने ऐकू लागला.

"लेडिज ॲण्ड जंटलमेन..." अतुलने धीरगंभीर आवाजात सुरुवात केली.

"काही महिन्यांपूर्वी आमच्या कंपनीने अमेरिकेतील स्मिथ फार्मा या प्रसिद्ध औषध कंपनीचं एच. स्टेटीन हे औषध भारतात वितरित करण्याचं ठरवलं. कॉलेस्टेरॉल कमी करण्याबरोबरच किडनीच्या रोगांवरही हे औषध उत्तम असल्याचा स्मिथ फार्माचा दावा आहे. परंतु या औषधाच्या, भारतात अलीकडेच झालेल्या पुनर्तपासणीत हे

औषध लिव्हरचं नुकसान करणारं असल्याचं सिद्ध झालंय. त्यामुळं असं घातक औषध आम्ही वितरित करू शकत नाही. भारतीय दवाबाजारातून हे औषध आम्ही मागे घेत असल्याची मी घोषणा करतो. थँक्स्!''

निकच्या हातापायांना मुंग्या आल्या होत्या. संतापाने त्याचे डोळे विस्फारले, या अगरवालला वेड तर नाही लागलं? एवढे नामांकित डॉक्टर ऑडिटोरियममध्ये या वेळी या औषधांची वाखाणणी करत असतील आणि हा इडियट अगरवाल!

प्रेसच्या लोकांनी अतुलला अनेक प्रश्न विचारले. पण त्याचं उत्तर एकच होतं ''नो कॉमेंट्स!''

अतुलने पत्रकारांच्या गराड्यातून स्वत:ची कशीबशी सुटका करून घेतली आणि निक ऑडिटोरियमकडे वळला.

''मित्रहो, आजच्या सेमिनारमध्ये शेवटच्या टप्प्यात आपण पोहोचलो आहोत...'' चेन्नई मेडिकल कॉलेजचे प्रमुख डॉ. कामराज बोलत होते.

''एच. स्टेटीन हे स्मिथ फार्माचं हृद्रोगावरचं परिणामकारक औषध बाजारात आलंय, हे आपल्याला ठाऊक आहेच. आज स्मिथ फार्मनेच आयोजित केलेल्या या सेमिनारमध्ये एच. स्टेटीनच्या साधकबाधकपणाची खुली चर्चा होणार आहे. त्यातूनच या औषधाची गुणवत्ता सिद्ध होईल, अशी आशा आहे. सर्वप्रथम मी मुंबईच्या नवलोक रुग्णालयाचे डॉक्टर उदय सावे यांना डायसवर आमंत्रित करतो.''

डॉ. कामराज यांनी असं घोषित करताच, एक ज्युनियर डॉक्टर त्यांच्यापाशी येऊन काहीतरी सांगून गेला.

''ओह्.... देअर इज अ प्रॉब्लेम. डॉ. सावेंचा घसा बसलाय म्हणून त्यांचा पेपर सादर करतायत, मुंबईच्या गोखले रुग्णालयाच्या तरुण डॉक्टर शेफाली मांजरेकर.''

उदयने शेफालीचा हात हाती घेत तिला धीर दिला. ''ऑल द बेस्ट शेफाली'', तो कसंबसं बोलला.

डॉ. शेफाली वेगळ्याच आत्मविश्वासाने डायसच्या पायऱ्या चढू लागली. लॅपटॉप सेट करून तिने एलसीडी प्रोजेक्टरला कनेक्ट करून घेतला... आणि ती धीम्या, पण ठाम स्वरात बोलू लागली.

''मित्रहो, सकाळी राष्ट्रपतींनी केलेलं आवाहन माझ्या मनात घुमतंय. वैद्यकीय व्यवसायाचं प्रमुख ध्येय रुग्णसेवा आणि रुग्णांचं हित पाहाणं, हेच आहे. नि:संशय! याच भावनेने मी माझे विचार आता पुराव्यासंह मांडण्याचा प्रयत्न करते.''

डॉ. उदय कौतुकाने शेफालीकडे पाहात होता.

‘‘अमेरिकेतील स्मिथ फार्मा या कंपनीने एच. स्टेटीन हे हृद्रोगावर उत्तम असल्याचा दावा करणारं औषध जगभर विक्रीला काढलंय. मी त्याविषयीचा भारतातला अनुभव सांगते...’’

ऑडिटोरियममध्ये परतलेल्या निकला काय चाललंय, तेच कळत नव्हतं. आत्ताच बाहेर त्या अतुलने आपल्या औषधाचे जाहीर वाभाडे काढलेत. आता ही बया आणखी काय धिंडवडे काढणार, कोणास ठाऊक!... ‘‘प्लीज लिसन टू मी’’ तो जोरजोरात ओरडू लागला.

‘‘नो डिस्टर्बन्स प्लीज! सर्वांच्या प्रश्नांना मी नंतर सविस्तर उत्तरं देईन. डोंट वरी मिस्टर निक.’’ असं म्हणत शेफालीने त्याला हसून गप्प केलं. निकला जे घडतंय, ते धुमसत पाहाण्याशिवाय आता दुसरा मार्गच नव्हता. शेफाली बोलू लागली,

‘‘एच. स्टेटीन मुंबईच्या मार्केटमध्येही लॉन्च झालंय. हे औषध खरोखरच परिणामकारक असल्याचं माझ्याही लक्षात आलंय...’’

सर्वांना वाटलं, ती एच. स्टेटीनची तारीफ करतेय. निक मात्र एसीमध्येही घुसमटत होता.

‘‘तर गेल्या चार महिन्यांत एच. स्टेटीन घेतलेले अनेक रुग्ण मी पाहिले...’’ आणि एक दीर्घ पॉज घेत ती म्हणाली.

‘‘परंतु त्यांच्या मृत्यूनंतर!’’

अवघं ऑडिटोरियम चमकलं. तोच पडद्यावर काही स्लाइड्स दिसू लागल्या,

‘‘या आहेत माझ्याकडे पोस्टमॉर्टेमसाठी आलेल्या त्या पाच रुग्णांच्या लिव्हरच्या स्लाइड्स... माननीय डॉक्टर मित्रांनो, या सर्व स्लाइड्स असं स्पष्ट करतायत की, या सगळ्या मृतांच्या यकृताच्या पेशींचं नुकसान झालंय. त्यामुळेच त्यांचा मृत्यू ओढवलाय.

‘‘माझ्या जेव्हा हे लक्षात आलं, तेव्हा मला एच. स्टेटीनच्या परिणामकारकतेची खात्री पटली. पण तो दुष्परिणाम होता!’’

ऑडिटोरियममध्ये बसलेल्या प्रत्येकाने कान टवकारले होते.

‘‘परंतु माझा आणि डॉ. उदय यांचा हा संशय खरा असल्याचं सिद्ध करणं आवश्यक होतं. कारण आधी आमच्याच रुग्णालयाचे डॉ. मराठे आणि मुंबईच्या डॉ. माधवी, ज्या आज इथे उपस्थित आहेत... त्यांनी या औषधाला हिरवा कंदील दाखवला होता.’’ शेफालीने माधवीकडे एक कटाक्ष टाकला. तिला मेल्याहून मेल्यासारखं झालं. तिच्या शेजारी बसलेल्या नीरजचीही मान खाली गेली.

‘‘मी आणि डॉक्टर उदय यांनी जिवावरची जोखीम पत्करून या औषधाच्या फेरतपासणीचा निर्णय घेतला. मला सांगायला अभिमान आणि आनंद वाटतो की,

मेडिकल काऊन्सिलचे डॉ. गुरुदयाल ज्येष्ठत्वाच्या भावनेने आमच्या पाठीशी उभे राहिले. मुंबईच्या क्यूईएम रुग्णालयाने संपूर्ण सहकार्य केलं. म्हणून तर आम्ही एच. स्टेटीनच्या दाव्यातला फोलपणा सिद्ध करू शकलो.''

त्यानंतर शेफाली एकामागून एक स्लाइड्स दाखवत गेली. प्रत्येक स्लाइडबरोबर एच. स्टेटीन आणि स्मिथ फार्माचा पर्दाफाश होत होता. शेवटी ती म्हणाली,

''यावरून एच. स्टेटीन किती घातक आहे हे...''

तेवढ्यात निक उभा राहत ओरडला,

''स्टॉप धिस नॉनसेन्स... स्टॉप धिस!''

त्याबरोबर उदयही जागेवरून उठत बोलला,

''यू शट अप मिस्टर निक! शेफाली घाबरू नकोस, गो ऑन...''

''येस येस... प्लीज कंटिन्यू मॅम!''

शेफालीने हात उंचावून सगळ्यांना गप्प राहण्याची विनंती केली.

''फ्रेंड्स, मी आणि डॉ. उदय यांनी न्यू इंग्लंड जर्नलला पाठवलेला पेपर त्यांनी आजच प्रसिद्ध झालेल्या अंकात छापलाय. तो ऑनलाइन जरूर वाचा. आताही मी लॅपटॉपवरून तुम्हांला तो दाखवू शकते. पाहा... या कॉन्फरन्सचं आणि त्याचं *टायमिंग* छान जमलंय...''

आता मात्र निकला गरगरायला लागलं होतं.

''परंतु या औषधाचे दुष्परिणाम आम्ही अन्य डॉक्टरांना सांगितले, तरी त्यापैकी काही जणांनी आम्हांलाच वेड्यात काढलं. एच. स्टेटीन किती उत्तम आहे, हे त्यांनी आम्हाला पटवण्याचा खूप प्रयत्न केला.''

शेफालीने मुद्दामच माधवी आणि नीरजकडे बघितलं.

''अशा डॉक्टर मित्रांना मला एवढंच सांगायचंय की, या औषधाने काही रुग्णांचं मरण ओढवलं असेल... पण त्याकडे काही कारणांसाठी दुर्लक्ष करताना वैद्यकीय नीतिमूल्यांचाच आपण घात करत आहोत, हे यांच्या कसं लक्षात आलं नाही? माझे आणि डॉ. उदय यांचे निष्कर्ष स्पष्ट आहेत. रुग्णांच्या डॉक्टरांवरील विश्वासाच्या अमृतात या फार्मा कंपनीने विश्वासघाताचं विष कालवलंय. आता या कंपनीला न्यायालयातच आपली बाजू मांडावी लागेल आणि तेव्हा सत्य जगासमोर येईलच. या गैरव्यवहारात आपल्या व्यवसायातल्या ज्या लोकांचे हात भ्रष्टाचाराने बरबटलेत, त्यांनाही योग्य ती सजा मिळायलाच हवी, असं आमचं ठाम मत आहे. रुग्णांची श्रद्धा हीच सर्वांत मोठी फी आहे, हे आपल्याला कधी कळणार?''

शेफालीचा कंठ दाटून आला.

"दॅट्स ऑल!" ती कसंबसं बोलून स्तब्ध झाली. ऑडिटोरियममध्ये कमालीची शांतता पसरली होती. हळूहळू कुजबूज होऊ लागली. मग त्याचं रूपांतर कोलाहलात झालं. एच. स्टेटीनबद्दलचं भयंकर सत्य अचानक चव्हाट्यावर आलं होतं.

तेवढ्यात मेडिकल काऊन्सिलचे डॉ. गुरुदयाल उभे राहात बोलले. "वेल डन यंग लेडी. वेल डन!"

आणि त्यापाठोपाठ सारं ऑडिटोरियम टाळ्यांच्या कडकडाटाने दुमदुमलं. उदय तर स्थळ-काळ विसरून जोरजोरात ओरडत होता, "शेफाली, यू डिड इट्! शेफाली जिंकलंस तू हे युद्ध!"

"नो... उदय, वी डिड इट ! त्यात तुझाही सिंहाचा वाटा आहे."

शेफालीने आपल्या जागेवरून डॉ. गुरुदयालना आदराने अभिवादन केलं. डॉक्टर लगबगीने डायसवर आले. शेफालीच्या मस्तकावर आशीर्वादात्मक हात ठेवत बोलले, "मी तुला म्हटलं होतं ना मुली... या औषधाच्या रिट्रायलमध्ये तू यशस्वी ठरलीस, तर तू इतिहास घडवशील."

विज्ञान भवनातल्या सर्व उपस्थितांनी उभं राहून शेफालीला स्टँडिंग ओव्हेशन दिलं. एका प्रामाणिक डॉक्टरला समव्यावसायिकांनी केलेला हा मानाचा मुजरा होता. शेफालीचा स्वत:वरच विश्वास बसत नव्हता. एका मोठ्या तमोयुगातून आपण बाहेर पडतोय, असं तिला वाटलं. आता उत्साही प्रकाश सर्वदूर पसरला होता. मेडिकल हिस्टरीमधला टर्निंग पॉइंट ठरलो आपण!

निक स्टोन मात्र पुरता बिथरला.

"व्हेअर इज दॅट बास्टर्ड... अतुल?" जोरजोरात ओरडत तो ऑडिटोरियमबाहेर पडला. समोरच त्याला अतुल दिसला. त्याच्या चेहऱ्यावर कोणतंही टेन्शन दिसत नव्हतं.

"ओह्, यू आर सोऽ कूल. म्हणजे तुझाही हात दिसतोय याच्यात... यू बाऽऽ."

"निक.. शट अप, तोंड सांभाळून बोल. माझ्याकडेच येऊन मला शिव्या देणाऱ्याची मी गय करत नाही."

"तू धमकावतोयस, मला?"

"नॉट ॲट ऑल! पण तूही परिस्थिती समजून घे."

"काय समजून घे? वाट लागलीय आमच्या औषधाची. आता जगभर गदारोळ होणार आहे."

"मग मी काय करू?"

"तू काहीच करू नकोस, अतुल... पण तुझे तीस कोटी रुपये पाण्यात गेले,

असं समज.''

"अरे जा... ते तुझ्या घशातून कसे काढायचे, ते मला चांगलं ठाऊक आहे. आता मलाच काय, जगभरच्या अनेकांना कॉम्पेन्सेशन देताना तुझ्या फार्माचं दिवाळं वाजलं नाही म्हणजे मिळवली.''

"यूऽऽ...'' म्हणत निक अतुलच्या अंगावर धावून गेला. पण सावध अतुलने आधीच नेमलेल्या अंगरक्षकांनी त्याला रोखलं.

"थांब तुला कोर्टात खेचतो... पैसा जप्त करतो.'' निक हातवारे करत बोलत होता नि आसपासचे लोक हसत होते.

अतुलने विज्ञान भवनातून काढता पाय घेतला. त्याच्यासोबत राघवन आणि किशोर चावरे होते. घरी येताच अतुलने तिघांसाठी मद्य मागवलं.

"पण सर...''

"कम ऑन राघवन... लेट्स सेलिब्रेट!''

"काय?''

"एच. स्टेटीनचा पराभव...''

"पण सर, आपले पैसे.''

"काळजी करू नकोस. मिळतील... जगातल्या सर्वच लोकांना स्मिथ फार्मा भरपाई देईल आणि त्यात आपणही असू. घे, दोन घोट घे. चिअर्स!''

"सर, मानलं पाहिजे तुम्हांला.'' किशोर लाचारीने बोलला.

"ऑफ कोर्स! मी बिझनेस करतो.''

"हो. त्यात कधीतरी असा फटका बसायचाच.''

"बच्चा आहेस तू किशोर. हा फटका नव्हे, मार्केटमध्ये बढती मिळालीय आपल्याला.''

"ती कशी?''

"अरे, त्यासाठीच मी प्रेस कॉन्फरन्स घेऊन एच. स्टेटीन मागे घेत असल्याची घोषणा केली. मार्केटमधली आणि लोकांमधलीही आपली क्रेडिबिलिटी- विश्वासार्हता वाढवलीय... अब्जावधी रुपयांची जाहिरात करूनही मला एवढी टीव्ही चॅनल प्रसिद्धी कोणी दिली नसती.'' अतुल खो-खो हसत बोलला. त्याच्या चतुराईने चकित झालेल्या राघवन आणि किशोरनी आपापले प्याले पुन्हा भरले.

"सर, म्हणजे शेफाली असं काही बोलेल, असं वाटलं होतं तुम्हांला?'' राघवनने विचारलं.

“नाही! शेफाली बोलणार की नाही, ते ठाऊक नव्हतं. पण डॉ. उदयच्या आश्वासनावर माझा विश्वास नव्हता. पहाटेपासून मी ताजी विदेशी मेडिकल जर्नल्स ‘नेट’वर चेक करत होतो. त्यातून मला आज काय घडणार, याची कुणकुण लागली, नि मी ठरवलं हे क्रेडिट निदान मार्केटपुरतं, तर आपणच घ्यावं!”

“वॉव्... व्हॉट अ ब्रेन यू आर!”

“थँक्स... तुम्हांला आता माझी खरी ताकद कळली असेल.”

“येस सर.” राघवन आणि किशोर एका दमात उद्गारले.

रात्री उशिरापर्यंत विविध चॅनल्सचे देशी–विदेशी पत्रकार उदय आणि शेफालीशी बोलत होते. दोघांच्या खास मुलाखती रेकॉर्ड होत होत्या.

रात्री खूप उशिरा दोघं हॉटेलवर आली. तिथेही उदयाच्या रूमवर पुन्हा काही पत्रकार येऊन थडकले. रात्री दीड वाजेपर्यंत एच. स्टेटीन हाच विषय होता. सर्व जण गेल्यावर उदयने जेवण मागवलं. या ‘सेलिब्रिटी’ पाहुण्यांची मागणी हॉटेलने आनंदाने पूर्ण केली.

उदयने कपाटातून शॅम्पेनची बाटली काढली.

“म्हणजे?”

“मला माहीतच होतं, आपण जिंकणार. कम ऑन! लेट्स सेलिब्रेट अवर व्हिक्टरी,” उदय ओरडला आणि शेफाली चमकली.

“डॉक्टर उदय, संध्याकाळी तर तुमचा घसा बसला होता. ऑडिटोरियममध्येच हे नाटक माझ्या लक्षात आलं, पण तू असं का केलंस?”

“तुला प्रोजेक्ट करण्यासाठी, आय स्वेअर! सगळं यश तुझंच आहे. अत्यंत धैर्याने तू हा लढा लढलीस.”

“कम ऑन उदय, तू साथीला होतास म्हणून...”

“आय होप, आपली साथ सतत एकमेकांना अशीच मिळत राहील.”

उदयने शेफालीला आवेगाने जवळ घेतलं.

त्या वादळी कॉन्फरन्सनंतर तीन महिन्यांत एकेक घटना घडत गेली.

अमेरिकन सरकारने तातडीने स्मिथ फार्माची चौकशी केली. एच. स्टेटीन जगभरच्या दवाबाजारातून मागे घेण्यात आलं.

स्मिथ फार्मावर जगात अनेक ठिकाणी खटले दाखल झाले. अनेक वितरकांना नुकसानभरपाई मिळाली. त्यात दिल्लीच्या अतुल अगरवालचाही समावेश होता.

दिल्लीतील प्रेझेंटेशननंतर डॉ. शेफाली मांजरेकरला बॉस्टनच्या बेथ हॉस्पिटलने एक वर्षाची रिसर्च स्कॉलरशिप दिली.

डॉ. माधवी आणि डॉ. नीरज मुंबई सोडून इतरत्र प्रॅक्टिस करण्यासाठी गेले.

ईश्वरदास प्रामाणिक पोलीस आयुक्त तर सावंत एसीपी बनले.

डॉ. गायकवाड आणि डॉ. मराठे यांच्या हत्येची केस रेंगाळत राहिली.

रंगराव थोडक्यात बचावला. त्याचे धंदे सावधपणे सुरूच राहिले. त्याचा पंटर राजू मात्र एका आडगावी मृतावस्थेत सापडला.

नागपूरच्या मेडिकल कॉलेजमधला क्लार्क कमलाकर पाटील काही दिवसांपासून बेपत्ता असल्याचं कळतं.

वॉर्डबॉय गफूर अजूनही तशीच दारू पितो. मौसमकडे जातो. त्याला कशाचाच काही फरक पडत नाही.

...आणि सहा महिन्यांनंतर

डॉ. उदय सावे आता गोखले हॉस्पिटलमध्ये डॉ. मराठेंच्या जागेवर रुजू झालेत. त्यांना डिव्होर्स मिळालाय. त्यांची मुलगी त्यांना आठवड्यातून एकदा भेटते.

मेलवरून चॅटिंगद्वारा आणि फोन करून उदय आणि शेफाली यांच्या मैत्रीची वाटचाल सहजीवनाच्या दिशेने चाललीय. आणखी सहा महिन्यांनी शेफाली भारतात परतेल आणि ते विवाहबद्ध होतील.

आणखी दोन वर्षांनी...

उदय आणि शेफालीच्या संसारवेलीवर फूल येण्याची चिन्हं आहेत. त्या दोघांच्या जीवनकथेच्या नव्या अध्यायाचा आरंभ झालाय.

■

प्रिय वाचक,

कादंबरी संपली. पण त्यातील पात्रांचा सहवास संपल्याची एक प्रकारची खिन्नता मनात आहे. तशी ती प्रत्येक लेखकाला वाटतच असते.

ही एक काल्पनिक कहाणी होती. पण वास्तवात काय घडतं, ते एक डॉक्टर म्हणून मला माहितेय.

- गेल्या पन्नास वर्षांत १६ पेक्षा जास्त औषधं त्यांच्या दुष्परिणामांपायी बाजारातून मागे घेण्यात आली आहेत.
- २००१ मध्ये स्टेटीन ग्रुपचं एक औषध रद्द करण्यात आलं.
- २००४ मध्ये सांधेदुखीवरच्या एका औषधाचा हार्टच्या व्हॉल्व्हवर दुष्परिणाम होत असल्याचं निष्पन्न झालं.

अमेरिकेतील एका संशोधनातून असं सिद्ध झालंय की, मधुमेहावरच्या एका औषधामुळे हार्टअॅटॅकची शक्यता ३० टक्क्यांनी वाढलीय. आपल्या औषधांच्या प्रसारासाठी काही फार्मा कंपन्या सर्व प्रकारचे उपाय योजतात, ही वैद्यकीय जगतात माहीत असलेली गोष्ट आहे. एका माहितीनुसार, २००७ मध्ये फार्मा कंपन्यांनी डॉक्टरांच्या विदेशवारीसाठी १२ हजार तिकिटं बुक केली होती. एवढा पाहुणचार घेऊनही त्या कंपन्यांची औषधं प्रिस्क्राइब न करणाऱ्या डॉक्टरांच्या खनपटीलाच कंपनीचा प्रतिनिधी बसल्याचं म्हटलं जातं.

...त्यामुळेच माझ्या काल्पनिक कादंबरीचं कुठे तरी सत्याशी नातं होतं. त्यातूनच कॅप्सूलचा जन्म झाला. धन्यवाद !

∎